Mindsets for entrepreneurship

स्वप्न
उद्योजकांचे

जयप्रकाश झेंडे

डायमंड पब्लिकेशन्स

स्वप्न उद्योजकांचे

(Mindsets for entrepreneurship)

जयप्रकाश झेंडे
२,समर्थ अपार्टमेंट , ४, निलकमल सोसायटी,
कर्वेनगर, पुणे –५२. फोन :२५४६४५८२

प्रथम आवृत्ती – नोव्हेंबर २००८

ISBN : 978-81-8483-075-0

© डायमंड पब्लिकेशन्स

मुखपृष्ठ
शाम भालेकर

प्रकाशक
डायमंड पब्लिकेशन्स
२६४/३ शनिवार पेठ, ३०२ अनुग्रह अपार्टमेंट
ओंकारेश्वर मंदिराजवळ, पुणे–४११ ०३०
☎ ०२०–२४४५२३८७, २४४६६६४२

info@diamondbookspune.com

ऑनलाईन पुस्तक खरेदीसाठी भेट द्या
www.diamondbookspune.com

प्रमुख वितरक
डायमंड बुक डेपो
६६१ नारायण पेठ, अप्पा बळवंत चौक
पुणे–४११ ०३० ☎ ०२०–२४४८०६७७

माझे सासरे श्री. दत्तात्रय वामन देशपांडे
ज्यांनी मला गाढ निराशेत असतांना जगण्याची चव चाखवली.
नवीन 'उमेद' दिली. त्यांना कृतज्ञतापूर्वक

आणि

माझा मुलगा चि. योगेश माझ्या लेखांच्या प्रसिद्धीबाबत वरवर
नाराजी परंतु आपुलकीने त्याची नोंद आणि संग्रह करतो, त्यास
प्रेमपूर्वक

जयप्रकाश भालचंद्र झेंडे

नाव	:	जयप्रकाश भालचंद्र झेंडे
फोन	:	(020) 25464582
इ–मेल	:	jaiprakash 45@yahoo.co.in
शिक्षण	:	चार्टर्ड इंजिनिअर, फेलो ऑफ इन्स्टिट्यूट ऑफ इंडस्ट्रियल इंजिनिअरिंग.
कार्यक्षेत्र	:	३५ वर्षे टाटा मोटर्समध्ये वरिष्ठ पदावर काम, ५ वर्षे फ्रीलान्स ट्रेनर, एम्प्लॉयी इन्व्हॉल्व्हमेंट स्कीममध्ये सल्लागार.
विशेष कामगिरी	:	

- लाईफमेंबर : इंडियन इन्स्टिट्यूट ऑफ इंडस्ट्रियल इंजिनिअरिंग.
- लाईफमेंबर : क्वालिटी सर्कल फोरम ऑफ इंडिया.
- उमेद परिवार संस्थेचे संस्थापक विश्वस्त.
- इंडियन नॅशनल सजेशन स्कीम या संस्थेचे माजी व्हाइस चेअरमन.
- क्वालिटी सर्कलच्या संदर्भातील नॅशनल कन्व्हेन्शन्सचे जज्ज म्हणून कार्य.
- इन्स्टिट्यूशन ऑफ इंजिनिअर याचे रेफरी.
- 'क्वालिटी सर्कल' या संकल्पनेसाठी मोठे कार्य. या विषयावर ३-४ पुस्तके प्रकाशित.
- 'शांतीपथ'या ध्यानधारणेवरील पुस्तकाचा अनुवाद प्रकाशित.
- आत्तापर्यंत १००० च्या वर ट्रेनिंग प्रोग्रॅम.
- १५००० च्या वर लोकांना ट्रेनिंग दिले आहे.
- विविध वृत्तपत्रांतून जवळ जवळ १०० लेख.

मनोगत

उद्योजकता म्हणजे एखाद्या कल्पनेचा शोध घेऊन त्याला मूर्त स्वरूप देण्याची कृती असे म्हणता येईल. ही कल्पना म्हणजे एखादी संधी शोधणे अथवा एखादी साधी कृती अधिक चांगल्या पद्धतीने करणे असेल. अशा कृतीचा परिणाम म्हणजे नव्या उद्योगाची उभारणी होय. उद्योजकता म्हणजे अर्थव्यवस्थेला उभारी देण्याची शक्ती. तिच्या प्रगतीसाठी टाकलेलं पाऊल.

उद्योजक हे बाजारात कशाची कमतरता आहे? बदल कोठे होतो आहे आणि भविष्यात लोक काय काय विकत घेतील याचा अभ्यास करतात. उद्योजकात अतुल धैर्य, दूरदृष्टी, पुरेपूर क्षमतेचा वापर करण्याचे कौशल्य आणि संधी मिळवून त्याचे सोने करण्याची हातोटी हे प्रकर्षाने आढळणारे गुण.

कल्पक व्हा! हा माझा पहिला लेख दैनिक सकाळच्या जॉब झेड या पुरवणीत प्रसिद्ध झाला. एका मित्राचा प्रतिक्रिया देणारा फोन आला. त्यात तो म्हणाला, 'अरे प्रकाश, आज तरुणांना कल्पकतेपेक्षा उद्योजक करण्याची गरज आहे, तेव्हा तू खरे तर उद्योजक व्हा! यावर लेख लिहायला हवा.' झाले! मनाला एवढी प्रेरणा पुरे होती. उद्योजक व्हा! हा लेखही सकाळने प्रसिद्ध केला आणि त्याला वाचकांचा प्रचंड प्रतिसाद मिळाला. अनेक ठिकाणाहून वाचकांचे फोन, पत्रे आणि इ-मेल्स आले. या प्रतिसादामुळे या विषयाची उपयुक्तता लक्षात आली आणि या विषयावर पुस्तक लिहावे असे मनाने घेतले आणि त्याचा परिणाम म्हणूनच हे पुस्तक तयार झाले. उपलब्ध पुस्तकांपेक्षा थोडा वेगळेपणा या पुस्तकात ठेवण्याचा प्रयत्न केला आहे. विषय खूप मोठा आहे त्यामुळे त्याची समग्रता यात आणणे शक्य नव्हते. उद्योजक होऊ इच्छिणाऱ्यांना स्फूर्ती मिळून त्यांची योग्य मनोधारा तयार व्हावी हाच या लिखाणाचा उद्देश आहे.

'आपण जे होऊ शकतो असे आपल्याला वाटते, तसे होण्यासाठी आपल्यापुढे कुणीतरी स्फूर्तीदायी व्यक्ती असणे ही आजची मुख्य गरज आहे' हे आर. एफ. इमर्सन यांचे वाक्य आठवले आणि अशा काही व्यक्तींचा समावेशही या पुस्तकात केला आहे. सध्या जागतिकीकरणाचा जमाना आहे म्हणून जगातील सर्वच उद्योजकांचा समावेश करण्याचा प्रयत्न केला आहे. उद्योजकांबरोबरच ज्यांनी उद्योग जास्त चांगले व्हायला पाहिजेत म्हणून गुणवत्ता आणि उत्पादकता यासाठी विशेष कामगिरी केली त्यांचाही समावेश यात केला आहे. काही उद्योजक घराण्यांचा समावेशही आहे. एडीसन हे माझे लाडके व्यक्तिमत्त्व. तो अनोखा माणूस उद्योजकापेक्षा शास्त्रज्ञ आणि पेटन्टसूचा शहेनशहा म्हणून ज्याचा जागतिक विक्रम आजही अबाधित असणारा म्हणूनच

आपल्याला माहीत आहे; पण तो आगळा वेगळा उद्योजकही होता. तो प्रयत्नांचा आणि सहनशक्तीचा महामेरूच आहे. अतिशय स्फूर्तीदायी व्यक्तिमत्त्व म्हणून येथे त्याचाही समावेश जाणीवपूर्वक केला आहे. उद्योजकतेसाठी लागणाऱ्या गुणांचा स्वतंत्र उहापोह एका प्रकरणात आहेच. सुज्ञ वाचक हे गुण समाविष्ट केलेल्या उद्योजकांच्या चरित्रातही शोधू शकतील.

उद्योग म्हणजे साहस, मोठा उद्योग म्हणजे मोठे साहस. मनातील प्रचंड जिद्द, अमर्याद कष्ट करण्याची कुवत, धोका आणि जबाबदारी पत्करण्याची तयारी, चतुर व्यवहारीपणा याशिवाय ही साहसे यशस्वी तरी कशी होणार? यातील काही व्यक्तिमत्त्वे जवळून बघता आली. त्यांच्या बरोबर थोडे काम करता आले. उत्पादकता आणि गुणवत्तेसाठी काम करतांना काहींची नावे समजली आणि त्यांची चरित्रे अभ्यासण्याची संधी मिळाली. हा आयुष्यातील अतिशय आनंदाचा ठेवा वाटतो. ही या आणि अशा व्यक्तींची समग्र चरित्रे नव्हेत. त्यांच्या संपूर्ण चरित्रांची ही जंत्रीही नाही. या सर्वांबद्दल आदर बाळगणाऱ्या माणसाने त्यांचे व्यक्तिमत्त्व रेखाटण्याचा प्रयत्न फक्त येथे केला आहे. हे संकलन म्हणजे कोणताही प्रतिनिधिक नमुना नाही अथवा कंपन्यांच्या कामगिरीची आकडेवारीही नाही. तुल्यबल व्यक्तींची तुलनाही नाही. वेगवेगळ्या उद्योगातील आणि विविध पार्श्वभूमी असणाऱ्या आणि मला भावलेल्या व्यक्तिमत्त्वांचा यात समावेश मी केला आहे एवढंच.

'उष:प्रभा' या मासिकात 'लाख मोलाची माणसं' हे सदर पु. ग. वैद्यांच्या प्रेरणेमुळे लिहिण्याची संधी मला मिळाली. मी असे पुस्तक लिहावे हा ही त्यांचाच आग्रह. माझी पत्नी जयश्री, मुलगा परेश आणि सून प्रांजली ही माझ्या साहित्याची पहिली शिकार. यातील काही लेख दैनिक सकाळमधूनही प्रकाशित झाले आहेत. त्यांची जंत्री माझा मोठा मुलगा चि. योगेश याचीच. अनेक नातेवाईक, मित्र आणि वाचकांचे कौतुकही या मागे आहेच. पुस्तक तयार करणे ही फार मोठी प्रक्रिया आहे. त्यात मुद्रण आणि प्रकाशन हे महत्त्वाचे टप्पे आहेत ते डायमंड पब्लिकेशन्सचे श्री. दत्तात्रेय गं पाष्टे यांनी समर्थपणे सांभाळले. या सर्वांचे आभार मानण्यापेक्षा त्यांच्या ऋणात राहणेच मी पसंत करेन. वाचकांनाही हा जरा वेगळा प्रयत्न आवडेल अशी आशा आहे.

जयप्रकाश भालचंद्र झेंडे

२,समर्थ अपार्टमेंट , ४, निलकमल सोसायटी,
कर्वेनगर, पुणे -५२. फोन :२५४६४५८२

अनुक्रमणिका

उद्योजक व्हा !

कधी नव्हे इतके उत्तम वातावरण आज स्वतःचे व्यवसाय सुरू करण्यासाठी तयार झालेले आहे. छोट्या छोट्या निर्यातीसाठी उपयुक्त अगदी 'सॉफ्टवेअर' पासून तर दैनंदिन वापरातील उपयुक्त वस्तुंपर्यंत अनेक व्यवसाय उपलब्ध आहेत. सर्वच उत्पादक उद्योगांसाठी मागणी दिवसेंदिवस वाढते आहे. तज्ज्ञांच्या मते येणारी अनेक वर्षे उत्पादक कामास फारच पोषक ठरणार आहेत. थोडक्यात, उद्योजकांसाठी हा सुगीचा काळ आहे. वित्त पुरवठाही सुलभतेने उपलब्ध होतो आहे. सरकारी धोरणेही उत्साहवर्धक आहेत. भारतातील विविध थरातील उद्योजकांनी २०२० पर्यंत जगातील श्रीमंत देशांच्या यादीत आपला समावेश करण्याचा चंगच बांधला आहे. हे स्वप्न साकार करायचे असेल तर जास्तीत जास्त लोकांनी उद्योजक व्हायला हवे. योग्य विचार आणि कृती ह्याचा समन्वय झाल्यास ही सहजसाध्य गोष्ट आहे. पुढील काही विचार उद्योजक बनण्याच्या दृष्टीने उपयुक्त ठरतील.

१) शक्यतांचा अभ्यास

आपण कोणत्या गोष्टी करू शकतो, ह्या संबंधीच्या सर्व कल्पना गोळा करा. अशा सर्व गोष्टींची यादी करणे सोईस्कर ठरेल. त्यावर विचार करा. अनेक गोष्टींचा विचार झाल्यावर कोणता व्यवसाय आपण करू शकू. त्याबद्दलच्या शक्यता निवडा या कल्पना कशा अमलात आणता येतील. ह्या वर लक्ष केंद्रित करा. दोन किंवा तीन कल्पनांसंबंधी सर्व प्रकारची माहिती आणि त्या अमलात आणण्यासाठी लागणारा बारीक सारीक तपशील गोळा करा.

२) योजना करा

योग्य योजना न करता एखादी गोष्ट अभावानेच साध्य होते. गीत रामायणातील सुग्रीवाने केलेल्या आततायीई कामाबद्दल श्रीरामांनी सौम्य शब्दात त्याची कानउघाडणी केली ती आजही आपल्याला मार्गदर्शक आहे.

नंतर विक्रम, प्रथम योजना
अविचारे जय कुणा लाभले ?!

कोणतीही गोष्ट करण्यापूर्वी "काय करायचे, केव्हा करायचे, कसे करायचे

आणि कुणी करायचे'' हे ठरवणे आवश्यक आहे. निर्णय घेण्यापूर्वी कामाचा अभ्यास, कामाची वाटणी, कशी करावी, काम पूर्ण कसे करता येईल, कोण करील आणि प्रत्यक्षात ते कसे उतरेल, या सर्व गोष्टींना योजना म्हणता येईल. औद्योगिक भाषेत याला समग्र योजना अहवाल (Project Report) असे म्हणतात.

जरी काही यशस्वी उद्योजक 'आम्ही काहीच योजना आखल्या नव्हत्या' असे अभिमानाने सांगत असले तरी असे व्यवसायिक यश म्हणजे अपवादच. सर्वसाधारणतः चांगला उद्योजक व्हायचे असेल तर लेखी योजना तयार करणे अत्यंत आवश्यक आहे. अपेक्षित ठिकाणी पोहचण्याचा राजमार्ग म्हणजे लेखी योजना. आपल्याला काय साध्य करावयाचे आहे आणि त्या साध्यापर्यंत आपण कसे पोहोचणार आहोत ह्याचा आराखडा म्हणजे योजना. ही खूप किचकट किंवा कठीण गोष्ट नाही. जरी आपण व्यवसायात अगदी मुरलेले असाल तरी एखादे 'सॉफ्टवेअर' विकत आणा आणि योजनेला सुरुवात करा.

३) स्वयंप्रेरणेने पुढाकार घेत कार्य करा

स्वतःचा व्यवसाय करायचा म्हणजे कुणीतरी ढकलल्याशिवाय उडी मारायची नाही असा दृष्टिकोन ठेवून चालणार नाही. जे काही करावयाचे आहे त्यात स्वतःचा पुढाकार हवा. काम हे भावनेपेक्षाही विचारांनी करावयास हवे. संधीची वाट पाहात बसले तर संधी मिळत नाही. जे संधीवर झडप घालतात त्यांनाच संधी वरमाला घालते. म्हणजेच जागृत राहून सर्व गोष्टीवर नियंत्रण ठेवीत, ज्या गोष्टी आपल्याला करायच्या आहेत त्यांची संपूर्ण जबाबदारी घेऊन तशा त्या घडवून आणल्या, तरच आपण आपल्या योजना साकार करू शकतो.

आपल्या जवळ काही अल्लाउद्दीनचा दिवा नाही किंवा कोणताही 'कल्पवृक्ष' वा 'कामधेनू' नाही की, मनात आणलेल्या गोष्टी आपोआप आपल्याला हव्या तशा घडतील. त्यासाठी पुढाकार घेऊन प्रत्यक्ष काम करण्याची आवश्यकता आहे. पराक्रम करण्याची आवश्यकता आहे. यशस्वी माणसे नेमके हेच करतात.

४) ध्यास घ्या

जळी, स्थळी, काष्ठी आणि पाषाणी देव वसला आहे असे म्हणतात. तसेच प्रत्येक गोष्ट करताना आपल्याला करावयाच्या उद्योगाचा ध्यास लागायला हवा. म्हणजे आपल्याला जे मिळवायचे आहे त्यासाठी Passion निर्माण व्हायला हवी. उद्योजक बनणे ही २४ तासांची कामगिरी आहे. हा चोवीस तासांचा उद्योग आहे, धडपड आहे. आपण जो व्यवसाय करतो त्यावर जर आपले प्रेम नसेल, त्यासाठी जर आपण ध्यास घेतला नाही तर यश प्राप्ती जरा कठीणच होते. ध्यास तयार करण्यासाठी कारखाना

नसतो त्यामुळेच तो विकत मिळत नाही, ध्यास मनाच्या आत कुठे तरी तयार होतो. तो स्त्रोत पकडता यायला हवा. ध्यास नसला तर यश मिळत नाही. असे मात्र नाही हं! परंतु कोणत्याही इतर संबंधाप्रमाणे उद्योग करण्याचा ध्यास असला तर आपल्या कामात वेगळीच मजा येते. ह्यात काही काळ जातो. आपण जर चेतवले गेलो, उद्दीपित झालो तर हा काळ आपण परत मिळवू शकतो.

उद्योगाला सुरुवात करताना आपण ही गोष्ट इतरांजवळ बोलतो तेव्हा आपल्याला बऱ्याच नकारघंटा ऐकायला मिळतील. सर्वसामान्य माणूस त्या ऐकून उद्योगाचा विचारच सोडून देतो. यशस्वी उद्योजकांनी मात्र या नकारघंटाकडे कानाडोळा केलेला दिसतो. परंतु हे कसे करायचे ? 'नाही' ह्या संकल्पनेच्या पलीकडे जायचे. नकार हे एक आव्हान म्हणून स्वीकारावयाचे. सर्व बाबतीतच सकारात्मक दृष्टिकोन स्वीकारायचा. अनेक अभ्यासपहाण्यातून सकारात्मक दृष्टिकोन असणारे उद्योजक हे इतरांपेक्षा अधिक यशस्वी झालेले दिसतात, असे आढळून आले आहे. ह्याचा अर्थ वास्तवापासून दूर राहा असा नाही. खुशालचेंडूचे जीवन जगा असाही नाही. तर येणाऱ्या परिस्थितीला हसत सामोरे जात अवघड, कठीण गोष्टींवर मात करा. ह्या दृष्टिकोनामुळे प्रतिकूल परिस्थितीचा उत्तम सामना करता येतो.

५) सातत्य

सातत्याच्या स्पष्टीकरणासाठी एक उत्तम उदाहरण डोळयापुढे येते. खडक हा सृष्टीतल्या सर्वात कठीण पदार्थांपैकी एक आहे. पाणी हे मात्र जगातल्या सर्वात मऊ पदार्थात मोडते. आपण नदीतल्या खडकांकडे कधी बारकाईने पाहिले आहे का? अनेक ठिकाणी पाण्याच्या प्रवाहाच्या सातत्याने खोल खड्डे पडलेले दिसतील. लक्षात आला का सातत्याचा परिणाम?उद्योजक बनतांना अनेक अडचणी येतील. कठीण परिस्थितीचा सामना करावा लागेल. परंतु आपल्या प्रयत्नात पाण्याच्या प्रवाहासारखे सातत्य असेल तर कठीण परिस्थिती आपल्या पुढे टिकाव धरू शकणार नाही. तिच्यावर आपण यशस्वीपणे मात करू शकू. यशस्वी उद्योजकांपुढे अडचणी आल्याच नाहीत असे नाही, तर प्रयत्नांच्या सातत्यामुळे अनेक अडचणी पार करीत हवे ते यश त्यांनी मिळवले.

आपणा सर्वांना परिचित, विजेचा संशोधक थॉमस एडिसन ह्याचे उदाहरण देण्याचा मोह टाळता येत नाही. विजेचा दिवा तयार करण्यात त्यांना यश मिळालं खरं पण त्या आधी हजारो अयशस्वी प्रयोगांना ते सामोरे गेले होते. वयाच्या ६७ व्या वर्षी त्यांच्या कारखान्याला आग लागली होती. लक्षावधी डॉलर्सची मालमत्ता जळून खाक झाली. त्यावेळी ह्या जिद्दी संशोधकाच्या तोंडून ''विनाशसुद्धा मोठा मौल्यवान असतो.

त्यात आपल्या सर्व चुका भस्मसात होतात. देवाचे आभार मानले पाहिजेत कारण आता आपण नव्याने सुरुवात करू शकू'' केवढा प्रचंड सकारात्मक दृष्टिकोन! ह्या मोठमोठ्यांना हताश करणाऱ्या घटनेनंतर केवळ तीन आठवड्यातच त्यांनी ग्रामोफोनचा शोध लावला आणि त्याचे यशस्वी उत्पादन सुरू केले. केवढी प्रचंड धडाडी आणि वास्तव वाटचाल!

श्री. रतन टाटांची अशीच जिद्द आणि प्रयत्नातले सातत्य आपण नुकतेच अनुभवलेले आहे. एका आर्थिक वर्षात ५०० कोटी रूपयांचा तोटा झाला होता. आसपासची दोन तीन वर्षेही अशीच वाईट गेलेली होती. परंतु अथक प्रयत्नाने, आपल्या हुषारीने आणि तडफदारीने न डगमगता त्यांनी कंपनी पुन्हा जिवंत करून तिला जगातल्या वाहन व्यवसायातील इतर कंपन्यामध्ये बऱ्याच वरच्या क्रमांकावर नेले. उद्योजकांकडे ही जिद्द आणि चिकाटी असायला हवी.

६) कल्पकता

कल्पकता ही निसर्गाने केवळ मानवालाच दिलेली अजोड देणगी आहे. कल्पकता ही 'प्रतिभा' म्हणूनही ओळखली जाते. प्रतिभा म्हणजे अचानक प्रकट झालेले तेज. असे असले तरीही कष्ट करणाऱ्यांना, मेहनत घेणाऱ्यांनाच प्राप्त होते. उद्योजकांना तर कल्पकता वरील प्रत्येक पायरीत उपयोगी पडणारी गोष्ट आहे. पडत्या काळात ही जशी उपयुक्त ठरते, त्या पेक्षाही हिचा उपयोग भरभराटीच्या काळातही अधिक चांगला होऊ शकतो. वर चर्चा केलेल्या प्रत्येक कामात उद्योजकांनी आपली कल्पकता वापरली, तर आजच्या स्पर्धेच्या युगात ते आपली वेगळी प्रतिमा तयार करून स्पर्धेवर मात करू शकतील.

आपल्याकडे मजबूत योजना, अविचल श्रद्धा, योग्य दिशा, प्रयत्नातले सातत्य, कल्पकता आणि चिकाटी असेल तर जगातील कोणतीही गोष्ट आपल्याला अशक्य नाही. अगदी उत्तम उद्योजक होणं सुद्धा !

∎∎

उज्ज्वल भवितव्याची वाटचाल

बदल हाच तर आयुष्याचा स्थायीभाव आहे. जे ही गोष्ट मान्य करून किंबहुना स्वीकारून होणाऱ्या बदलास उपयुक्त ठरतील, अशा नवीन गोष्टी शिकून नव्या युगाचा सामना करण्यास तयार आहेत त्यांच्यासाठी भरपूर संधी उपलब्ध आहेत. त्या वाढणारही आहेत. कारण संवाद आणि संपर्क साधनाची गती आणि उपलब्धताही वाढते आहे. नोकरी करतांना देखील आपण स्वतःच या उद्योगाचे मालक आणि चालक आहोत या जबाबदारीने काम करणे जरूरीचे होणार आहे. किंबहुना हेच कामाचा दर्जा स्पर्धात्मक करण्यासाठी उपयोगी ठरणार आहे. भविष्यात नोकऱ्या कमी कमी होणार आहेत मात्र स्वतंत्र कामे वाढत जाणार आहेत. त्यात नावीन्याची भर पडत राहणार आहे. पोस्ट, वाहतूक आणि सिक्युरिटी या व्यवसायातील खाजगीकरण एक उदाहरण म्हणून विचार करण्यासारखे आहे. २०१५ साली ६०% भारतीय जनता सर्वसाधारण ३० वर्षे वयाची असणार आहे. म्हणूनच ''नोकरीची हमी'' ही आपली मानसिकता बदलणे फार महत्त्वाचे ठरणार आहे, गरजेचे होणार आहे. कायमस्वरूपी नोकरीकडून 'स्वतंत्र काम' या महत्त्वाच्या स्थित्यंतराला आपल्याला सामोरे जावे लागणार आहे. बहुतेक कारखाने आपल्या मूलभूत गाभ्याच्या कामाला जास्त महत्त्व देऊन स्वतः ही कामे करण्यावर जास्त लक्ष देणार आहेत. त्यामुळे तुलनेने कमी महत्त्वाची कामे स्वतः न करता बाहेरून करून घेऊ लागले आहेत. याचे प्रमाण वाढत जाणार आहे. यामुळे कायम स्वरूपाच्या नोकरीपेक्षा स्वतंत्र कामे जास्त संख्येने उपलब्ध होणार आहेत. नोकऱ्यांची हमी आणि उपलब्धता कमी कमी होणार आहे. अर्थात घाबरण्याचे कारण नाही. आपण स्वतःला कमी लेखू नका. आपण हुशार आहोत, कल्पक आहोत या गोष्टींवर विश्वास ठेवा. आपले दार अनेक संधी ठोठावणार आहेत. त्याचे रुपांतर आपण आपले भवितव्य घडविण्यासाठी, उज्ज्वल करण्यासाठी करू शकतो. आता तर फक्त कॅज्युअल कामगार नाही तर बहुधा कॅज्युअल व्यवस्थापक ही संकल्पना येऊ घातली आहे. या कामातही प्रतिष्ठा शोधावी लागणार आहे. त्यामुळे आपल्या कामाचे आपण मालक आणि त्याची निर्मिती आणि परिपूर्णता आपल्यालाच करावी लागणार आहे. हे कौशल्य, ही भावनाच आपले भवितव्य ठरवणार आहे. गेल्या वीस वर्षात अमेरिकेतील कामात झालेला बदल असा आहे की तेथील ५०% कामे बाहेरून करून घेतली जाऊ लागली आहेत. त्यामुळे एवढ्या प्रचंड प्रमाणात स्वतंत्र कामाच्या संधी उपलब्ध झाल्या आहेत, स्वयंरोजगार

उपलब्ध झाले आहेत.

जागतिकीकरण, उदारीकरण यामुळे उद्योग आणि सेवाक्षेत्रातही कामाच्या पद्धती आणि कामाकडून, कामगारांकडून असणाऱ्या अपेक्षांमध्ये आमूलाग्र बदल होत आहेत. गुणवत्ता आणि उत्पादकता याबद्दल सर्वांच्याच अपेक्षा खूप प्रचंड प्रमाणात वाढल्या आहेत. गुणवत्ता ही स्पर्धात्मक धार राहिली नसून ती बाजारपेठेत प्रवेशाचा परवाना झाली आहे आणि उत्पादकता, किंमत ही स्पर्धात्मक धार बनते आहे. कौशल्य, वेगळेपण आणि कल्पकता यांचा वापर केल्यास प्रचंड संधीही निर्माण करता येतील. संपर्क साधनांमुळे जगही छोटे होत आहे. राजकीय संबंधही सामंजस्याकडे वाटचाल करीत आहेत. त्यामुळेही स्थळ काळाच्या सीमा धूसर करीत आहेत. त्यामुळे अनेक स्वयंरोजगार आपल्या तरुणाईला आवाहन करीत आहेत, खुणावत राहणार आहेत. ट्रेडिंग, मार्केटिंग, शॉपिंग आणि कार्यालयीन कामे देखील हॉस्पिटल, हॉटेल्स आणि प्रवासासारखी चोवीस तासाची कामे होऊ पाहत आहेत. त्यामुळे सर्व पाळ्यात काम आणि कामाचे लवचीक तास या संकल्पना रूढ होऊ शकतील. याकडेही एक प्रचंड मोठी संधी म्हणून पाहता येणार आहे. अर्थात यामुळे सर्व कार्यपद्धतीच आमूलाग्र बदलणार आहेत.

आपल्या नेहमीच्या कामाबरोबर अनेक दुय्यम कामे आपल्याला करता येणार आहेत. आयुष्याची मर्यादाही वाढते आहे. म्हणजे सेवानिवृत्तीनंतरही कामासाठी १०-१५ वर्षे उपलब्ध होणार आहेत. त्यात आपल्याला काही अर्थपूर्ण कामे करता येणार आहेत. त्याचेही योग्य नियोजन करायला हवे आणि तेही करता येणार आहे. स्वेच्छा निवृत्तीमुळे या तिसऱ्या भवितव्याची विशेष गरज निर्माण होत आहे. आपले कौशल्य, लायकी आणि कार्यक्षमता याचे रूपांतर स्वतंत्र कामात आणि योग्य पैशात करण्याच्या प्रचंड मोठ्या संधी आपल्याला निर्माण करता येणार आहेत. यासाठी आपल्या कामाची शैली आणि लवचीकता याचा विचार होणे उपयोगी होणार आहे. आपण जरूर ती जबाबदारी स्वीकारून अशी कामे पार पाडल्यास नोकरीपेक्षाही असे स्वतंत्र व्यवसाय आपणास उत्तम भवितव्य देऊ शकतील. नव्या परिस्थितीमुळे आपण स्वत:चे मालक होऊन स्वतंत्र आणि आपल्या आवडीची कामे करू शकू. कामाच्या बाबतीत स्त्री, पुरुष हा भेदही धूसर होतो आहे. नोकरीचे स्थैर्य जरी कमी होत असले तरी कामाची शैली बदलल्यास त्याची चिंता कमी होणार आहे.

नवीन निर्माण झालेल्या परिस्थितीत आव्हाने तर आहेतच. आपल्या एकूण परिस्थितीचा विचार केला तर ही आव्हाने स्वीकारण्याची, पेलण्याची पात्रता आणि क्षमताही आपल्यात आहे. या परिस्थितीतही यश मिळवण्यासाठी लागणारी हुशारी

आणि साधनसामग्री आपल्याकडे आहे, यात कुठलाही संशय नाही. परंतु योग्य परिणाम साधण्यासाठी आपल्या मनोवृत्तीत, आपल्या विचारधारेत विधायक बदल घडवायला हवेत. आपल्या उज्ज्वल भवितव्याच्या जडणघडणीसाठी हा बदल घडवून आणणे हेच खरे. हा बदल घडवून आणणाऱ्यांपुढे आव्हान आहे. आपली साचेबंद विचार करण्याची पद्धत आपण बदलायला हवी. या शृंखलांतून आपण बाहेर पडायला हवे.

आपल्याला नवीन तंत्रज्ञान उपलब्ध आहे. माहिती आणि तंत्रज्ञानाच्या जोरावर प्रचंड माहितीची भांडारे आपल्याकडे उपलब्ध आहेत. या भांडवलावर आपल्या सध्याच्या कामाचे बाह्य स्वरूप बदलून आपण या स्पर्धेला उत्तम प्रकारे तोंड देऊ शकतो, या संधीचा उत्तम फायदा करून घेऊ शकतो. ज्या प्रमाणे आपण विचार करतो त्या पद्धतीच्या भावना निर्माण होतात, तसे आपण वागतो आणि आपले भवितव्य, आयुष्यक्रम ठरवतो. यासाठी नेहमीचा साचा बदलून वेगळा विचार केला पाहिजे. आपल्याला उद्योगी बनायला हवे, व्यग्र राहायला हवे आणि व्यावहारिक मूल्ये आत्मसात करायला हवीत. नवीन 'विचारधारा' तयार करायला हवी.

विचारधारा म्हणजे काय हे स्पष्ट करणारी ही एक गोष्ट पाहा.

एका बूट तयार करणाऱ्या कंपनीने आफ्रिकेत आपली शाखा काढायचे ठरविले. तेथील परिस्थितीचा आढावा घेऊन निर्णय घ्यावा असेही ठरवले. त्याप्रमाणे त्यांनी स्वतंत्रपणे दोन प्रतिनिधींना या कामासाठी पाठविले. आपापली निरीक्षणे करून दोघेही कार्यालयात परतले. एकाने आपला अहवाल दिला, ''त्या देशात आपल्या कंपनीचा व्यवसाय चालणार नाही. कारण तेथे कोणीही बूट वापरीत नाही.'' दुसऱ्याचा अहवाल होता, ''त्या देशात आपल्या कंपनीचा व्यवसाय खूप जोरात चालेल. कारण तेथे सध्या कोणीही बूट वापरीत नाही.'' हा विचारधारेचा प्रश्न आहे. आपण आपल्यापुढील आव्हानाचा विचार प्रगतीच्या मार्गातील धोंडा म्हणून करणार आहोत की प्रगतीकडे नेणारी पायरी म्हणून करणार आहोत, हे आपली विचारधाराच ठरवणार आहे.

आपली विचारधारा कशी आहे? त्यात काय बदल करावयास हवेत? नवीन कोणते गुणधर्म आपण आत्मसात करायला हवेत? हा विचार आपण स्वतंत्र लेखात करू.

■■

वैचारिक परिवर्तनाची गरज

भारतातील व्यावसायिक क्षेत्रात झपाट्याने होणारे बदल आपण जाणताच. आता आपण या बदलांचा उत्तम फायदा मिळविण्यासाठी आपली विचारधारा कशी आहे आणि त्यात कोणता बदल होणे आवश्यक आहे याचा विचार करणार आहोत.

विचारधारा

विचाराधारा म्हणजे मनाची अशी वृत्ती की जिच्यामुळे आपल्या विचारांची, आचारांची दिशा, दर्जा आणि साचा ठरला जातो. या विचारधारे बरहुकूम आपण आपल्याभोवती घडणाऱ्या घटनांचा अर्थ लावत असतो, निष्कर्ष काढीत असतो आणि त्याप्रमाणे आपली वागणूकही होत असते.

आता आपण आपली सर्वसाधारण विचारधारा काय आहे ते पाहू.

सहनशीलता

कुटुंब आणि त्यांच्या गरजा आपल्यासाठी खूप महत्त्वाच्या असतात. देवाला आपण घाबरतो. आपण क्षमाशील आहोत. आपल्यात आक्रमकता नाही. आपल्यात खुनशीपणा नाही. आपल्यापुढे आहे ती परिस्थिती आपण निमूटपणे तक्रार न करता सहन करीत असतो आणि आपल्या धोरणांबद्दल आपण निश्चिंत असतो पण निश्चित नसतो.

शिक्षणाचा आदर

आपल्या स्वतःच्या मुलांच्या शिक्षणासाठी अपार कष्ट घ्यायची आपली तयारी असते. जास्त शिकलेला माणूस हा शहाणा असतो असे आपण मानतो. पदव्यांचा आदर राखतो.

मी पणा—अहंची चौकट

आई, वडील, वरिष्ठ, कंपनी, कार्यालय, समाज आणि सरकार हे आपले काही देणे लागतात असे आपण मानतो. माझी पात्रता असो किंवा नसो या लोकांनी माझी काळजी घ्यायलाच पाहिजे असे आपण मानतो. कार्यालयात माझे भरीव योगदान असो वा नसो मला नियमित पगारवाढ, पदोन्नती मिळायलाच पाहिजे अशी आपली भूमिका असते. या चौकटीतच आपण काम करतो.

द्विधा मन:स्थिती

आपण कामाचा, परिस्थितीचा संपूर्ण अभ्यास करीत नाही. तिच्या विशिष्ट भागाचाच विचार करतो. आपण करीत असलेल्या कामाचे दूरगामी परिणाम काय होतील? आपण ज्यांच्यासाठी काम करतो त्यांची प्रगती कशी होईल? त्यांचा विस्तार कसा होईल? याबद्दल आपण फारसे जागृत आणि उत्साही नसतो. आपण खूप तोलूनमापून काम करतो. आपली वृत्ती दप्तरी आहे. काही गोष्टीत संदिग्धता असते तेव्हा आपण गडबडतो. नेमके कसे वागावे याबद्दल आपल्या मनात गोंधळ होतो.

आपल्या विचारांचे ध्रुवीकरण झालेले नाही. आपल्यात धरसोड वृत्ती आहे. काळे किंवा पांढरे बघण्याकडेच आपला कल आहे. करडा रंगही असू शकतो हा विचार आपण पटकन करीत नाही. वास्तवाशी आपण पटकन फारकत घेतो.

कायदेशीर वागणूक

आपण आपल्या अधिकारांबद्दल जागरूक असतो. कर्तव्यांबद्दल नाही. कायद्याचा कीस काढणे आपल्याला आवडते. आपण नेहमी मर्यादा पसंत करतो. कर्तव्य टाळतो. मीच जिंकावे आणि इतरांनी हरावे अशी आपली वागणूक असते.

स्थिरता

आपले गाव, आपले ठिकाण सोडायला आपण सहज तयार होत नाही. बदलीसाठी आपण उत्सुक नसतो. आपल्याला पदोन्नती हवी असते परंतु जास्त जबाबदारी नको असते. पात्रता किंवा काम यापेक्षाही ज्येष्ठतेवर आपला जोर असतो.

दुराग्रही

आपण आपल्या बाह्य आणि अंतर्गत ग्राहकांबाबत उदासीन असतो. सहकाऱ्यांबद्दल आपल्यात थंडपणा असतो. कोणताही धोका पत्करणे आपल्याला नको असते. आहे त्या परिस्थितीत आपण समाधानी असतो. नोकरशाही आपण पसंत करतो.

निषेध–विरोध करणे

अधिकाऱ्यांनी दिलेल्या कामाबाबत, त्यांच्या वागणुकीबद्दल आपण सदैव साशंक असतो. जरी बोलून दाखविले नाही तरी त्याबद्दल अनेक प्रश्न आपल्या डोक्यात असतात. आपण त्यांच्या विरोधात असतो.

असहकार

महात्मा गांधींनी ब्रिटीशांविरुद्ध वापरलेले हे शस्त्र आपण आपल्याच सरकार विरुद्ध, कंपनीतील अधिकाऱ्यांविरुद्ध वापरीत असतो. कामगारांना अधिक सुरक्षा देणारे

कायदे आपल्याला आवडतात. वेळकाढूपणा आणि काम टाळण्याकडे आपला कल असतो.

येणाऱ्या काळात कोणते महत्त्वाचे बदल होणार आहेत याबद्दल आपण थोडा विचार करू या.

ज्ञानाचे शतक

तंत्रज्ञान मोठ्या प्रमाणात निर्माण होते आहे. त्यामुळे खूप मोठ्या प्रमाणात या तंत्रज्ञानाचे व्यवस्थापन आपल्याला करावे लागणार आहे. त्यामुळे वातावरणात मोठ्या प्रमाणात अस्थिरता राहणार आहे. लोकांमध्ये वेगवेगळ्या प्रकारच्या आणि पातळीच्या पात्रता असणार आहेत. त्यामुळे आपण दिलेल्या परिणामांप्रमाणे, आपल्या कामातील नैपुण्याप्रमाणे आपल्याला पगार मिळणार आहे. निव्वळ ज्येष्ठतेचे महत्त्व कमी होणार आहे.

नवीन कार्यपद्धती आणि दिशा

नवीन तंत्रज्ञानामुळे नवीन कार्यपद्धती विकसित होत आहेत. त्यामुळे लोकांना नवीन दिशा मिळणार आहेत. त्यांना नवीन अंदाज आणि आडाखे बांधता येणार आहेत. ताजे दृष्टिकोन तयार होणार आहेत. नवीन जागृती होणार आहे. नवीन सुधारणा करण्यास वाव मिळणार आहे.

कामाचे जाळे/साखळी

संस्थांमध्ये कार्यक्षमतेची आणि पात्रतेची मोठी जाळीच तयार होणार आहेत. संस्था आपल्या प्रमुख कार्यक्षमतेवर, कामाच्या महत्त्वाच्या गाभ्यावर जास्त लक्ष केंद्रित करू लागणार आहेत. ज्या कामात हे नेमकेपण नाही अशी कामे करण्यात श्रम व वेळ न दवडता अशी कामे बाहेरील संस्था आणि तज्ज्ञमंडळी यांचेकडून करून घेण्यावर जोर दिला जाणार आहे. कामात उच्च प्रतीचे परिणाम देणारी कार्यसंस्कृती व कार्यपद्धती निर्माण होणार आहे. याचा परिणाम म्हणून संस्थेतील कामगारांची संख्या कमी होत जाणार आहे. त्यामुळे संस्थेसाठी परंतु संस्थेबाहेर काम करणाऱ्या लोकांचे मोठे जाळे तयार होणार आहे. त्यामुळे अशा सगळ्या कामांवर नियंत्रण ठेवून त्यात सुसूत्रता आणण्याचे नवीन काम करणे अत्यंत गरजेचे आणि महत्त्वाचे ठरणार आहे.

विशेष गुणधर्म

संस्थांमधील कामगारांना सतत नवनवीन गोष्टी शिकत राहाव्या लागणार आहेत. सतत नावीन्याचा शोध घ्यावा लागणार आहे. सर्व कामात मोठी गती, जलदपणा ठेवावा लागणार आहे. त्याचा परिणाम म्हणून सतत अस्थिरतेचा सामना करावा लागणार आहे.

एकाच क्षेत्रात काम करणाऱ्या परंतु वेगवेगळ्या क्षमता असणाऱ्या संस्था एकत्र येऊन काम करू लागणार आहेत. उदा. टाटा मोटर्स आणि फियाट यांचे एकत्र येणे. इन्फोसिस आणि विप्रो यांचे सहकार्य. व्यवसायांचे ध्रुवीकरण होणार आहे. कार्यमूल्यांची साखळीच तयार होणार आहे. माणसांचे (कामगारांचे) ज्ञान आणि हुशारी हे संस्थांचे प्रमुख भांडवल ठरणार आहे. संस्थांना स्पर्धात्मक धार या माणसांमुळेच मिळणार आहे. ग्राहकांच्या नेमक्या गरजांना प्राधान्य द्यावे लागणार आहे. अर्थात हे सर्व काही आपल्याला परग्रहावरून मिळणार नाही. तर आपल्यात, आपल्या आसपास, सभोवती हे सर्व घडणार आहे. याची संकल्पना, योजना आणि निर्मितीही आपल्याच जगातील विचारी माणसे करणार आहेत. हे वास्तवच आपल्याकडून प्रतिसादाची अपेक्षा करते आहे, आपल्यावर दबाव आणते आहे. यासाठी बदल घडवून आणायला त्यावर नियंत्रण मिळवायला हवे आहे. आनंदाची गोष्ट म्हणजे आपल्यात या होणाऱ्या क्रांतीची चाहूल लागते आहे. पडघम वाजू पाहात आहेत.

ह्या सर्व यशस्वी वाटचालीसाठी आपल्या विचारधारेत खालील बदल व्हायला हवेत. खालील गुणधर्मांचा अंगीकार आपण करायला हवा.

- ताजेतवाने मन
- आजूबाजूच्या उदाहरणावरून शिकणे.
- भवितव्यकेंद्रित विचारसरणी
- दर्जेदार उत्पादन
- उत्तम सेवा
- उत्तम परिणाम देणारे काम
- कौशल्याचा शोध
- सतत शिक्षण

या विशेष गुणांचा विचार पुढील लेखात करू.

■■

क्षमता उज्ज्वल भवितव्याची

एकविसाव्या गतिमान शतकात यश मिळविण्यासाठी नकारात्मक विचारपद्धती सहज वितळवू शकेल अशी सकारात्मक विचारधारा आपल्याजवळ असायला हवी. आव्हानात्मक आणि स्पर्धात्मक वातावरणात आपल्या काही उत्तम क्षमतांबरोबरच या क्षमतांचा विकास जर का आपण करू शकलो, तर नव्या शतकाने उभी केलेली आव्हाने आपण खात्रीने पार करू शकू. त्यासाठी खाली दिलेल्या नऊ गुणांचा छान उपयोग आपल्याला होणार आहे.

ताजे मन

सत्याकडे डोळेझाक करून नवे मन तयार होत नाही, तर ते प्रखर सत्याच्या व्यवहारी विचाराने तयार व्हायला हवे. हे मन संपूर्ण परिस्थितीचा एकत्रित विचार करणारे हवे. त्यात समग्रता हवी, नावीन्य, ताजेपणा असायला हवा. जुन्या चांगल्या गोष्टी जपताना कोणत्या गोष्टीचा स्वीकार करणे उपयुक्त ठरणार आहे याचाही विचार हवा.

उदाहरणांकडे लक्ष द्या

माणूस हा मूलत: इतरांचे बघून ते अमलात आणणारा प्राणी आहे. नक्कल करणारा आहे आणि असे करताना त्याला आदर्श व्यक्तिमत्त्वाची, घटनांची गरज असते. चरित्रे, घटना या त्याला नेहमीच प्रभावित करीत असतात. चकित करतात आणि त्याकडे तो आकर्षित होतो. आपल्या कामाची प्रेरणा तो अशा उदाहरणातूनच घेत असतो.

भवितव्य केंद्रितता

स्थिर नोकरी, एकाच कंपनीत, एकाच ठिकाणी काम ह्या गोष्टी आता इतिहासजमा होत जाणाऱ्या आहेत. आपल्याकडील बहुतेक कंपन्या त्यांच्या कार्याचा विस्तार देशात इतरत्र आणि परदेशातही करू लागल्या आहेत, करणार आहेत. सर्वच कामाची पुनर्बांधणी होत आहे. कंपन्यांची जागतिक जाळी तयार होत आहेत. अनुभवाचा फायदा आणि भावी गरजा लक्षात घेऊन कामगारांचे स्थलांतरही करावे लागणार आहे. त्यामुळे उत्तम क्षमता असणाऱ्यांना खूप चांगले भवितव्य आहे. परंतु त्यासाठी स्थिर होऊन चालणार नाही. जोश वाढवायला हवा. डायनामिक व्हायला हवे. आपल्या राहत्या गावीच काम हे जडत्व संपवावे लागणार आहे. स्थित्यंतर ही दैनिक गरज होणार आहे.

दर्जेदार उत्पादन

जागतिकीकरणामुळे देशात आणि परदेशातही जीवघेणी स्पर्धा निर्माण झाली आहे. त्यामुळे उत्तम संधी निर्माण होत आहेत. त्याचबरोबर ग्राहक चोखंदळ होऊ लागले आहेत. आधुनिक उत्पादनाची आणि उत्तम दर्जाची अपेक्षा ते करू लागले आहेत. स्वत:च्याच कौशल्यावर आपला व्यवसाय उभा असेल तर आपले हात, आपली साधने, आपली हत्यारे यावरच आपण अवलंबून असतो, त्यासाठी आता आपल्या अवतीभोवती घडणाऱ्या बदलाबद्दल सावध असायला पाहिजे. माझ्या मते आता दर्जा ही स्पर्धात्मक बाब राहिली नाही तर ती बाजारात उभे राहण्याचा, प्रवेशाचा परवानाच झाली आहे. तो तर हवाच पण दर्जेदार उत्पादनाबरोबर त्याची योग्य, वाजवी किंमत हीच स्पर्धात्मक धार होऊ लागली आहे.

उत्तम सेवा

या शतकात उत्तम सेवा याला नवा आयाम मिळतो आहे. नवा अर्थ प्राप्त होतो आहे. ग्राहकांना तत्पर आणि स्मित सेवा याबरोबरच आपल्या सहकाऱ्यांनाही उत्तम सेवा आणि वागणूक देण्याची गरज निर्माण होते आहे. आपापसांतील उत्पादक उत्तम संबंध ही तत्पर ग्राहकसंबंधांना वंगण पुरवणार आहेत. व्यवस्थापकांना कामगारांबरोबरच्या संबंधांची एक प्रभावी साखळी निर्माण करावी लागणार आहे. त्यात त्यांना शिक्षक, समुपदेशक, सल्लागार, मित्र अशा विविध भूमिका कौशल्याने निभवाव्या लागणार आहेत. त्यांच्या बाजूने उभे राहून चर्चा करून, सुसंवाद साधून त्यांना सामर्थ्य देऊन, आपल्या कल्पना देऊन प्रभावित करावे लागणार आहे. आपल्या कौशल्यांची देवाण– घेवाण करून व्यक्तिगत प्रभाव पाडावा लागणार आहे. सेवा फक्त किमतीवर किंवा कुणाला, कोणाची, किती गरज आहे यावर अवलंबून राहणार नाहीत. आपल्या स्वभावाचा पगडा त्यावर पाडावा लागणार आहे. गटातील सहकाऱ्यांबद्दल खरी कळकळ वाटायला हवी असणार आहे. सध्याच्या नेतृत्वाच्या गुणांमध्ये मोठेच परिवर्तन घडवायला लागणार आहे. आपापसांतील संबंध, लोकांना स्वयंस्फूर्त करण्याची कला, संघबांधणी, पुढाकार घेऊन कौशल्यांची निर्मिती आणि देवाणघेवाण करावी लागणार आहे.

कामातील बदल

मागे आपण बघितले आहेच की, येणाऱ्या काळात कायम स्वरूपी नोकऱ्या कमी कमी होत जाणार आहेत तर नेमकी कामं मात्र वाढत जाणार आहेत. कामाच्या या रूपांतरामुळे बहुतांशी कामांमध्ये ज्ञानाचा वापर वाढणार आहे. त्यामुळे कामात नवनवीन कल्पनांचा वापर वाढणार आहे. अनेक युक्त्यांचा उपयोग करावा लागणार आहे. प्रचंड मोठी माहितीची भांडारे हाताळणे गरजेचे होणार आहे. त्यातून निर्माण

होणाऱ्या निष्कर्षाचा वापर दैनंदिन कामात करावा लागणार आहे. पाट्या टाकणारे कामगार राहणार नाहीत. व्यवस्थापकांना सुशिक्षित व ज्ञानी कामगारांकडून काम घेऊन संपत्ती आणि समृद्धी वाढवावी लागणार आहे. व्यवस्थापक म्हणजे कल्पनांचा स्रोत असावा लागणार आहे. या कौशल्यांनाच प्रचंड मागणी येणार आहे.

कृती प्राधान्य

अभ्यास आणि तालीम यामुळे उत्तम परिणाम मिळतात. खेळाचा सराव आणि गाण्याचा रियाज असाच हा प्रकार असतो. अखंडपणे उत्तम काम करीत राहणे आणि कामावरील निष्ठा यामुळे कामाचा स्तर उंचावतो. यासाठी कठोर स्वयंशिस्त लागते. पण हाच उत्तम भवितव्य आणि समाधान मिळवण्याचा प्रभावी मार्ग ठरणार आहे.

संधी शोधण्याची कौशल्ये

तयार नोकऱ्या कमी होणार असल्यामुळे काम मिळवण्यासाठी कामे शोधण्याची कौशल्ये विकसित करावी लागणार आहेत. अशा शोधांच्या मजबूत पायावरच आपली दीर्घकालीन आणि नेमकी भवितव्ये उभी करावी लागणार आहेत. कामे ही अगदी सहज उपलब्ध होणार नाहीत. संधी शोधणे आणि तिचा फायदा घेणे ही कौशल्ये भविष्यात स्पर्धात्मक ठरणार आहेत. जिज्ञासा ही शोधाची खरी सुरुवात आहे. त्यामुळे जे माणसाचा कल, वेगवेगळी माणसे, आसपास घडणाऱ्या घटना, उपलब्ध गोष्टी, लोकांच्या गरजा आणि बाजारपेठ यांचा बारकाईने अभ्यास करतील, होणाऱ्या बदलांबद्दल जागरूक राहतील त्यांना उत्तम संधी उपलब्ध करून घेता येतील. सतत संशोधक वृत्तीचा वापर खूपच फायद्याचा ठरणार आहे.

सतत शिकण्याची तयारी

एखादे शिक्षण घेऊन नोकरी व व्यवसाय सुरू केला की शिक्षण ही प्रक्रिया थांबतेच, परंतु ही गोष्ट आता मोडीत काढावी लागणार आहे. जी माणसे आपल्या ज्ञानात, कौशल्यात सतत भर घालणार आहेत, घालतील, सतत शिकत राहण्याची आपली क्षमता वाढवित जातील ती माणसं यशस्वी होतील. सौ. पूनावाला यांनी संगणकाचा मूलभूत अभ्यासक्रम वयाच्या साठाव्या वर्षी चक्क नियमित वर्गास जाऊन पुरा केला. नवीन कला, कौशल्ये, सतत शिकण्याची आणि ती व्यवहारात आणण्याची अशी जिद्द आपल्याला नवीन शतकात यशस्वी ठरवणार आहे. इन्फोसिस या जगप्रसिद्ध भारतीय कंपनीत नोकरी देताना आणि पदोन्नती देतांना, बढती देतांना या कौशल्यास प्राधान्य दिले जाते. हे कौशल्य यापुढे आपल्या भवितव्याला आकार देणार आहे.

ही नऊ कौशल्ये आपल्याला या शतकातील भवितव्य घडवायला आणि ते उज्ज्वल करायला उपयुक्तच नव्हे तर अपरिहार्य ठरणार आहेत. यांच्या उपयोगानेच

भविष्यातील अडचणींवर आपण नेमकी मात करू शकू. ही विचारधारा प्रत्यक्ष कृतीत उतरवणे आपल्याच हातात आहे. आपणच ही सुरुवात करू शकतो. आपली ताकद, क्षमता आणि कमतरता याचा शोध घेणे गरजेचे आहे. या सर्व गोष्टींचा नेमका अंदाज घेण्यासाठी विविध तंत्रेही उपलब्ध आहेत, त्यांचा उपयोग करायला हवा. नव्वद टक्के लोक स्थिर भवितव्य पसंत करतात असा अनुभव आहे. त्यात येणाऱ्या शतकात मोठा बदल करणे आवश्यक ठरणार आहे. असे बदलच आपले भवितव्य अधिक उज्वल करणार आहेत.

■■

स्पर्धेचा सामना करताना. . .

बदल हे आयुष्यातील अविभाज्य अंग आहे. तरी देखील काही बदल असे असतात की ते अनेकांना गारठून टाकतात. जेव्हा आपण हे बदल हे एक आव्हान म्हणून स्वीकारतो तेव्हा ते आपल्याला कार्यप्रवण करतात आणि त्यामुळे आपल्यालाच आपल्या क्षमतांची जाणीव होते, त्यांचा विकास करायची उत्तम संधी मिळते. जागतिकीकरणाच्या आणि उदारीकरणाच्या प्रचंड रेट्यामुळे आपल्याला तीव्र स्पर्धेला तोंड द्यावे लागत आहे. भीती बरोबरच त्याचे चांगले परिणाम सुद्धा आपल्याला दिसत आहेत. अनेक तज्ज्ञ आणि महत्त्वाची माणसे सल्ला देताना दिसतात की, आता तरुण वर्गाने नोकऱ्यांच्या पाठीमागे न लागता स्वयंरोजगार निर्माण करावा. नोकऱ्यांचा तुटवडा आता केवळ भारतातच नाही तर अनेक प्रगत राष्ट्रांनाही भेडसावताना दिसतो. अशा परिस्थितीत स्वतंत्र व्यवसाय वा उद्योग स्थापन करून त्याद्वारे अर्थार्जन करण्याचा मार्ग हाच उत्तम वाटतो. आज आपल्याला अनेक मोठे उद्योग दिसतात त्यांची सुरुवात छोट्या उद्योगानेच झालेली आढळते. किर्लोस्करांच्या उद्योगाची सुरुवात शेताला लागणाऱ्या नांगर तयार करणाऱ्या छोट्या व्यवसायानेच झाली आहे. सर्वच मोठे आणि यशस्वी उद्योग अनेक वर्षांच्या अथक प्रयत्नातूनच मोठे झालेले दिसतात. त्यामुळेच लघुउद्योग निर्माण होणे आणि त्यांचा विकास होणे हे वैयक्तिक आणि देशाच्या दृष्टीने आवश्यक आहे.

विकासाचा पायाच उद्योजकता

आपण मानवी संस्कृतीच्या विकासाचा विचार केला तर त्यातील प्रत्येक टप्पा उद्योजक आणि लघुउद्योजकांच्या प्रयत्नांनी आणि विकासातूनच तयार झालेला दिसतो. साधारणत: तीनशे वर्षांपूर्वी इंग्लंडमध्ये जेम्स वॅटच्या वाफेच्या इंजिनाच्या शोधानंतर औद्योगिक क्रांतीची सुरुवात झालेली दिसते. ती लघुउद्योगांच्या स्थापनेतूनच झाली. त्यातून विविध क्षेत्रातील शोध, उपकरणे, साधने निर्माण झाली आणि उत्पादन, दळणवळण, संचार, वीज, धान्योत्पादन, करमणूक वगैरे अनेक क्षेत्रातही प्रगती झाली. ही क्रांती पुढे अनेक देशात पसरली. भारत त्यावेळी पारतंत्र्यात असल्यामुळे आपल्याकडे लघुउद्योगांची सुरुवातच उशीरा झाली. परंतु गेल्या ५०-६० वर्षांत त्याने चांगलेच बाळसे धरले आहे. अनेक क्षेत्रांत आपण स्वावलंबी तर झालो आहोतच पण काही क्षेत्रांची मक्तेदारीही आपल्याकडे येऊ पाहते आहे.

उद्योजकांच्या कामगिरीतूनच समाजविकास होत असतो. लघुउद्योगांच्या धडपडीतून अनेकांना रोजगार मिळतात. कमी भांडवल आणि साधनसामग्रीत अनेक प्रकारची उत्पादने आणि सेवा उपलब्ध होतात.

उद्योजक व्हायचे म्हणजे काही धडपड करून, काही जोखीम पत्करून योग्य प्रसंगी धाडस दाखवून एखाद्या क्षेत्रात पाय रोवायचे, स्वत:च्या चरितार्थाचे साधन तर निर्माण करायचेच पण इतर चार लोकांना रोजगार मिळवून द्यायचा. उद्योजक होण्यासाठी 'मला काही करायचंय' असा आवाज आतूनच उठायला हवा. त्यासाठी भरपूर पैसा, शिक्षण, कौटुंबिक पार्श्वभूमी असायला हवी असे नाही. दुर्दम्य इच्छा या एकाच बळावर यशस्वी उद्योजक झाल्याची अनेक उदाहरणे आपल्याला दिसतील.

अर्थात असे असले तरी हा सर्व प्रवास बिनधोक आहे असेही समजायला नको. कोणतीही गोष्ट करताना अडचणी ह्या येणारच आणि त्या कौशल्याने दूर करणे हेच तर खरे आव्हानात्मक आहे. कामगारांबरोबरचे संबंध, उद्योगासंबंधातील भागीदारी, भागधारक, नातेवाईक यांच्या बरोबरचे संबंध, वैयक्तिक अडीअडचणी, कौटुंबिक आणि आरोग्याविषयीचे प्रश्न, मंदी, महागाई, कच्च्या मालाच्या पुरवठ्याचे प्रश्न, सरकारी धोरणात होणारे बदल, कर आणि कायदे कानून यांचे प्रश्न, अंमलबजावणीचे त्रास, पुरवठ्यातील तफावत, स्पर्धा, नैसर्गिक आपत्ती अशा अनेक समस्या स्वाभाविकपणे उद्भवणारच आणि त्या कौशल्याने सोडविण्यातच खरा आनंद आणि मौज आहे. माणसाच्या गुणांचा जेव्हा कस लागतो तेव्हाच त्याला खरे समाधान लाभते.

स्पर्धा अपरिहार्यच

विज्ञान आणि तंत्रज्ञानात होणारी प्रगती इतकी प्रचंड आहे की त्यामुळे जग आकुंचन पावते आहे. जीवनाला आलेला वेग दिवसेंदिवस वाढतच जाणार आहे. विविध देशातील बाजारपेठा सर्वांसाठी खुल्या होत आहेत. इंटरनेट, वेबसाईटस्, प्रसिद्धी आणि प्रसार माध्यमे यामुळे कुठे काय चालले आहे याची माहिती सर्वत्र अल्पावधीत पोहचू शकते. कोणत्याही वस्तू कोठेही विनासायास उपलब्ध होत आहेत. ग्राहकांना उत्तम माल वाजवी किमतीत मिळतो आहे. या वातावरणाचा योग्य फायदा घेण्यासाठी अधिकाधिक माणसे आता लघुउद्योगाकडे वळायला लागली आहेत. नोकरीतही नोकरांकडून खूपच अपेक्षा वाढताहेत त्यामुळे त्याच श्रमात त्याच कौशल्याने स्वतंत्र व्यवसाय का नको? अशा भावना वाढूनही तरुणवर्ग आपल्या स्वत:च्या स्वतंत्र व्यवसायाकडे वळू लागला आहे. स्वेच्छानिवृत्तीमुळेही सक्षम माणसांना नोकरीला मुकावे लागते आहे. अशी माणसेही साहजिकच व्यवसायाकडे वळतात. वाढती लोकसंख्या, वाढते शिक्षण, उपलब्ध तंत्रज्ञान आणि वाढत्या संधी यामुळे प्रचंड स्पर्धाही निर्माण

झाली आहे. ती अधिकाधिक तीव्र होत जाणार आहे. त्याला आपल्याला तोंड द्यावे लागणारच आहे. ही गोष्ट अपरिहार्य आहे.

स्पर्धेवर मात करण्यासाठी

वर वर्णन केलेल्या वातावरणात लघुउद्योजकांना आपले अस्तित्व टिकवून आपला विकास करीत राहायचे आहे. त्यासाठी खालील गोष्टी करणे आवश्यक होणार आहे.

- आपल्या व्यवसायासंबंधीचे तांत्रिक आणि व्यावसायिक ज्ञान अद्ययावत ठेवणे.
- आम्ही आमच्या पद्धतीने उत्तम करतो आहोत, हे धोरण बदलून यातही काय बदल घडवून आणून जास्त कार्यक्षम होता येईल याचा विचार सतत करावा लागेल.
- दर्जा ही आता स्पर्धात्मक धार नाही तर तो प्रवेशाचा परवाना होत आहे. वाजवी किंमत ही स्पर्धात्मक होते आहे. दर्जासाठी विविध प्रमाणपत्रे असणे आवश्यक होणार आहे.
- खर्च कमी करणे, त्यावर नियंत्रण आणणे यामुळेच व्यवसाय फायदेशीर ठरणार आहे. ग्राहकांचे पूर्ण समाधान हाच गुरुमंत्र ठरणार आहे.
- शासकीय धोरणे, करपद्धती, कायदे-नियम यांची अद्ययावत माहिती ठेवावी लागणार आहे.
- आपले स्पर्धक कोण? त्याच्या आणि आपल्या क्षमता, कमतरता, संधी आणि धोके यांचा सतत अभ्यास करणे गरजेचे होणार आहे त्यातूनच स्पर्धात्मक धार प्राप्त होणार आहे.
- विक्री आणि वितरणाच्या आधुनिक तंत्रज्ञानाचा वापर अपरिहार्य होणार आहे. इंटरनेट, वेबसाईटस्, उत्तम माहितीपत्रके आणि जाहिरातीच्या आगळ्यावेगळ्या पद्धती वापरणे उपयुक्त ठरेल.
- दूरचा आणि आंतराष्ट्रीय बाजारपेठेचा विचार डोळ्यासमोर ठेवावा लागणार आहे.
- वेळेवर पुरवठा, उत्तम दर्जा, उत्तम पॅकिंग आणि विक्रीपश्चात तत्पर सेवा आवश्यक ठरतील.
- संघटित प्रयत्न महत्त्वाचे आणि परिणामकारक होणार आहेत.

लघुउद्योग सुरू करण्यासाठी आणि त्याचा विकास करण्यासाठी उद्योजकांना सतत जागृत राहायला हवे. परदेशी खरेदीदार आणि गुंतवणुकदार यांचे लक्ष आणि नेमक्या गरजा समजावून घ्यायला हव्यात. अर्थात सरकारी पातळीवर पण असे प्रयत्न अधिक जोमाने आणि व्यापकपणे व्हायला हवेत. आता आपल्या देशातील अंतर्गत सोई-सुविधाही वाढत आहेत. त्यांची गतीही वाढण्याची गरज आहे. भरपूर संधी उपलब्ध

होत आहेत त्याचा नेमका फायदा घ्यायला हवा. तरुणांची क्षमता आणि इच्छाही आहे पण विविध पातळ्यावरून त्यांना योग्य मार्गदर्शन आणि पाठबळ मिळायला हवे. आपल्या पतपुरवठ्यात देखील सुधारणा होण्याची गरज आहे. भारतातील व्याजाचे दर हे अन्य देशांच्या मानाने जास्त आहेत. त्यामुळे उत्पादन खर्च वाढतो. याचाही विचार सर्वत्र व्हायला हवा. भारतात आंतरराष्ट्रीय गुंतवणूकही तुलनेने कमी होते आहे याची कारणे स्पष्ट आहेत. पण त्यावर त्वरित आणि नेमकी उपाययोजना व्हायला हवी.

'कमी खर्चात उत्तम उत्पादन' आणि उत्तम उत्पादकता ही मार्गदर्शक तत्त्वे आहेत. किंबहुना हे उद्योगात आता परवलीचे शब्द मानले जातात. परंतु यासाठी प्रशिक्षित, संख्येने कमी पण अधिक उत्पादक कामगारांची गरज असते. त्यांच्या निर्मितीवर जोर हवा. प्रत्येक गोष्टीला उत्पादकांच्या वेगाने प्रतिसाद मिळण्याची गरज दिवसेंदिवस वाढतच जाणार आहे. आज लघुउद्योजकांच्या फार प्रभावी संघटना दिसत नाहीत. ही सर्व कामे प्रभावी संघटनामार्फत जास्त कार्यक्षम आणि नेमके लक्ष केंद्रित करून करता येणार आहेत. सरकारी धोरणातही नेमके बदल आणि अंमलबजावणीची गती वाढणे गरजेचे आहे. आपण आपल्यापुढे वाट पाहणाऱ्या अनेक संधींचा नेमका फायदा करून घेणे, हेच यशाचे गमक ठरणार आहे.

सतत तीव्र होणारी जागतिक स्पर्धा, भारतातील होतकरू तरुणांची वाढणारी संख्या, वाढत्या शैक्षणिक सोयी आणि संस्था, उपलब्ध नोकऱ्यांचे कमी होणारे प्रमाण, त्यामुळे स्वतःच्या उद्योगाकडे वळणाऱ्यांची संख्याही वाढणार आहे. यासाठी दर्जा, शिस्त, वेळेवर मालाचा पुरवठा, प्रशिक्षित कर्मचारी आणि उत्तम व्यवस्थापन यावर नेमके लक्ष केंद्रित करायला हवे. उपलब्ध माहितीचा अभ्यास करून काम केल्यास यश निश्चित आहे.

■■

उद्योजकतेसाठी आवश्यक गुण

उद्योजक व्हायची स्वप्ने अनेक तरुण पाहात असतात. अनेक उदाहरणावरून हे सिद्ध झालेले आहे की यश म्हणजे काही अपघात नाही. यश मिळविण्यासाठी एक महत्त्वाची गोष्ट म्हणजे यशस्वी माणसांच्या चरित्रांचा बारकाईने अभ्यास करा. त्यांच्यातील गुण आत्मसात करा आणि दुर्गुण टाळा. अनेक यशस्वी उद्योजकांच्या चरित्रांचा अभ्यास केल्यावर त्यांच्यात महत्त्वाचे कोणते गुण आहेत हा विचार करीत असता, काही गुण प्रकर्षाने जाणवले. ते सर्वसाधारण आढळलेले गुण आपल्या स्वतंत्र अभ्यासाकरिता देत आहे.

संधीचा शोध

या जगात प्रत्येक माणसासाठी अमर्याद संधी उपलब्ध आहेत. एक संधी गेली तरी दुसऱ्या अनेक संधी पुढे उभ्या राहतील. हे जरी खरे असले तरी एकदा गेलेली संधी परत येत नाही, ही पण वस्तुस्थिती कानाडोळा करता येण्यासारखी नाही. तेव्हा उद्योजकांमध्ये नेमकी संधी हेरून त्या संधीचे वास्तवात रूपांतर करण्याच्या गुणाची आवश्यकता आहे. त्यामुळे आपल्याला नेमके काय करायचे आहे हे ठरवणे, त्यासाठी असणाऱ्या संधीचा शोध जागृततेने घेत राहणे आणि नेमकी संधी पकडणे हा महत्त्वाचा टप्पा आहे.

बांधीलकी

बांधीलकी किंवा झपाटलेपणाने काम करणे म्हणजेच समर्पण, आत्यंतिक उत्कटता, विशिष्ट कल्पनेने मनाचा ताबा घेतलेला असणे. या सगळ्या परस्परपूरक भावना आहेत. हाती घेतलेले कार्य कोणत्याही परिस्थितीत पूर्ण करणे, प्रत्यक्षात आणणे याचाच अर्थ बांधीलकी.

सचोटी आणि शहाणपण या दोन्हीच्या भक्कम आधाराने वचने द्यायची आणि ती पूर्ण करावयाची. एक मुलगा आपल्या लग्नानंतर आपल्या वडिलांना नमस्कार करण्यासाठी जातो. वडील त्याला म्हणतात, 'बाळ, दोन गोष्टी आयुष्यात लक्षात ठेव. एक म्हणजे प्रामाणिकपणा आणि तारतम्य.' त्यावर मुलगा वडिलांना म्हणतो, 'बाबा, जरा स्पष्ट करून सांगाल का?' 'अरे, प्रामाणिकपणा म्हणजे दिलेला शब्द पाळणे आणि शहाणपण किंवा तारतम्य म्हणजे मूर्खपणाने शब्द न देणे.' आपले यश म्हणजे आपले विचार आणि आपण घेतलेले निर्णय यांचा परिणाम असतो. आपल्या आयुष्यात

कोणत्या प्रकारच्या विचारांवर प्राबल्य असावे हा आपला निर्णय असतो. यश मिळणे हा काही अपघात नसतो, तो आपल्या दृष्टिकोनांचा आणि आपल्या प्रयत्नांचा परिपाक असतो. ध्येयाशी एकनिष्ठता असेल तरच जिंकण्याची जिद्द निर्माण होते.

निष्ठेतूनच बांधीलकी निर्माण होते कारण निष्ठा कधीही तडजोड करीत नाही. निष्ठा नेहमीच आपल्या मूल्यांशी सुसंगत असतात. म्हणूनच आपली मूल्यप्रणाली उत्तम आणि योग्य असायला हवी. योग्य उद्दिष्टांशी बांधील असणाऱ्या निष्ठाच ध्येय प्राप्तीसाठी आपल्याला बांधील करतात.

बांधीलकी म्हणजे प्रसंगी आपल्या मौजमजांचा त्याग करण्याची आणि दुःख स्वीकारण्याची तयारी ठेवणे. जसे ग्राहकांशी बांधीलकी असणे म्हणजे उत्तम सेवा देणे. विवाहाशी बांधीलकी असणे म्हणजे एकनिष्ठ राहणे. नोकरीशी बांधीलकी असणे म्हणजे त्याग करणे इ. बांधीलकी हे परिपक्वतेचे लक्षण आहे. बांधीलकी म्हणजे दुसरा पर्याय किंवा अडचणी दिसू लागल्या तरी स्वीकृत मार्गावरून न ढळणं. भक्कम बांधीलकी असणाऱ्या माणसांमुळे भक्कम समाजाची निर्मिती, बांधणी होत असते.

चिकाटी

एखादा माणूस शूर, हिंमतवान ठरतो तो इतरांपेक्षा अधिक धैर्यवान असतो म्हणून नाही तर, इतरांपेक्षा धैर्य दहावीस मिनिटे जास्त टिकवतो म्हणून.

राल्फ इमर्सन

एखादी ठरलेली गोष्ट साध्य होईपर्यंत तिचा पाठपुरावा करण्याची वृत्ती, निश्चय आणि त्यासाठी कठोर परिश्रम करण्याची तयारी, आपल्या मनाचा आग्रह आणि चिवटपणा, या सर्वांतून निश्चय आणि निर्धार व्यक्त होतो. एक प्रकारची शक्ती, ताकद निर्माण होते. कृतीतून घर्षण आणि त्यातून ऊर्जा असा हा क्रम आहे. कार्यसिद्धीपर्यंत लागणारा ऊर्जेचा स्रोत सतत वाहत ठेवला जातो. कठोर परिश्रम ही गंमत तर नाहीच पण केवळ पूजाही नाही, केवळ कर्तव्यही नाही. हे आपल्यालाच आपली अनुभूती देणारे साधे शुद्ध माध्यम आहे.

आयुष्यात सतत नुसतेच यश मिळत राहाते असे होत नाही. मोठे यश मिळवायचे म्हणजे काही अपयशांचा सामना करावाच लागतो, चढउतार पचवावे लागतात, प्रतिकूल परिस्थितीची गाठही पडणारच. केवळ बुद्धीच्या कल्पना सर्वकाळ चालत नाहीत. अर्थात सर्वच यशस्वी व्यक्ती अपयशांकडे आपल्याला मिळालेला एक चांगला धडा म्हणून पाहतात आणि त्यातून तावूनसुलाखून बाहेर पडतांना दिसतात. चिकाटीचे आणि चुकातून होणारी निराशा टाळणे याचे आदर्श उदाहरण म्हणजे थॉमस एडिसन. विद्युत दिव्याचा शोध लावताना हजारो वेळा अपयश आले तरी त्यांनी चिकाटी न

सोडता आपल्या ध्येयाचा सतत पाठपुरावा केला. मला हजार वेळा अपयश आले नाही, तर दिवा तयार करू न शकणारे हजारो मार्ग मी शोधून काढले अशी त्यांची भूमिका होती. ही चिकाटी म्हणजेच सकारात्मक दृष्टिकोन. एडिसनने दिव्याच्या शोधाचा प्रयत्न चिकाटी न धरता सोडला असता तर आज आपण अंधारातच बसलो असतो ना? संकटाच्या तडाख्यात सापडलेले आपले तारू सुखरूप किनाऱ्याला लागेल असाच त्यांचा आत्मविश्वास असतो. त्यामुळेच ही माणसे आपली चिकाटी सोडत नाहीत, आपले मनोधैर्य टिकवून धरतात.

याच चिकाटीमुळे रतन टाटांसारखे मुलखावेगळे उद्योजक आपल्या कंपनीला पाचशे कोटीहून अधिक तोट्यातून बाहेर काढतात आणि जागतिक स्तरावर प्रचंड भरारी घेऊ शकतात.

वेगळेपण

बहुतेक सर्व यशस्वी व्यक्तींचा अभ्यास करतांना एक गोष्ट प्रकर्षाने जाणवते ती म्हणजे नेहमीच्या मळलेल्या वाटा तुडवायचे त्यांनी स्पष्टपणे नाकारले आहे. काहीतरी नवीन, काहीतरी वेगळे करण्याची जिद्द त्यांनी जाणीवपूर्वक जोपासलेली दिसते. ते आपल्या कार्यपरीघात काहीतरी वेगळं करून दाखविण्याची इच्छा जोपासताना दिसतात.

यशस्वी माणसे आपल्या बुद्धीचे तेज प्रकट करून आपले वेगळेपण सिद्ध करून दाखवितात. आत्ताच एक उदाहरण अगदी प्रकर्षाने जाणवते ते म्हणजे माजी राष्ट्रपती डॉ. अब्दुल कलाम यांचे. भारतातील त्यांच्या अगोदर झालेल्या इतर राष्ट्रपतींशी त्यांची तुलना करून बघा. किती वेगळेपण जाणवते! भारताला 'सुपर पॉवर' बनण्याचे स्वप्न त्यांनी दिले. सर्व मुले आणि तरुणांना उत्साहाने भारले, त्यांच्यात देशप्रेम निर्माण केले. एवढेच नव्हे तर राष्ट्रपतीपदालाच रुढीच्या जोखडातून बाहेर काढून एक नवे परिमाणच दिले आणि किती साधेपणाने.

प्रयोग आणि मेहनत यातून आपले वेगळेपण दाखवीत वर्गीस कुरीयन हा धातुशास्त्रज्ञ या विषयातील तंत्रज्ञ, जगप्रसिद्ध 'गो पालक' झाला.

जिज्ञासा

यशस्वी माणसांपैकी अगदी चटकन लक्षात येणारी कल्पक माणसे म्हणजे जगदीशचंद्र बसू, रविंद्रनाथ टागोर, स्वामी विवेकानंद, महात्मा गांधी, डॉ. बाबासाहेब आंबेडकर आणि जमशेदजी टाटा या सर्व मोठ्या आणि कल्पक माणसांमध्ये तुम्हाला काय सारखेपणा दिसतो? अनेक गोष्टींमध्ये ते जिज्ञासू होते असे स्पष्ट जाणवते. म्हणजेच त्यांना काही चांगले आणि मार्गदर्शक प्रश्न सुचले होते आणि त्या प्रश्नांचा त्यांनी आयुष्यभर पाठपुरावा केला. त्यांचा पिच्छा पुरवला. काय होती ही त्यांची जिज्ञासा?

जगदीशचंद्र बसू	–	वनस्पतीला जीव असतो का?
रविंद्रनाथ टागोर	–	सौंदर्य म्हणजे काय?
स्वामी विवेकानंद	–	मला देव दिसू शकेल काय?
महात्मा गांधी	–	भारताला स्वराज्य कसे मिळेल?
डॉ. बाबासाहेब आंबेडकर	–	माणसा-माणसांत भेद का?
जमशेदजी टाटा	–	भारताची औद्योगिक प्रगती कशी साधावी?

अशी ही त्यांची जिज्ञासा होती आणि ती भागविण्यासाठी त्यांनी त्यांचे संपूर्ण आयुष्यच वेचले आणि अद्वितीय यश संपादन केले.

आपले म्हणणे दुसऱ्याला पटवून देण्याची क्षमता

आपले म्हणणे दुसऱ्याला पटवून देण्याची क्षमता अथवा आपले विचार दुसऱ्यांपर्यंत प्रभावीपणे पोहोचविण्याचे कौशल्य, वाटाघाटीचे आणि सादरीकरणाचे कौशल्य, आपल्या व्यक्तिमत्त्वाची छाप पाडता येणं या कला आजच्या माहिती आणि तंत्रज्ञानाच्या युगात खूपच महत्त्वाच्या ठरत आहेत, कारण हे युग खूपच पारदर्शी आहे. माणसाच्या जीवनाचा एकूण प्रवास तीन टप्प्यातून होत असतो. पहिला टप्पा परावलंबनाचा मग स्वावलंबनाचा आणि त्यानंतर परस्परावलंबनाचा असा हा प्रवास आहे. यशस्वी माणसांना आपल्या अवतीभोवतीच्या माणसांना आपल्या कार्यात सहभागी करून घेणे फार गरजेचे असते. कारण परिणामकारी आणि अर्थपूर्ण असे कार्य एकट्याला करता येत नाही. त्यासाठी इतरांची मदतही आवश्यक असते आणि त्यासाठी वरील कौशल्ये फार महत्त्वाची ठरतात. अनेक यशस्वी माणसांचे निरीक्षण केल्यास त्यांच्यात आपले म्हणणे दुसऱ्याला पटवून देण्याची क्षमता विपुल प्रमाणात दिसते. किरण मुजुमदार यांचे उदाहरण घेता येईल. त्या म्हणतात, 'मी माझ्या सहकाऱ्यांना 'बायकॉन'चे स्वप्न आणि माझे व्यक्तिमत्त्व पटवून दिले आणि माझ्या कामासाठी त्यांना प्रेरित केले.'

योग्य माणसांची निवड

जे. आर. डी. टाटा, रतन टाटा, राहुल बजाज आणि आदित्य विक्रम बिर्ला यांसारख्या यशस्वी उद्योजकांची चरित्रे अभ्यासताना त्यांनी आपल्या यशाचा एक महत्त्वाचा पैलू उलगडून दाखवितांना म्हटले आहे, ''आमचे यश हे आम्ही चांगली माणसे निवडली. त्यांना योग्य ते स्वातंत्र्य आणि साधनसामग्री उपलब्ध करून दिली आणि मग त्यांनी त्यांच्या क्षमता पणाला लावून आम्हाला अपेक्षित परिणाम दिले.'' यावरून असे स्पष्ट होते की, कोणताही उद्योजक उद्योगातल्या सर्वच गोष्टी फक्त स्वतः आणि स्वतःच करू शकत नाही. त्यासाठी त्याला इतरांची मदतही लागतेच. यासाठी

योग्य माणसांची निवड करून त्यांच्याकडून उत्कृष्ट कामगिरी करून घेणे आवश्यक असते.

धोका पत्करण्याची तयारी

यशासाठी डोळसपणे धोका पत्करणे आवश्यक आहे, नव्हे अपरिहार्यच आहे. जबाबदारीने धोका पत्करणे हे ज्ञान, प्रशिक्षण, परिश्रम, आत्मविश्वास आणि क्षमता यावर आधारित असायला हवे. त्यामुळे अडचणीला धैर्याने सामोरे जाण्याचे बळ माणसाला मिळते. कधीच काही न करणारा माणूस चुका करीत नाही परंतु धोका असल्यामुळे काहीच न करणे हीच मोठी चूक ठरते. योग्य धोका आणि जुगार या मधला फरक फार महत्त्वाचा आहे.

एकदा एका माणसाने एका शेतकऱ्याला विचारले, ''चालू हंगामात गहू पेरला का?'' शेतकऱ्याने उत्तर दिले, ''नाही, कारण यंदा पावसाची काही खात्री नाही.'' मग त्या माणसाने विचारले, ''मग तू मका पेरलास का?'' तो शेतकरी म्हणाला, ''नाही, मक्याच्या पिकावर कीड पडेल अशी मला भीती वाटली.'' त्या माणसाने त्यानंतर विचारले, ''मग तू पेरलेस तरी काय?'' त्यावर शेतकरी म्हणाला, ''काही नाही! मी ठरवले की कोणताही धोका पत्करायचा नाही.''

धोका पत्करणे हा तर यशस्वी व्यक्तिमत्त्वाचा अविभाज्य भाग आहे. जबाबदारी स्वीकारणे, परिणामांना जबाबदार रहाणे, अपयशाला न जुमानता प्रयोग करीत राहणे आणि पडत, धडपडत चुकांमधून शिकणे, त्यांची जबाबदारी घेणे या गोष्टी प्रगतीसाठी आवश्यक असतात.

मूल्यवर्धन

कल्याणींनी सर्वांना एक महत्त्वाचा सल्ला दिला आहे. उद्योग सुरू करण्यापूर्वी ते जेव्हा व्यापार करत होते तेव्हाचा अनुभव सांगताना ते म्हणतात, ''लक्षात ठेवा, जिथे पिकते तिथे ते विकत नाही. जेव्हा पिकते तेव्हा विकत नाही आणि जसे पिकते तसे विकत नाही.'' यावरून एक गोष्ट स्पष्ट होते की, आपण जी कृती करतो ती नेहमी वस्तुंचे किंवा सेवेचे मूल्यवर्धन करणारी असावी. या मूल्यवर्धनात आपला वाटा जितका जास्त, जितका मोलाचा त्या प्रमाणात आपला फायदाही मोठा होतो.

एकाग्रता

''आयुष्याच्या महामार्गावरून प्रवास करताना तुमची नजर ध्येयावर असू द्या. नेमके मुद्द्याचेच काय ते पाहा. अनावश्यक किरकोळ बाबींकडे दुर्लक्ष करा.''

एकाग्रता म्हणजे लक्ष केंद्रित करण्याची मध्यवर्ती संकल्पना, ध्येयापर्यंत

पोहोचण्याच्या दृष्टीने एकवटलेले ध्यान. आपण ठरवलेल्या उद्दिष्टांवर लक्ष एकाग्र केल्याशिवाय यश मिळवण्यासाठी करावयाचे काम आपण हवे तेवढ्या अचूकपणे करूच शकत नाही. महाभारतातली आपणा सर्वांना माहिती असलेली एक गोष्ट पुन्हा एकदा या संदर्भात आठवली.

गुरुवर्य द्रोणाचार्य आपल्या शिष्यांना धनुर्विद्या शिकवित होते. त्यांनी लक्ष्य म्हणून एक लाकडी पक्षी झाडावर ठेवला आणि शिष्यांना पक्ष्याच्या डोळ्यात बाण मारायला सांगितला. त्यांनी पहिल्या शिष्याला विचारले, ''तुला काय दिसते?'' तो म्हणाला, ''मला झाड, फांद्या, पानं, आकाश, पक्षी दिसतोय.''

द्रोणाचार्यांनी त्या शिष्याला थांबायला सांगीतले. नंतर त्यांनी अर्जुनाला तोच प्रश्न विचारला. अर्जुनाने उत्तर दिले, ''मला फक्त पक्ष्याचा डोळा दिसतोय.'' द्रोणाचार्य म्हणाले, ''फार छान, मार बाण.'' बाण सरळ गेला आणि पक्ष्याच्या डोळ्यात शिरला.

या गोष्टीतून आपण काय शिकायचे? ध्येयावर लक्ष केंद्रित केल्याशिवाय, एकाग्र केल्याशिवाय आपल्याला आपलं ध्येय गाठता येणार नाही.

मूल्य

मूल्य म्हणजे सचोटी, प्रामाणिकपणा, आपल्या बांधीलकीची सन्मानपूर्वक जाणीव ठेवणे, सत्यवचनीपणा, स्वतंत्रता या सारख्या गुणांचा संचय. आपल्या कार्याच्या ध्यासाने झपाटलेल्या व्यक्ती मूल्याधिष्ठित वर्तन करतात. जगात मूल्यं नसती तर आपले पूर्ण सामाजिक आयुष्य अर्थहीन झाले असते आणि वैयक्तिक आयुष्य ही अर्थहीन. आपल्या प्रत्येकाला आपले आयुष्य अर्थपूर्ण व्हावे असेच वाटते. त्याला एक विशिष्ट दिशा असावी, स्वत:ची काही शिस्त असावी, अधिकार असावा आणि इतरांनाही आपण मार्गदर्शक बनावे. मूल्यामुळे हे सर्व स्थायी स्वरूपात प्राप्त होते आणि म्हणूनच उद्योजकांचे व्यवहार मूल्यवर्धक असावयास हवेत. उद्योग हे उत्तम माणसांचे शारीरिक, मानसिक आणि आध्यात्मिक एक प्रगट रूप आहे.

कोणतीही संस्था ही पैशाच्या किंवा यंत्राच्या सामर्थ्यावर नाही तर माणसांच्या दर्जावर नावारूपाला येते.

अपरिमित ऊर्जा

अपरिमित ऊर्जा, चैतन्यमयता, शारीरिक क्षमता या बाबी परस्परावलंबी असतात. जगावेगळे काही करायचे म्हणजे अमर्याद ऊर्जा हवीच. त्यामुळेच ही जगावेगळी माणसे प्रचंड ऊर्जेनं उसळत असतात. एवढेच नाही तर, ही माणसं उत्साह उत्सर्जित करीत असतात. आपल्या अवतीभोवतीचे वातावरण भारूनच टाकीत असतात. कार्यमग्नता ही त्यांच्यासाठी सर्वात महत्त्वाची गोष्ट असते. आपण करीत

असलेल्या कामावर आपले प्रेम आणि श्रद्धा मात्र असावी लागते, तेव्हाच अशी निरंतर ऊर्जा उत्पन्न होऊ शकते.

आपल्या पुण्यातील पद्मश्री लीला पूनावाला याचं नाव अखंड ऊर्जा असं घेता येईल. 'क्वालिटी सर्कल फोरम ऑफ इंडिया' या संस्थेत त्यांच्या बरोबर काम करण्याची संधी मिळाली आणि ही गोष्ट अगदी जवळून अनुभवता आली. मिटिंग किंवा कोणताही कार्यक्रम मग तो सकाळी ६ वाजता असो वा रात्री बारा वाजता, बाईंचा उत्साह तोच असे. कामातली गुंतवणूक आणि मार्गदर्शनाची पद्धत इतकी उत्तम की त्यांचा उत्साह त्यांच्यापुरताच मर्यादित राहात नसे. सान्निध्यात येणाऱ्या प्रत्येकाकडे मग तो कामगार असो वा वरिष्ठ अधिकारी असो त्यांचा उत्साह संक्रमित होत असे. सर्व वातावरणच त्या भारून टाकीत असत. सगळं वातावरणच चैतन्यमय होत असे आणि सर्व कामे पटापट आणि मनासारखी होत असत. उत्पादकांकडे असा ऊर्जेचा स्रोत असायला हवा.

ज्ञानग्रहण

शिकत राहणे, ज्ञान मिळवणे आणि ते ग्रहण करणे यासाठी योग्य अभ्यास आणि अनुभव यांची गरज असते. या गोष्टींमुळे माणूस अधिकाधिक सक्षम होत जातो. आपली कौशल्ये वाढतच जातात. बऱ्याच वेळा मोठ्या उद्योजकांचे शिक्षण एका क्षेत्रातील असते; पण कामगिरी मात्र दुसऱ्याच क्षेत्रात असते आणि यासाठी तर सतत ज्ञान ग्रहण करण्याची आवश्यकता असते आणि त्याचा फायदाही होतो. कमी शिकलेली माणसेही निवडलेल्या क्षेत्रात प्रचंड यश संपादन करू शकतात. जे. आर. डी. टाटा हे काही कारणांमुळे पदवी संपादन करण्याआधीच व्यवसायात उतरले पण सतत शिकत राहण्याच्या वृत्तीमुळे ते हिमालयाएवढी उंची गाठू शकले. अनेक गोष्टी जवळून बघितल्यामुळे आत्मसात करता येतात. परिषदांतील सहभागामुळे प्रदर्शनांना दिलेल्या भेटींमुळे आणि प्रवासामुळे माणसाला ज्ञानग्रहणाची उत्तम संधी प्राप्त करता येते. अर्थात यासाठी हेतूपूर्वक परिश्रम मात्र घ्यावे लागतातच.

विनयशीलता

वृक्ष जेव्हा प्रचंड फळांनी बहरतो तेव्हा तो स्वाभाविकपणे खाली झुकतो, त्याचप्रमाणे एखादे व्यक्तिमत्त्व नैसर्गिकपणे बहरते, समृद्ध होते तेव्हा नम्र होते, विनयशील बनते. विनयशीलता म्हणजे अहंकारावर नियंत्रण, नम्रता. या गुणांमुळे यशस्वी व्यक्तिमत्त्व अधिकच खुलते, उठावदार बनते. विशेष काही करून दाखविणारे आणि सौम्य, विनयशील स्त्री,पुरुष हे विकासासाठी धडपडणाऱ्या लोकांचे स्फूर्तीस्थान बनतात. अशी माणसे आपल्या यशाचे श्रेय न चुकता आपल्या सहकाऱ्यांना, गटाला, कुटुंबाला, गुरुजनांना आणि नशिबालाही देतांना दिसतात. त्यांना गर्व नसतो. स्वाभिमान मात्र नक्कीच असतो. गर्वाने डोके जड होते तर स्वाभिमानाने ते भारावते. जड डोक्यामुळे

डोकेदुखी निर्माण होते तर भारावलेल्या हृदयामुळे माणूस विनयशील बनतो. त्यामुळे स्वाभिमानी माणसे थोडीफार स्तुती ऐकून सुखावतात परंतु खुशामत करणाऱ्यांना चार पावले दूरच ठेवतांना दिसतात. त्यांचा स्वाभिमान नेहमीच संयमित असतो.

सर्वाधिक खपाचे 'बिझनेस महाराजा' हे गीता पिरामल यांचे पुस्तक नुकतेच वाचण्यात आले. त्यांनी भारतातील आठ महान उद्योगपतींमधील तीन समान गुणवैशिष्ट्यांचे वर्णन केले आहे. हे महान उद्योगपती म्हणजे रतन टाटा, आदित्य बिर्ला, धीरूभाई अंबानी, राहुल बजाज, रामप्रसाद गोएंका, ब्रिजमोहन खैतान आणि भरत/ विजय शहा. या सर्वांमध्ये आत्यंतिक एकाग्रता, अपरिमित ऊर्जा आणि आपण हाती घेतलेल्या कार्याचा प्रचंड ध्यास ही तीन वैशिष्ट्ये आहेत. या सर्वांनी आपल्या महत्त्वाकांक्षेला संपूर्ण वाहून घेतलेले आहे. आपलं ध्येय वास्तवात उतरवण्यासाठी या व्यक्ती तासनतास काम करतात. या सर्वांनीच काही मूलभूत आणि साध्या व्यवस्थापन तत्त्वांचा वापर केलेला आढळतो. तो म्हणजे कामासाठी उत्कृष्ट माणसे निवडा, त्यांना उत्तम वागणूक द्या, त्यांना जबाबदारी द्या आणि त्यांच्याकडून सर्वश्रेष्ठ कामगिरीची अपेक्षा करा. या सर्वांमध्ये आढळलेले सर्वसाधारण गुण असे की, ते सर्व आपल्या कामात अतिशय दक्ष होते. त्यांच्यात प्रचंड एकाग्रता होती. प्रचंड ऊर्जा होती. त्या सर्वांना आपल्या कामाने पछाडलेले होते. त्यांच्या महत्त्वाकांक्षेशी त्यांची बांधिलकी प्रचंड होती. वेळेची तमा न बाळगता ते आपल्या कामात गर्क होते. ते दुराग्रही होते. एकदा का त्यांच्या मनात कल्पनेचा अंकुर रूजला, की सहजा सहजी तो त्यांच्या डोक्यातून जात नाही. त्या कल्पनांचा पाठपुरावा ते अतिशय चिकाटीने करतांना दिसतात.

या सर्व व्यक्तिमत्त्वांमध्ये त्यांची हुशारी, कार्यक्षमता, योग्य पार्श्वभूमी, आर्थिक पाठबळ, कार्याची प्रचंड तळमळ आणि चिकाटी या गोष्टी तर होत्याच यात काहीही शंका नाही; परंतु त्यांच्या प्रचंड यशाला कारणीभूत आणि त्यांच्या नियंत्रणाबाहेरील पण प्रभावी अशा दोन गोष्टी अगदी स्पष्ट जाणवतात की, ज्या त्यांना त्यांनी गाठलेल्या यशाच्या शिखरावर घेऊन जाण्यास उपयुक्त ठरल्या आहेत. त्या म्हणजे त्यांना भेटलेले मार्गदर्शक की, ज्यांनी त्यांना त्यांच्या कठीण काळात मदतीचा हात देऊन पुढे ढकललेले आहे. त्याच बरोबर नशिबाने त्यांना दिलेली साथही खूप मोलाची वाटते. या गोष्टी अगदी निर्णायक जरी नसल्या तरी त्या त्यांच्या बाजूने नसत्या तर काय झाले असते? त्यांनी मिळवलेले यश ते मिळवू शकले असते का? हा विचारही आपल्या मनात येऊन जातोच.

■■

थॉमस अल्वा एडिसन

आधुनिक जगाचा शिल्पकार

*'अपूर्व बुद्धिमान माणसे म्हणजे
ज्यांनी भरपूर परिश्रम घेतले आहेत अशी माणसे'*

थॉमस एडिसन नसता तर आधुनिक जगाची निर्मिती किती पुढे गेली असती हा विचारच घाम फोडणारा आहे. आधुनिक जगाला लाभलेल्या, विद्युत दिवा, ग्रामोफोन आणि चलत चित्र या सारख्या जवळ जवळ १०९३ साधनांची पेटंट्स त्याच्या नावावर आहेत आणि हा जागतिक विक्रम अजूनही अबाधित आहे. टेलिफोनचा शोध जरी ग्रॅहॅम बेल यांच्या नावावर असला तरी एडिसनचा त्यातील सहभागही तितकाच मोठा आणि महत्त्वाचा आहे. कारण ते समवयस्क मित्र होते आणि बरोबरच कामही करीत होते. आपल्या आधुनिक जगाला मिळालेल्या भौतिक आणि सांस्कृतिक उंचीला सर्वात उच्च योगदान एडिसन यांचेच आहे आणि म्हणूनच या हजार वर्षांतील (सहस्रकातील) सर्वांत प्रभावी शास्त्रज्ञ आणि उद्योजक म्हणून थॉमस अल्वा एडिसन यांचे नाव मोठ्या गौरवाने आणि आदराने घेतले जाते.

बालपण

सॅमुल आणि नानसी एडिसन यांच्या पोटी सातवे आणि शेवटचे अपत्य म्हणून त्यांचा जन्म ११ फेब्रुवारीला, मिलन ओहीओ येथे झाला. पहिली चार वर्षे त्यांना बोलताही येत नव्हते. पण त्यानंतर लगेचच भेटणाऱ्या प्रत्येक मोठ्या माणसाला समोर असणाऱ्या वस्तूचे कार्य कसे चालते? हा प्रश्न ते विचारीत आणि ते सांगता न येणाऱ्या माणसाच्या नजरेत निळ्याशार डोळ्याने खोल बघत 'का?' असा प्रश्न ते विचारीत.

मतिमंद म्हणून शाळेतून काढून टाकलेल्या या मुलाचे शिक्षण त्याच्या आईने आव्हान म्हणून केले आणि आपल्या घरातील तळघराचे रूपांतर जागतिक प्रयोग शाळेत करण्याच्या एडिसनच्या प्रयत्नात सिंहाचा वाटा उचलला. असे प्रयत्न करणाऱ्या प्रत्येक माणसाला 'अशीच असती आमुची आई...' या छत्रपती शिवाजी महाराजांच्या उक्तीची आठवण प्रकर्षाने होत असणार.

वर वर घुमा परंतु अंतर्मुख असणाऱ्या आपल्या या बाळात अद्वितीय बुद्धी आणि प्रचंड मेहनत घेण्याची क्षमता आहे ही खात्री या मातृहृदयात होती आणि त्याला

योग्य आकार देण्यासाठी ती झटली. त्याच्या वडिलांनीही त्याला प्राचीन ग्रंथ वाचण्यास उत्तेजन दिले. एक पुस्तक वाचले की ते त्याला दहा सेंटचे बक्षिस देत असत. लवकरच त्याला 'जगाचा इतिहास' आणि 'इंग्रजी साहित्य'यात गोडी निर्माण झाली. काही वर्षांनी त्याला शेक्सपिअरच्या साहित्याने इतके भारावून टाकले होते की, नट बनण्याची तीव्र इच्छा त्याच्या मनात निर्माण झाली. परंतु मोठा आवाज आणि बुजरा स्वभाव यामुळे त्याने ती कल्पना सोडून दिली. त्याने त्याचा पाठपुरावा केला असता तर? जगाला एक अद्वितीय नट मिळाला असता पण आपण सर्वजण मात्र अंधारातच राहिलो असतो आणि एका महान शास्त्रज्ञाला आणि त्याच्या असंख्य उत्पादनांना मुकलो असतो. वाचनाबरोबरच गाणी गुणगुणणे हा त्यांचा छंद होता. त्यांचे आवडते गाणे असे होते :

"The boast of heradly of pomp and power,
All that beauty all that wealth era gave
Alike await the inevitable hour
The path to glory leads but to grave."

आई-वडिलांनी त्याची ज्ञानग्रहणाची अमर्याद क्षमता बघून गावातील वाचनालयाचा कसा उपयोग करायचा हे त्याला शिकविले. वाचनालयाच्या कपाटातील पहिल्या कप्प्यातील पहिल्या पुस्तकापासून ते शेवटच्या पुस्तकापर्यंत सर्व पुस्तके तो फस्त करू लागला. वयाच्या १२ व्या वर्षीच पालकांनी पुस्तकाची निवड कशी करायची हे त्याला शिकविले. परंतु त्याची जिज्ञासा भागविण्यास आपण असमर्थ आहोत हे त्यांच्या लक्षात आले. विशेषत: तो जेव्हा भौतिकशास्त्राचा अभ्यास करू लागला आणि त्याबद्दलच्या शंका विचारू लागला तेव्हा त्यांनी अकाली प्रौढ झालेल्या आपल्या या मुलास विशेष शिक्षक ठेवून बराच पैसा खर्च केला. परंतु या सर्वाचा परिणाम मात्र नकारात्मक होऊ लागला. न्यूटनचे खूप महत्त्वाचे सिद्धान्त लोकांनी प्राचीन आणि भ्रमनिरास करणाऱ्या भाषेतून लिहिले आहेत असे टॉमला वाटू लागले आणि गणितातली तत्त्वे सामान्य माणसाला कशी गोंधळात टाकतात हे ते दाखवू लागले. शास्त्रीय विषयात अशी गर्विष्ठ आणि उच्च दर्जाची भाषा नसावी असे त्यांना वाटे. अर्थात न्यूटनच्या या वाचनामुळे एक चांगला परिणाम त्यांच्यावर झाला. तो म्हणजे त्यातून स्वच्छ, स्वतंत्र, वस्तुनिष्ठ आणि चाचणी घेऊन प्रयोग करण्याची वृत्ती जोपासली गेली. ह्या शहाण्या माणसांच्या लिखाणातून आणि अनुभवातून त्यांनीही तत्कालीन विचारप्रणालीमुळे केलेल्या चुकांमध्ये ते कसे अडकले होते हेही एडिसनला कळले. त्यातूनच आपल्या पुढील आव्हाने, सतत कष्ट कसे घ्यायचे, आपल्या कामात सातत्य कसे ठेवायचे हे त्यांनी जाणले. त्यातूनच पुढे त्यांनी काम करताना येणारे शारीरिक आणि मानसिक

ताणतणाव कसे सहन करायचे याचे अनन्यसाधारण कौशल्य आणि सामर्थ्य आत्मसात केले. यशस्वी संशोधक होण्यासाठी लागणाऱ्या गुणांची पायाभरणीच अशी झाली. गुंतागुंतीच्या विषयात त्यांनी गरुडासारखा विहार केला. सारखे बदलणारे मन, कल्पनातीत स्मरणशक्ती, सुरेख हस्तकौशल्य आणि आपण तयार केलेले सिद्धान्त व कल्पना पडताळून पाहण्यासाठी करावे लागणारे प्रयोग, त्यासाठी लागणारी चिकाटी आणि सोशिकता त्यांनी स्वत:मध्ये विकसित केली. हे गुण त्यांच्यात त्यांच्या समकालीन संशोधकापेक्षा कितीतरी पटीने अधिक होते. त्यामुळेच विद्युत शास्त्रातील संशोधन स्वत:ची ठसलेली कार्यपद्धती निर्विकार बुद्धीने आणि शांत मनाने ते विकसित करू शकले. विद्युतक्षेत्रात काम करतांना कोणतीही गोष्ट आपण प्रयोगाने पडताळून पाहिल्या खेरीज स्वीकारली नाही, असा त्यांचा दावा होता आणि म्हणूनच व्यावहारिक विद्युत शास्त्रात ते पाय रोवून स्थिर होऊ शकले.

कामास सुरुवात

वयाच्या १२ व्या वर्षीच आईवडिलांची परवानगी घेऊन त्यांनी रेल्वे स्टेशनवर वर्तमानपत्रे, फळे आणि भाज्या विकायचा व्यवसाय सुरू केला. वयाच्या १४ व्या वर्षी एक छोटेखानी वर्तमानपत्र त्यांनी सुरू केले. युद्धापूर्वी लिंकन आणि डगलर यांच्यातील वादविवादांच्या बातम्या त्यात ते छापीत. आपल्या ह्या आगळ्या वेगळ्या वृत्तपत्रासाठी सुमारे तीनशे ग्राहक त्यांनी मिळवले होते. मजेची गोष्ट म्हणजे असे हे पहिल्याच प्रकारचे वृत्तपत्र होते आणि त्यामुळे त्यांना जगातील अनंत उचापतींची ओळख झाली. त्याचवेळी लिंकन हे अध्यक्षपदाच्या निवडणुकीत उतरले होते आणि अमेरिकेतील गुलामगिरीविरुद्ध लढणाऱ्या या आपल्या नेत्याच्या प्रचाराचे कार्य मोठ्या हिरिरीने आपल्या वृत्तपत्रातून त्यांच्या कामाचे गोडवे गाऊन केले. या उपक्रमात एडिसन यांना चांगलाच आर्थिक फायदा झाला. त्याचा वापर त्यांनी रसायन प्रयोगशाळा उभारण्यासाठी केला. आपल्या वाट्याला आलेल्या काही वैगुण्याबद्दल त्यांनी कधीच त्रागा केला नाही तर त्यावर कशी मात करता येईल यावरच भर दिला. एडिसनचा डावा कान संपूर्ण तर उजवा कान ८०% बहिरा होता. याबद्दल त्याची तक्रार फक्त आपण पाखराचे सुरेख गुंजन ऐकण्याच्या आनंदास पारखे झालो एवढीच होती. एकदा आपला जीव धोक्यात घालून एका रेल्वे अपघातातून त्यांनी एका मुलाचा जीव वाचवला. कृतज्ञतेपोटी त्या मुलाच्या वडिलांनी एडिसनला 'विद्युत संदेश' पाठविण्याची कला शिकविली आणि ह्याच मौलिक भांडवलावर त्यांनी संगणक क्षेत्रातील शिक्षणाची सुरुवात केली.

टेलिग्राफरच्या कामास सुरुवात आणि विवाह

वयाच्या १५ व्या वर्षी त्यांनी तारायंत्र वापरण्याचे उत्तम कौशल्य आत्मसात केले होते आणि या भुरळ घालणाऱ्या क्षेत्रात युद्धावर गेलेल्या एक माणसाचा बदली कामगार म्हणून कामास सुरुवात केली. तेव्हा त्यांनी या कामाची गती आणि कार्यक्षमता वाढविण्याची उत्तम संधी घेतली आणि हे यंत्र जास्त कार्यक्षम कसे करता येईल याचा विचार करण्यास सुरुवात केली. सोळाव्या वर्षी अनेक तार कार्यालयातून काम केल्यानंतर अनेक प्रयोग करीत पहिल्या 'अॅटोमॅटीक रिपीटर'चा शोध त्यांनी लावला. हे यंत्र दोन ठिकाणात मानवरहित संदेश पाठविण्याचे काम करू शकत होते. आश्चर्य म्हणजे या आपल्या पहिल्याच शोधाचे पेटंट मात्र त्यांनी घेतले नाही. लवकरच त्यांनी या क्षेत्रात कर्तबगार, विनोदी आणि गमत्या सद्‌गृहस्थ म्हणून नाव मिळविले. थोड्या अवधीतच एक कंगाल म्हणून त्यांना घरी परतावे लागले पण त्यावेळी त्यांच्या मात्यापित्यांची अवस्था त्यांच्याहूनही बिकट झालेली दिसत होती. त्यांच्या आईमध्ये वेडाची लक्षणे होती आणि परिस्थितीच्या रेट्यामुळे ती तीव्र झाली होती. त्यांच्या भावनावश पित्याने नोकरी सोडली होती. परिस्थिती लक्षात घेऊन आयुष्यात प्रथमच गंभीरपणे विचार करून पैसा मिळवायचे त्यांनी ठरवले. आपल्या मित्राच्या मदतीने 'बॉस्टन' या दूरच्या शहरात वेस्टर्न युनियन या नावाजलेल्या कंपनीत नोकरी पत्करली. बॉस्टन त्यावेळी उत्तम सांस्कृतिक आणि शैक्षणिक केंद्र म्हणून प्रसिद्ध होते. येथे त्यांनी दिवसरात्र कष्ट करून पहिल्या मते नोंदवणाऱ्या विद्युत यंत्राचा शोध लावला आणि त्यांचे पेटंटही मिळविले. काही राजकारणामुळे हे यंत्र राज्यकर्त्यांनी नाकारले. काळाच्या खूप पुढे असणारी ही कल्पना त्यांना मानवली नाही. या साध्या सरळ आणि भाबड्या संशोधकाला आपल्या प्रतिभेला मुरड घालावी लागली आणि यापुढे जे विकले जाईल त्याचाच शोध मी लावेन, अशी प्रतिज्ञा त्यांना करावी लागली. याच काळात पहिला दूरध्वनी, फॅक्स मशीन आणि मायक्रोफोन यांचा शोध लागला. ग्रॅहॅम बेल या दूरध्वनीचा शोध लावणाऱ्या संशोधकाचे वास्तव्यही त्यावेळी बॉस्टन मध्येच होते.

बॉस्टन येथे त्यांनी काही मित्रांबरोबर भरपूर काम केले. परंतु त्यातून फारसा आर्थिक फायदा झाला नाही. कंपनीच्या कामात नीट लक्ष केंद्रित न करता बाहेर काम करतो त्यामुळे कंपनीतून काढला जाण्याची शक्यता निर्माण झाल्यामुळे त्यांनी दुसरी नोकरी करावी या विचाराने एका मित्राकडून पैसे उधार घेऊन, न्यूयॉर्क या मोठे व्यापारी केंद्र असणाऱ्या शहरात ते दाखल झाले. सुरुवातीलाच काम न मिळाल्यामुळे त्यांच्यावर उपासमारीची वेळ आली. परंतु एक दिवस चमत्कारच झाला. असाच भटकत असताना एका दलाली कार्यालयातील व्यवस्थापक खूप घाबरलेला दिसला कारण त्याच्या

कार्यालयातील एक महत्त्वाचे यंत्र बिघडले होते. मोठी गर्दी जमली होती पण कोणालाच त्या यंत्राची दुरुस्ती कशी करावी हे समजत नव्हते. एडिसनने ही संधी घेतली आणि पटकन पुढे होऊन हे यंत्र दुरुस्त करून दाखविले. तो व्यवस्थापक इतका खूश झाला की, त्याने लगेचच निर्णय घेऊन एडिसनला एक मोठ्या पगारावर नोकरी देऊ केली. पगाराची रक्कम त्यामानाने खूपच जास्त होती. पुढे ह्या अचानक गरिबी दूर करणाऱ्या प्रसंगाची उत्कट आठवण एडिसनना नेहमीच होत असे. या कामाबरोबरच एडिसनचे संशोधनाचे अविश्रांत काम चालूच होते. येथे त्यांनी शोधलेल्या 'क्वाडरोप्लेक्स ट्रान्समीटर'ला एका कंपनीकडून चाळीस हजार डॉलर एवढी कल्पनातीत रक्कम मिळाली. हा पैसा कोणीतरी चोरेल या भीतीने तो आपल्या गादीखाली पसरून त्यावर ते झोपले व दुसऱ्या दिवशी सकाळी बँकेत भरणा केला. पुढे आपल्या आईवडिलांना त्यांनी मदत केली. मनाला चटका लावणारी अनेक पत्रे त्यांनी लिहिली. पुढे मात्र त्यांना सतत यशच मिळत गेले. मिळणाऱ्या प्रचंड पैशातून त्यांनी न्यूयॉर्क, न्यू जर्सी येथे एक उत्तम, सर्व सोईंनीयुक्त अशी प्रयोगशाळाच सुरू केली. १८७६ साली फोनोग्रामचा शोध लावला. एडिसन आणि ग्रॅहॅम बेल यांच्या कामात इतके साम्य होते की टेलिफोनचा शोध बेलनी लावला नसता तर एडिसनने लावला असता आणि फोनोग्राम एडिसनने शोधला नसता तर तो ग्रॅहॅम बेलने शोधला असता. याच काळात त्यांनी मेरी स्टिलवेल यांच्याशी विवाह करून आपल्या कौटुंबिक आयुष्याला सुरुवात केली.

मेनलो पार्क येथे स्थलांतर

टेलिफोनच्या शोधात ग्रॅहॅम बेलने जरी एडिसनला मागे टाकले तरी एडिसनने विद्युत दिव्याचा शोध लावून आपल्या सर्व प्रतिस्पर्ध्यांवर मात केली. त्यानंतरही जगाच्या विकासात मूलभूत महत्त्वाच्या ठरतील अशा विद्युत प्रकाश, उष्णता आणि ऊर्जा निर्मिती आणि वहन करणाऱ्या आर्थिकदृष्ट्या परवडतील अशा कार्यपद्धती विकसित केल्या की, ज्या पायावर आजचे आपले आधुनिक युग निर्माण झाले. एडिसनचे टीकाकारही हे मानतात की त्यांनी महान कार्यावरच आजच्या आधुनिक युगाचा पाया रचलेला आहे. त्याच्या ह्या कार्याला जगात तोड नाही. म्हणूनच तो आधुनिक जगाचा शिल्पकार ठरला आहे.

१८७६ साली एडिसनने न्यूयॉर्कमध्ये असलेली सर्व उत्पादक केंद्रे विकून आपले कुटुंब आणि कारखान्यातील मदतनिसांसह न्यूयॉर्क पासून काही अंतरावर असलेल्या मेनलो पार्क या खेड्यात स्थलांतर केले आणि कोणत्याही संशोधनावर काम करता येईल अशा प्रयोगशाळेची स्थापना केली. जगातील अशा पद्धतीची ती पहिली आणि सर्वश्रेष्ठ प्रयोग शाळा होती. संशोधनापासून ते प्रायोगिक निर्मितीपर्यंतची सर्व कामे तेथे

केली जात होती. येथूनच एडिसन यांनी जग बदलायला सुरुवात केली. या प्रयोग शाळेतील पहिले महत्त्वाचे संशोधन म्हणजे 'टिन फॉईल फोटोग्राफ' आणि आवाज ध्वनिमुद्रित करून परत परत प्रसारित करणारे यंत्र, रेकॉर्डर आणि प्लेअर. यामुळे एक भावनिक लहर निर्माण होऊन एडिसन जगप्रसिद्ध झाला. एडिसनने फॉइल फोटोग्राफ घेऊन संपूर्ण देशाचा दौरा केला. त्याचे प्रात्यक्षिक दाखविण्यासाठी त्यांना अमेरिकेच्या राष्ट्राध्यक्षाचेही निमंत्रण आले होते.

विद्युत उपकरणांवर कार्य आणि जनरल इलेक्ट्रिकची स्थापना

एडिसनच्यापुढील महत्त्वाचे आव्हान होते, विजेपासून पांढराशुभ्र प्रकाश देणारा, व्यवहार्य आणि सर्वांना परवडेल असा दिवा तयार करणे. विद्युत प्रकाश ही संकल्पना काही नवीन नव्हती. अनेक शास्त्रज्ञांनी विविध प्रयोग करून काही साधनांची निर्मितीही केलेली होती, पण घरगुती वापरासाठी दुरून वापरता येईल अशा प्रकारच्या व्यवहार्य विद्युत दिव्याची निर्मिती मात्र झालेली नव्हती. एडिसनचे कार्य नुसतेच पांढरा प्रकाश देणारा दिवा हे नाही तर त्यासाठी उपयुक्त सुरक्षित व्यवहार्य आणि आर्थिकदृष्ट्या परवडणारी साधी आणि सुटसुटीत ठरणारी कार्यपद्धतीच त्यांनी शोधून काढली हे आहे. साधारण दीड वर्षाच्या अथक प्रयत्नातून पांढरा प्रकाश देणारा कार्बनयुक्त फिलामेंट असणारा दिवा त्यांनी तयार केला. साधारणत: साडेतेरा तास तो प्रकाश देत होता. डिसेंबर १८७० ला त्याचे सार्वजनिक प्रदर्शन करण्यात आले. मेनलो पार्कचा संपूर्ण परिसरच विद्युत प्रकाशाने झळाळून उठला होता. पुढील अनेक वर्षं एडिसन त्यांच्या उत्पादनासाठी झटत होते. सप्टेंबर १८८२ त 'मॅनहटन' येथे ग्राहकांना ऊर्जा व प्रकाश देणारी यंत्रणा पर्ल स्ट्रीटवर सुरू करण्यात आली आणि विद्युतयुगाचा आरंभ झाला. हा प्रयोग एडिसनला कीर्ती आणि संपत्तीच्या एव्हरेस्टवर घेऊन गेला. त्यांची ही कामगिरी आजही असंख्य संशोधकांना पुकारते आहे, आव्हान देते आहे.

१८८९ पर्यंत एडिसन यांनी काढलेल्या अनेक कंपन्या या क्षेत्रात कार्यरत होत्या. त्या सर्व एकत्र करून एडिसन जनरल इलेक्ट्रिक या कंपनीची स्थापना करण्यात आली. कंपनीच्या नावात एडिसनचे नाव असले तरी एडिसन त्याचे नियंत्रण करीत नव्हता. ही कंपनी जेव्हा त्यांचे प्रतिस्पर्धी थॉमस होस्टन यांच्या कंपनीबरोबर सामील करण्यात आली तेव्हा तिला जनरल इलेक्ट्रिक कंपनी हे नाव देण्यात आले.

या अद्वितीय यशाला त्यांची पत्नी मेरी यांच्या निधनाने गालबोट लागलेच. आपल्या संशोधन आणि उत्पादनाच्या व्यापात आपल्या घराकडे एडिसनचे अक्षम्य दुर्लक्ष होत होते. मेरीच्या निधनामुळे तर त्यात भरच पडली होती. त्यांची तीनही मुले न्यूयॉर्क येथे राहात असत. पुढे मीना मीलर यांच्या बरोबर त्यांचा परिचय झाला आणि

त्याचे रूपांतर प्रेम आणि लग्नात झाले. आपल्या नवीन वेस्ट ऑरेंज येथील प्रसादात ते त्यांच्यासह शेवटपर्यंत राहिले. जागतिक महायुद्धाच्या वेळेस त्यांनी उभारलेल्या प्रयोग शाळेत आणि कारखान्यात दहा हजाराच्या आसपास कामगार काम करीत होते आणि त्यांचा पसारा वीस एकरापेक्षाही अधिक होता.

करमणुकीतील बादशहा

आपली नवीन प्रयोगशाळा उभारल्यानंतर एडिसन यांनी परत घरगुती आणि व्यावसायिक फोनोग्राम या विषयावर कामास सुरुवात केली. विजेच्या दिव्यासाठी वापरलेल्या पद्धतीप्रमाणेच फोनोग्रामला काम करण्यासाठी उपयुक्त अशा सगळ्या यंत्रणा आणि कार्यपद्धती प्रथम त्यांनी विकसित केल्या. रेकॉर्डचे उत्पादन करणारी साधने आणि यंत्रे, रेकॉर्डच्या चकत्यांची निर्मिती वगैरे कामे ते आपल्या मृत्यूपर्यंत करीत होते. फोनोग्रामसाठी कानासारखे जसे यंत्र असते तसेच यंत्र त्यांनी डोळ्यासाठीही तयार केले. त्यांनी पहिल्या चलत चित्राचे प्रात्यक्षिक १८९१ साली दाखवले आणि व्यावसायिक चित्रपटांची निर्मिती करायला सुरुवात केली. त्यांचे हे काम मूलभूत आणि पुरोगामी होते. त्यानंतर त्यांनी आपण केलेल्या कामातच खूप सुधारणा केल्या. परंतु या प्रांतातील भाऊगर्दी बघून त्यांनी आपला मोहरा दुसरीकडे वळवला. त्यांनी विद्युत गाड्यांसाठी स्टोअरेज बॅटरी तयार करण्याचे आव्हानात्मक काम चालू केले. प्रवासी गाड्याचा आनंद एडिसनने उपभोगला. त्याचेकडे गॅसवर चालणाऱ्या, वाफेवर चालणाऱ्या आणि विजेवर चालणाऱ्या अनेक गाड्या होत्या. त्यांच्या मते विद्युतशक्तीवर चालणाऱ्या गाड्या ह्या सर्वात उत्तम होत्या. परंतु तत्कालीन बॅटरीज या कामासाठी पुरेशा नव्हत्या. त्यासाठी त्यांनी अल्कलाइनच्या बॅटरीज तयार करण्याचा प्रकल्प हाती घेतला. हा त्यांनी हाती घेतलेला सर्वात अवघड प्रकल्प होता. हा शोध लावण्यास त्यांना दहा वर्षे वाट पाहावी लागली आणि तोपर्यंत ज्या विद्युत वाहनांसाठी ही बॅटरी विकसित करण्यात आली होती त्या विद्युत वाहनांची व्यवहारातून हकालपट्टीही झाली होती, परंतु सुदैवाने पुढे रेल्वेतील डब्यात, सिग्नलसाठी आणि खाणीतील दिव्यासाठी ती फारच उपयुक्त ठरल्यामुळे त्यातही एडिसन प्रचंड पैसा मिळवू शकले.

एडिसनचा अस्त

१८ ऑक्टोबर १९३१ रोजी वयाच्या ८४ व्या वर्षी संशोधन आणि उत्पादनाच्या आकाशात विहरणारा हा लखलखीत तारा कोसळला आणि विश्वाच्या व्यापक आकाशात विलीन झाला, पण आधुनिक मानवतेच्या विकासासाठी प्रचंड मोठी संपत्ती मागे ठेवून.

थॉमस अल्वा एडिसन यांच्या चरित्रापासून घ्यायचा महत्त्वाचा धडा म्हणजे

कोणत्याही परिस्थितीत माघार न घेता आपल्या जवळ नसलेल्या गोष्टीबद्दल कुरकुर न करता सकारात्मक वृत्तीने सतत प्रयत्न करीत राहिल्यास माणूस अपूर्व यश संपादन करू शकतो. वयाच्या चौथ्या वर्षी मतिमंद मुलगा म्हणून हाकलून दिलेल्या, सातव्या वर्षी सहकाऱ्याकडून खाल्लेल्या मारा

मुळे जवळ जवळ बहिरा झालेल्या, वयाच्या तेराव्या वर्षी नोकरीस मुकलेल्या या माणसाने आपल्या घरातील तळघरात कामाला सुरुवात केली आणि त्या तळघराचे रूपांतर साऱ्या जगाचे लक्ष वेधून घेणाऱ्या संशोधन केंद्रात केले. अपयश येत असतांनाही मनाने ताजेतवाने राहून योग्य वृत्ती ठेवल्यास प्रचंड मोठे कार्य आपण उभे करू शकतो, अपूर्व यश संपादन करू शकतो याचे मूर्तीमंत उदाहरण म्हणजे थॉमस एडिसन. विद्युत दिव्याच्या निर्मितीत हजारो वेळा अपयश येऊनही या प्रत्येक अपयशाकडे ते 'अशा प्रकारे विद्युत दिव्याचा शोध लावता येत नाही हा शोधच मी लावला आहे' अशा वृत्तीने बघत आणि निराश न होता दुसरा मार्ग ते शोधत असत. केवढी ही सकारात्मक वृत्ती!

वृद्धावस्थेकडे झुकल्यावर त्यांच्या कारखान्याला प्रचंड आग लागली होती तेव्हा हा माणूस आपल्या घरी धावत आला. आपल्या बायकोचा हात धरून तिला बाहेर ओढत आणून म्हणाला, "मीना, हे बघ, अशी आग तू आयुष्यात बघितली नसणार!" निघणाऱ्या धुराकडे नजर टाकीत म्हणाला, "मी माझ्या सगळ्या चुका आता जाळून टाकल्या आहेत. आता कामाला नव्याने सुरुवात केली पाहिजे!" हे म्हणून ते थांबले नाहीत तर पुढील तीन आठवड्यातच त्यांनी 'ग्रामोफोनचा शोध' लावून त्याचे उत्पादनही सुरू केले. केवढी ही प्रचंड इच्छाशक्ती आणि कार्यप्रवणता!

या वयातही ते १७-१८ तास अत्यंत उत्साहाने काम करीत असत. कधी सुट्टी नाही, मौजमजा नाही की वातावरणात बदलही नाही. एकदा त्यांची पत्नी मीना त्यांना म्हणाली, "अरे, थॉमस, किती काम करतोस! तुला थोडा बदल, विश्रांती नाही का घ्यावीशी वाटत? चल आता आपण एखाद्या तुझ्या आवडीच्या ठिकाणी जाऊयात की जिथे तुला शांत वाटेल, तुला उत्साही वाटेल आणि तू आनंदी होशील. असे तुझ्या स्वप्नातील एखादे ठिकाणी मला सांग, आपण तेथे जाऊया." थॉमस हसला आणि म्हणाला, "हो. उद्याच जाऊ. तयारी कर." तिने सर्व तयारी केली. दुसऱ्याच दिवशी थॉमस तिला घेऊन निघाला आणि कोठे पोहोचला असेल? त्याच्या प्रयोग शाळेत आणि म्हणतो कसा 'अग मीना, जगातील हीच माझी सगळ्यात आवडती जागा आहे. जिथे आलो की मला खूप उत्साह येतो अगदी प्रसन्न वाटते. माझा सर्व थकवा दूर होऊन माझ्या अंगात प्रचंड उत्साह येतो." केवढी ही कामाची तळमळ आणि बांधीलकी!! आपल्याला जेव्हा आपल्या दैनंदिन कामाला वैतागून काही विश्रांती घ्यावी

असे वाटते तेव्हा खरे तर तसा बदल कामात नाही तर आपल्या मनोवृत्तीत व्हायला हवा.

मृत्यूच्या अगदी समीप असताना त्यांना भेटायला एक गृहस्थ आले होते. त्यांनी एक हेलीकॉप्टरचे मॉडेल तयार करून आणले होते. त्यासंबंधीची चर्चा ते एडिसन बरोबर करीत होते. ''चला! आपण माझ्या प्रयोगशाळेत जाऊ यात मी यात अनेक सुधारणा आपल्याला सुचवू शकेन.''

सुधारणातील हा आनंद, कामातील उत्साह, तळमळ आणि अपयशात हार न मानता यश मिळेपर्यंत सतत सतत आणि सतत प्रयत्न करण्याची ताजीतवानी मनोवृत्ती, ह्या गोष्ट आपण केल्या तर आजही जगाला अनेक एडिसन मिळतील नाही का?

■■

फ्रेडरिक टेलर

'फादर ऑफ सायन्टिफिक मॅनेजमेंट'

पूर्वी पहिले स्थान माणसाला होते. भविष्यकाळात पहिले स्थान कार्यपद्धतीला हवे. पहिल्या उत्तम कार्यपद्धतीचा उद्देश उत्तम दर्जाचा माणूस तयार करणे हा असायला हवा.

फ्रेडरिक टेलर हे एक अमेरिकन तंत्रज्ञ होते. कारखान्यात माणसांची उत्पादकता वाढविण्यासाठी त्यांनी आपले आयुष्य वेचले. आयुष्याच्या उतारवयात त्यांनी सल्लागार म्हणूनही काम केले. त्यांनी केलेले काम आजही उद्योग व्यवसायात फारच उपयुक्त ठरत आहे. ते सायन्टिफिक मॅनेजमेंटचे जनक म्हणूनच जगभर ओळखले जातात. त्यांचा जन्म २० मार्च १८५६ रोजी अमेरिकेतील फिलाडेल्फिया येथील एका सधन कुटुंबात झाला. त्यांचे वडील वकील होते आणि आपल्या व्यवसायात त्यांनी प्रचंड पैसा मिळविला होता. त्यांच्या आईला समाजकार्याची आवड होती. त्यांनी स्त्रियांसाठी आणि गुलामांसाठी खूप मोठे कार्य केले. दोघांचाही साधी राहणी आणि उच्च विचारसरणी यावर विश्वास होता. त्यांनी घरात मुलांना अगदी कडक शिस्तीत वाढविले. कुटुंबातील माणसे एकमेकांना खूप आदराने संबोधित असत. या शिस्तीचा चांगलाच परिणाम फ्रेडरिकवर झाला होता. लहान वयातच त्यांनी स्वत:वर उत्तम नियंत्रण मिळविले होते आणि फार संघर्ष न करता, आपापसातली भांडणे वडील माणसांपर्यंत न नेता कशी सोडवायची याच्यात ते निष्णात झाले होते. फ्रेडरिक हा एक आग्रही तरुण होता. बारा वर्षांचा असतानाच पडणाऱ्या भयंकर स्वप्नातून आपली सुटका करून घेण्यासाठी त्यांनी एक उपकरण तयार केले होते.

हार्वर्ड विद्यापीठातून पदवीधर होण्याची त्यांची इच्छा होती; परंतु कमकुवत दृष्टीमुळे त्यांना सुरुवातीला पर्यायी शिक्षणावरच समाधान मानावे लागले. १८७४ साली प्रशिक्षणार्थी 'पॅटर्न मेकर' म्हणून त्यांनी आपल्या व्यवसायाला सुरुवात केली. अगदी असामान्य पद्धतीने त्यांनी पत्रव्यवहाराद्वारे 'स्टिव्हन इन्स्टिटट्यूट ऑफ टेक्नॉलॉजी' या संस्थेतून इंजिनिअरिंगची पदवी संपादन केली. अर्थातच नोकरी करीत असतानाच वयाच्या पंचविसाव्या वर्षी त्यांनी केलेली ही कामगिरी कौतुकास्पद तर होतीच; परंतु त्यांनी मिळविलेल्या मार्कांची बरोबरी आजपर्यंत कोणीही करू शकलेला नाही. म्हणजेच या पदवी परीक्षेत त्यांनी उभे केलेले आव्हान आजही अबाधित आहे आणि होतकरू

इंजिनिअर्सना ते खुणावत आहे. याच वेळेस त्यांनी मिळवलेली दुसरी उपलब्धी म्हणजे 'अमेरिकन लॉन टेनिस असोसिएशन'ची दुहेरी चॅम्पियनशीप. या खेळासाठी त्यांनी स्वत:च केलेली चमच्याच्या आकाराची बॅट त्यांनी वापरली होती.

गणित आणि खेळातील नेत्रदीपक कामगिरी, अनोख्या आणि नामांकित संस्थेची इंजिनिअरिंगची पदवी याचे पाठबळ असून सुद्धा फ्रेडरिकने फिलाडेल्फिया येथील 'एंटरप्राइज हैड्रॉलिक वर्कस्'मध्ये मशिनिस्ट आणि 'पॅटन मेकर' म्हणून काम करणेच पसंत केले. या कारखान्यातील उमेदवारी पूर्ण केल्यावर 'मीडव्हेल स्टील' कंपनीत साधा कामगार म्हणून त्यांनी काम स्वीकारले. त्यांनी उत्पादक विभागात लेखनिक म्हणून काम चालू केले. लवकरच ते मशिनिस्ट, फोरमन, दुरूस्ती विभागाचे फोरमन म्हणून काम पाहू लागले. सहा वर्षातच त्यांनी संशोधन विभागाचे संचालक आणि नंतर चीफ इंजिनिअर ही पदे मिळवली. कारखान्यात काम करतांनाच त्यांनी उत्पादनाप्रमाणे पगार ही संकल्पना राबवली. कोणत्याही कामाची सर्वात उत्पादक कार्यपद्धती शोधून काढणे हे त्यांचे मुख्य ध्येय होते. नंतर त्या कार्यपद्धतीचे ते जवळून निरीक्षण करीत आणि झालेल्या उत्पादनाचे मोजमाप करीत.

औद्योगिक वातावरणात प्रचंड बदल होत असतांनाच टेलर यांचे काम चालू होते. लोखंड, काच, कापड गिरण्या यांच्या छोट्या छोट्या उद्योगांचे रूपांतर प्रचंड मोठ्या कारखान्यात होत होते. धनवान माणसे उत्पादन वाढीमुळे अधिकाधिक श्रीमंत होत होती. परंतु कामगारांना मात्र त्यांच्या मेहनतीच्या मानाने उत्पन्न कमी मिळत होते. कामात निष्काळजीपणा, अकार्यक्षमता, सुरक्षितता आणि फरफट या समस्या होत्या. मालकाच्या निरर्थक अशा कामागारांना दिल्या जाणाऱ्या बोनसवर होत्या. त्यातून त्यांना बाहेर काढण्याचा प्रयत्न टेलर करीत होते. काळजीपूर्वक नियोजन केलेले आणि कार्यक्षम काम या शिवाय बोनसचा उपयोग होणार नाही, यावर फ्रेडरिक टेलर यांचा विश्वास होता आणि प्रशिक्षणाने नियोजन आणि कार्यक्षमता वाढविता येते असे त्यांना वाटत होते. या कामात व्यवस्थापनाने मदतनिसाची भूमिका निभावणे गरजेचे होते, असा सल्लाही ते व्यवस्थापनाला देत असत. कारखान्यात बदल कसे घडवायचे हे त्यांना नेमके समजले होते. कारखान्यात चालणाऱ्या सर्व कामांची त्यांना उत्तम जाण तर होतीच पण त्याचा अभ्यास, नियोजन आणि मोबदला कसा दिला जावा यातही ते निष्णात होते. प्रत्येक कामगाराचे नेमके आव्हान, गरज काय आहे, हे लक्षात घेऊन त्याने दिलेल्या जादा उत्पादनाबद्दल त्याला योग्य मोबदला द्यावा यावर त्यांचा विश्वास होता. सर्व प्रक्रियांसाठी लागणाऱ्या वेळेचा अभ्यास करून रोज किती उत्पादन हवे हे उद्दिष्ट ठरवण्याची पद्धत त्यांनीच प्रथम सुरू केली आणि हे उद्दिष्ट पूर्ण करणाऱ्यांनाच उत्तेजनार्थ जादा मोबदला देण्याची पद्धतही त्यांनीच सुरू केली. हे उद्दिष्ट जे पूर्ण करू

शकत नव्हते त्यांना बराच कमी रोजगार मिळत असे. कामास लागणाऱ्या वेळेचा अभ्यास करून, साधनांवर पद्धतशीर नियंत्रण ठेऊन, आपल्या नवीन पगारपद्धतीचा वापर करून, पर्यवेक्षकांचा योग्य वापर करून त्यांनी कामगारांची उत्पादकता दुप्पट केली. त्यातूनच कामगारांचेही पगार वाढू शकले.

वयाच्या सदतीसाव्या वर्षी फ्रेडरिक यांनी उत्पादकता सल्लागार म्हणून काम सुरू केले. दुर्दैवाने आपल्या कार्यपद्धतीस कामगार, पर्यवेक्षक आणि मध्यस्तरीय व्यवस्थापकांचा विरोध का आहे त्याचे नेमके निदान त्यांना त्या वेळी झाले नाही. नवीन उत्पादन आणि ग्राहक निवडताना त्यांनी किंमत कमी करण्यावर जोर दिला. सिमोंड बेअरिंग या कंपनीत कामाचा वेग आणि अचूकता वाढवून त्यांनी उत्पादकता दुप्पट केली. उत्पादकता वाढीमुळे कामगारांची कपात होते असा समज झाल्यामुळे फ्रेडरिक हे फार कठोर आहेत असा समज लोकांनी करून घेतला होता. कारण सिमोंड कंपनीत त्यांच्या उत्पादकता वाढीमुळे कामगारांची संख्या १२० वरून ३५ वर आल्यामुळे; उत्पादकता वाढीमुळे कामगारांची कपात होते म्हणून फ्रेडरिक हे फार कठोर आहेत असा गैरसमज पसरला होता. कामगारांना त्यांच्या उत्पादनक्षमतेप्रमाणे वेतन दिल्यास कामगार संघटनांची गरजच नाही असा त्यांचा दावा होता.

सल्लागार म्हणून काम सुरू झाल्यावर त्यांचा महत्त्वाचा आणि मोठा ग्राहक 'बेथलहॅम स्टील कंपनी' हा होता. फ्रेडरिक आणि 'स्टिव्हन इन्स्टिटट्यूट'मधील त्यांचे एक सहकारी मनुसेल व्हाईट यांनी मिळून या स्टील कंपनीचे रूपांतर जगातील सर्वात आधुनिक कंपनीत केले. नव्हे त्यांनी ही कंपनी इतर उत्पादन आणि इंजिनिअरिंग कंपन्यांनी अनुकरण करावे असा नमुना बनवली होती. फोरमन प्रॉडक्शन प्लॅनिंग आणि उत्पादनावर आधारित पगार, कसे असावेत याचा हा एक उत्कृष्ट नमुना होता. त्यांनी केलेली दुसरी महत्त्वाची कामगिरी म्हणजे त्यांनी रोजच्या वापरातील उत्पादन प्रक्रियांना लागणाऱ्या वेळेचे आणि उत्पादनास लागणाऱ्या खर्चाचा अभ्यास करून केलेले विश्लेषण होय. त्यांनी केलेल्या आधुनिक कॉस्ट अकाऊंट पद्धतीमुळे आणि इतर सुधारणांमुळे कारखान्याच्या कामगारांची संख्या पाचशेवरून एकशे चाळीस वर आली. उत्पादन दुप्पट झाले आणि वाहतुकीचा खर्चही खूप कमी झाला. त्यांच्या कार्यपद्धतीने जरी लिपिक, प्रशिक्षणार्थी, कनिष्ठ व्यवस्थापक, इंडस्ट्रिअल इंजिनियर्स यांची संख्या वाढली असली तरी खर्च नियंत्रणासाठी अनेक तंत्राचा वापर करून त्यांनी एकूण खर्चात बरीच मोठी कपात करून दाखविली. त्यांनी विकसित केलेल्या क्रोम-टंगस्टन स्टीलच्या सुधारित हीट-ट्रिटमेंट पद्धतीने फ्रेडरिक टेलर यांना जागतिक प्रसिद्धी मिळवून दिली.

आपल्या नावावर अनेक मोठ्या कामगिऱ्या असून देखील त्यांना अनेक विरोधक, टीकाकार उत्पन्न झाले. यात विरोधाभास तर असा वाटतो की जरी बेथलहॅम

स्टील कंपनीने त्यांना कामगार कमी करण्याचे काम दिले होते तरी ते इतकी कपात सहजतेने करू शकतील असे कंपनीला वाटले नव्हते. खरे तर कामगारांनाही नोकरीतून काढून टाकले गेले नाही तर त्यांना दुसऱ्या कामात सामावून घेतले गेले. कंपनीच्या नवीन व्यवस्थापनाबरोबर मतभेद झाल्यामुळे त्यांना कंपनीने काढून टाकले. यामुळे टेलर यांचे फारसे आर्थिक नुकसान झाले नसले, तरी त्यांचा स्वसन्मान नक्कीच दुखावला गेला. त्यामुळे त्यांनी आपल्या घरी बायकोबरोबर आणि छंदासाठी अधिक काळ घालवायला सुरुवात केली. त्यांनी तीन अनाथ मुलांना दत्तक घेऊन त्यांचा सांभाळ केला. या कंपनीनंतर कोणत्याही कंपनीत त्यांनी पैशासाठी काम केले नाही.

त्यांनी आपण केलेल्या भाषणांच्या आधारे 'सायन्टिफिक मॅनेजमेंटची तत्त्वे' हा ग्रंथ लिहिला. अनेक कंपन्यात केलेल्या कामातील अनुभवाचे विवेचन आणि विवरण त्यांनी या ग्रंथात केले आहे. आजही त्यांनी तयार केलेल्या अनेक कार्यपद्धती कारखान्यातून वापरल्या जात आहेत. टेलर हे जगातले पहिले असे तंत्रज्ञ आणि सल्लागार होते की ज्यांनी उत्पादन वाढवून कामगारांच्या आयुष्याचा दर्जा वाढविण्यासाठी पद्धतशीर प्रयत्न करून नवा इतिहासच घडवला. झटपट परिणाम मिळविणारे व्यवस्थापक अतिउत्साही कामगार नेते आणि बेगडी तंत्र सल्लागार यांनी फ्रेडरिक टेलर यांना बदनाम करण्याचा प्रयत्न केला. त्यांनी त्यांची ताकदच हिरावून घेतली. शेवटी त्यांना आपल्या बायकोच्या आजारपणावर बराच वेळ आणि ताकद खर्ची करावी लागली. व्याख्यानासाठी दौऱ्यावर असतानाच त्यांना शीतज्वराने पछाडले. रुग्णालयात आपला ५९ वा वाढदिवस साजरा केल्यावर दुसऱ्याच दिवशी मृत्यूने त्यांच्यावर घाला घातला.

फ्रेडरिक टेलर यांची प्रमुख तत्त्वे, कारण आणि परिणामाचा नियम, सुधारित दर्जा, खर्च कमी करणे, कामगारांसाठी जास्त पगार, उत्पादन वाढ, कामगार आणि व्यवस्थापनाचा सहजप्रयोगशीलता, स्पष्ट उद्दिष्टे आणि काम, प्रतिक्रियांना अजमावणारे प्रशिक्षण, सहकार्य आणि मदत, ताण नियोजन, माणसांची योग्य निवड आणि विकास, शारीरिक आणि मानसिकदृष्ट्या कामाच्या गरजा, कामासाठी वापरली जाणारी अवजारे कार्यपद्धती आणि माणसांची कौशल्ये यांचे आपापसांत होणारे परिणाम लक्षात घेऊन यांच्या परस्पर संबंधांचा अभ्यास करणारा ऐतिहासिक मानव ते ठरले. पूर्वग्रह दूषित दृष्टी न ठेवता प्रत्यक्ष माहिती आधारेच काम करावे अशीच शिकवण त्यांनी आपल्याला दिली आहे.

त्यांच्या काळात असलेले व्यवस्थापन विशेष प्रगत वा कुशल नव्हते आणि विद्यालयीन कार्यपद्धतीत व्यवस्थापन बसवता येईल अशी त्यांची श्रद्धा होती. प्रशिक्षित व शिक्षित व्यवस्थापक यांची जोड जर कल्पक आणि सहकार्य करणारे कामगार यांना

मिळाली, तर उत्तम औद्योगिक परिणाम मिळवता येतील अशी त्यांची खात्री होती. कारण व्यवस्थापन आणि कामगार या दोघांनाही एकमेकांच्या सहकार्याची गरज आहे. असे झाले तर कामगार संघटनांची गरजच राहणार नाही. फ्रेडरिक टेलर यांचे एक सहकारी लुईस ब्रॅन्डीस यांनी 'सायन्टिफिक मॅनेजमेंट' हा शब्द तयार केला. टेलर यांची 'सायन्टिफिक मॅनेजमेंट' खालील चार तत्त्वांवर आधारित आहे.

१) अंदाजपंचे काम करण्यापेक्षा शास्त्रशुद्ध पद्धतीने कामाचा अभ्यास करून योग्य कार्यपद्धती ठरवा.

२) माणसांना कामासाठी घेऊन, काम कसे करायचे हे त्यांच्यावर सोडण्यापेक्षा शास्त्रशुद्ध पद्धतीने माणसे निवडा, त्यांना प्रशिक्षण द्या आणि कामगार म्हणून त्यांचा विकास करा.

३) वेगळं काम करीत असतांना प्रत्येक कामगाराला पूर्ण सूचना द्या आणि तो त्याप्रमाणेच करतो आहे की नाही यावर देखरेख करा.

४) कामगार आणि व्यवस्थापक यांच्यात समान कामाची वाटणी करा म्हणजे व्यवस्थापक शास्त्रीय तत्त्वे वापरून कामाचे नियोजन करतील आणि कामगार त्याप्रमाणे व्यवस्थित काम करतील.

या कामाच्या पद्धतीची अंमलबजावणी कशी करायची या बद्दलही अतिशय स्पष्ट योजना टेलर यांचेकडे होती. प्रत्येक कामाचे प्रमाणीकरण करायचे आणि कामगारांच्या सहकार्याने ते काम जलद पूर्ण करायचे. मात्र प्रमाणीकरण करणे आणि ठरलेल्या वेगाने हे काम पूर्ण करण्यासाठी कामगारांचे सहकार्य मिळवणे याची संपूर्ण जबाबदारी व्यवस्थापनाची आहे.

आपण काय करतो आहे हे समजण्याची पात्रता कामगारांमध्ये नसते. टेलर यांच्या मते तर हे अगदी साध्या साध्या कामांमध्ये देखील खरे आहे आणि ही गोष्ट त्यांनी काँग्रेसच्या एक महासभेतही निःशंकपणे सांगितली होती. ती अशी, ''पिग-आयर्न हाताळण्यामागचे शास्त्र इतके गहन आहे की जे प्रत्यक्ष हे काम करतात त्यांच्या बुद्धीचा आवाका आणि थंडपणा इतका आहे की त्यांना हे शास्त्र अपवादानेच समजू शकेल.''

त्यांनी सुचवलेली कार्यपद्धती अमलात आणतांना कामगारांचा बराच विरोध झाला आणि अनेक संपांना त्यामुळे कारण मिळाले. परंतु फ्रेडरिक टेलर यांचा दावा होता की, आपण कामगारांचे समाधान करून समेट घडवून आणू, कारण एकदा का माझ्या कार्यपद्धतीचा अवलंब केला की कामगार संघटनांना उत्पादन कमी करा या दुष्टपणाला वावच मिळणार नाही. त्यांनी कामगारांच्या कामाचे तास कमी करून दाखवले. त्यांचे बेथलहेम स्टील या कंपनीतील प्रयोग सगळ्यांचेच डोळे उघडणारे

होते. हा प्रयोग जरा विस्ताराने बघूया. कामगार करीत असणाऱ्या कामाबद्दल त्यांनी अनेक प्रश्न विचारून त्यांच्या कार्यपद्धतीचा अभ्यास केला. त्यावेळी एका विभागात सुमारे पंचाहत्तर कामगार काम करीत होते. प्रत्येक कामगार साडेबारा टन पिग–आयर्न हाताळीत होता. या कार्यपद्धतीचे बारकाईने निरीक्षण केल्यानंतर प्रत्येक कामगार ४७ ते ४८ टन पिग आयर्न हाताळू शकेल असा त्यांनी दावा केला.

साहजिकच व्यवस्थापनाचा यावर विश्वास बसणे कठीणच होते. व्यवस्थापनाला १८ ते २५ टनापेक्षा जास्त काम कामगार करू शकतील असे वाटत नव्हते. आपला दावा सिद्ध करून दाखविण्यासाठी टेलर यांनी एका सुदृढ डच कामगाराची निवड केली. त्या कामागाराला पैशाची गरज होती. टेलरनी त्याला विनंती केली की तो टेलर सांगतील त्याप्रमाणे वागेल, त्यांच्या सर्व सूचना तंतोतंत अमलात आणेल आणि त्याला त्याने केलेल्या कामाच्या पटीत पगारही दिला जाईल. कामाबद्दल कुणाशीही तक्रार करायची नाही, फालतू उत्साहही दाखविण्याची गरज नाही. सांगितलेले काम सूचनांच्या बरहुकूम तंतोतंत करायचे. वजन उचल म्हटले की उचलायचे. चल म्हटले की चालायला लागायचे. खाली टाक म्हटलं की टाकायचे. विश्रांती घे म्हणून सांगितले की विश्रांती घ्यायची. या कामगारानेही तसे केले आणि दिवसाकाठी त्याने ४७.५ टन इतके स्टील गोळा केले. इतकेच नाही तर ही कामगिरी त्याने पुढील तीन वर्षं सतत करून दाखविली. इतर कामगारांना त्याचे प्रशिक्षण दिले. त्यांचे उत्पादन ६०% वाढले आणि त्याप्रमाणे त्यांचे पगारही.

टेलर यांचा अभ्यास म्हणजे कामाच्या जागी ज्ञानाचा वापर अशा शब्दात करता येईल. अर्थात ही मक्तेदारी फक्त व्यवस्थापक आणि तंत्रज्ञ यांच्या पुरतीच मर्यादित राहिली. कामगारांना मात्र सांगितले तसे काम करणे एवढेच काम उरले. त्यांची कार्यक्षमता नक्कीच वाढली. पगारही खूप जास्त झाले. परंतु त्यांचे काम मात्र यंत्रवत झाले.

अर्थातच फ्रेडरिक टेलर यांनी उत्पादकता वाढीसाठी दिलेल्या कार्यपद्धती उद्योगाच्या वाढीसाठी खूपच उपयुक्त ठरल्या. त्यामुळे कारखान्यांची आणि कामगारांचीही भरभराट झाली आणि त्याचा फायदा उद्योगांना अनेक शतके होत राहणार आहे हे निश्चितच. त्यांनी दिलेल्या नवीन दृष्टीमुळे कामगार आणि उद्योगांची उत्पादकता या विषयावर काम करणाऱ्या अनेक विचारवंतांना प्रभावित केले आहे.

■■

डॉ. जोसेफ जुरान

गुणवत्ता व्यवस्थापनाचे प्रणेते

गुणवत्ता ही अपघाताने घडत नाही यावर आपला आतून विश्वास हवा. गुणवत्तेसाठी योजना आवश्यक आहे.

आता आपण अशा व्यक्तिमत्वाचा मागोवा घेणार आहोत की ज्यांची ह्या जगातली यात्रा शंभर वर्षाहून अधिक काळ होती. ज्यांनी दोन जागतिक युद्धे व अनेक छोट्या मोठे लष्करी कारवाया, अगणित संशोधनांचा उदय–अस्त, माणसाचे प्रथम अवकाश भ्रमण आणि अमेरिकेच्या १७ अध्यक्षांची कारकीर्द अनुभवली होती, ह्यांचे ते साक्षीदार होते. दारिद्र्य, देशांतर, त्यांच्या लहान वयातच आईचा मृत्यू आणि प्रचंड मोठी आर्थिक मंदी ह्यांचेही ते साक्षीदार होते. नुसतेच साक्षीदार असते तर ते डॉ.जोसेफ जुरान कसले! आपल्या शंभर वर्षाच्या देदिप्यमान आयुष्याचा जगातील सर्व मानवजातीवर प्रचंड (खोल) ठसा त्यांनी उमटवला आहे. उद्योग, समाज आणि गुणवत्ता ह्या क्षेत्रातील त्यांच्या कामगिरीमुळे ते जगभरात गाजले. गुणवत्ता चळवळीचे अग्रगण्य नेते बनले.

आयुष्याच्या सुरुवातीलाच कठीण परिश्रम :

डॉ.जुरान यांचा जन्म २४ डिसेंबर १९०४ ला रोमानियात झाला. गरीबीवर मात करण्यासाठी आणि ज्यू लोकांवर होणाऱ्या हिंसेपासून बचाव करण्यासाठी डॉ. जुरान यांनी १९१२ साली अमेरिकेतील मिनिपोलीस (Minnea Polis) येथे आपल्या कुटुंबाबरोबर स्थलांतर केले. दुर्दैवाने क्षयामुळे त्यांच्या आईचा मृत्यू १९२० साली झाला. अमेरिकेत आल्यापासून आपल्या कुटुंबाची आर्थिक परिस्थिती सुधारण्यासाठी, आपल्या भावंडाबरोबर त्यांनी मिळतील ती कामे केली. वर्तमानपत्र टाकण्यापासून ते किराणा माल दुकानात हिशोबनीस, छपाई कामगार, रेल्वे बोर्डात लेखनिक अशी बारा वर्षात सोळा प्रकारची कामे त्यांनी केली. बालवयात करावी लागलेली ही कामे म्हणजे आपल्याला मिळालेले एक वरदानच होते, असा त्यांचा दृष्टिकोन होता. याचा फायदा आपल्या व्यक्तिमत्व जडणघडणीत झाला असा त्यांचा विश्वास होता.

श्री. जुरान ह्यांचे वैशिष्ट्य म्हणजे कामाच्या ह्या रामरगाड्यातही त्यांनी आपले

शिक्षण अतिशय निष्ठेने चालू ठेवले. कोणत्याही परिस्थितीत आपल्या सर्व मुलांनी आपले शिक्षण चालूच ठेवावे अशीच त्यांच्या मात्यापित्यांची इच्छा होती. आपल्या शालेय आणि माध्यमिक शिक्षणात गणित या विषयात त्यांनी विशेष नैपुण्य संपादन केले होते. ह्या विषयात आपल्या वर्ग बांधवापेक्षा दोन वर्षे ते पुढे होते. कालांतराने त्यांच्या कुटुंबाची आर्थिक परिस्थिती बऱ्यापैकी सुधारली. आपल्या उत्पन्नापैकी काही भाग उच्च शिक्षणासाठी ते बाजूला ठेवू शकत होते. एकोणीसशे वीस साली इलेक्ट्रिकल इंजिनिअरिंगसाठी मिनेसोटा (Mine sota) ह्या विद्यापीठात त्यांनी प्रवेश मिळवला. अशाप्रकारे विद्यापीठात प्रवेश घेणारे कुटुंबातील ते पहिली व्यक्ती ठरले. विद्यालयात उत्तम गुण मिळवणाऱ्या ह्या गुणी मुलाला विद्यापीठात साधे पास होण्यासही खूप श्रम पडत असत. आधी तल्लख बुद्धीवर चांगले गुण अगदी सहज मिळत असल्यामुळे अभ्यास कसा करावा हे त्यांना कळलेच नसावे. महाविद्यालयीन शिक्षणातच त्यांचा बुद्धीबळाशी संबंध आला आणि तो आयुष्यभर टिकला. राखीव सैनिकी अधिकारी या प्रशिक्षण संस्थेतही त्यांचा सहभाग असे. दत्तक घेऊन आपले पालन पोषण करणाऱ्या देशाबद्दल कृतज्ञता व्यक्त करण्याची ही नामी संधी तर त्यांना वाटली नसेल ना?

इलेक्ट्रिकल इंजिनिअरिंगची पदवी घेतल्यावर अनेक चांगल्या कंपन्यांतून नोकरीसाठी त्यांना निमंत्रणे आली. आठवड्याला सत्तावीस डॉलर्स देणाऱ्या वेस्टर्न इलेक्ट्रिकल कंपनीतील नोकरी त्यांनी स्वीकारली.

गुणवत्तेसाठी नेमणूक :

सत्तर वर्षे टिकणाऱ्या एका महान कारकिर्दीचा आरंभ विसाव्या वर्षी झाला. मला वाटते सुरुवातीला हा दीर्घ प्रवास गुणवत्तेसाठी असणार याची पुसट कल्पना देखिल श्री.जुरान यांना नसावी. आठवड्याच्या परिचयात्मक प्रशिक्षणानंतर कदाचित योगायोगाने त्यांची नियुक्ती हॉथॉर्न (Hawthorne) शाखेतील इन्स्पेक्शन विभागात झाली. गुणवत्तेसाठी काम करणाऱ्या ह्या आपल्या सुरुवातीनंतर त्याचा प्रगतीचा वारू दौडतच राहिला. चोवीसाव्या वर्षीच त्यांची व्यवस्थापक म्हणून नियुक्ती झाली. औद्योगिक मंदीच्या काळात त्यांनी कायद्याची पदवी संपादन केली. दुसऱ्या महायुद्धात सैनिकी कामासाठी लागणाऱ्या मालाच्या गुणवत्ता नियंत्रणात त्यांचा सिंहाचा वाटा होता.

न्यूयॉर्क विद्यापीठात इंडस्ट्रियल इंजिनीयरिंगचे प्राध्यापक आणि ह्या विभागाचे प्रमुख म्हणून त्यांनी काम पाहिले. प्रथम व्यवस्थापक, गुणवत्ता व्यवस्थापक, सल्लागार, व्याख्याता, लेखक आणि गुणवत्तेचे आंतरराष्ट्रीय नेते असा भारदस्त आणि नेत्रदीपक प्रवास त्यांनी केला. आपले कार्य प्रभावीपणे चालू ठेवण्यासाठी ’ दि जूरान इन्स्टिटट्यूट आणि दि जुरान फाऊंडेशन ह्या रौप्य महोत्सव साजऱ्या करणाऱ्या जागतिक कीर्तीच्या

संस्था त्यांनी उभारल्या.

डॉ. जुरान आपल्या पत्नीबरोबर आनंदाने संसार करीत होते. सर्व जगातच शांतता नांदत होती. जीवन आणि भोवतालचे जग भले आणि उपकारक असे वाटत होते. माणसांचे जीवन समृद्ध करणारे उत्साहवर्धक शोध लागत होते. डॉ. जुरान देखील प्रगतीच्या अनेक पायऱ्या चढत होते. अर्थातच ही वादळापूर्वीची शांतता ठरली. कारण त्यानंतर दुसरे महायुद्ध आणि जागतिक मंदी ह्या दोन महाकाय आणि गंभीर समस्यांचा सामना सर्व जगाला करावा लागला. सर्वसामान्य निरूपद्रवी माणसे मात्र भरडली जात होती. ह्या परिस्थितीतही डॉ.जुरान आपल्या परीने योगदान देत होते. आपला अनुभव, संख्याशास्त्र आणि यांत्रिकी शास्त्र ह्या ज्ञानाचा उपयोग करून अमेरिकेतील अनेक कारखाने आणि सरकारचे सर्वसाधारण व्यवस्थापन सुधारण्याचा यशस्वी प्रयत्न ते करीत होते. महायुद्धानंतर त्यांनी आपल्या कामाची दिशा बदलली. व्यवस्थापनाकडून ते प्रशिक्षणाकडे वळले. कारखान्यांना आणि विद्यार्थ्यांना मदत करून अमेरिकेत झालेल्या प्रचंड प्रगतीचा उपयोग करून घेण्यासाठी त्यांना तयार करण्याचे डॉक्टरांनी ठरवले. ह्याचा फायदा अमेरिकेतील अर्थव्यवस्थेलाही झाला. पुढे आपल्या ज्ञानाचा आणि कौशल्याचा फायदा त्यांनी अमेरिकेबाहेरील देशांना, विशेषतः युद्धानंतरच्या परिस्थितीचा सामना करणाऱ्या जपानला द्यायचे ठरवले.

सार्वजनिक क्षेत्रांतील मोठ्या कंपन्या सोडून वैयक्तिक विश्वात येण्याचा हा निर्णय तसा अवघडच असणार. आत्तापर्यंतच्या कामात त्यांनी आपले अधिकारी आणि सहकारी ह्यांना आपल्या तीक्ष्ण ज्ञानाने आणि तांत्रिक कौशल्याने खूपच प्रभावित केले होते. परंतु त्याच बरोबर त्यांची तिखट जीभ आणि इतरांच्या गरजा समजावून न घेण्याच्या त्यांच्या स्वभावामुळे अनेक समस्या निर्माण होत असत. ह्यातून त्यांनी निष्कर्ष काढला असावा की आपण मोठ्या कारखान्यांमध्ये काम करण्यास योग्य नाही कारण आपण मोठ्या गटात उत्तम काम करू शकत नाही. त्यातूनच पुढे तांत्रिक कौशल्याशिवाय गुणवत्ता व्यवस्थापन ह्या संकल्पनेचा विकास करून त्यास तांत्रिक कौशल्याबरोबर लागणाऱ्या सर्व महत्त्वाच्या मानवी कौशल्याची जोड डॉक्टरांनी दिली.

मानवी बाजू / कौशल्ये

गुणवत्तेसाठी मानवी कौशल्याची दिलेली जोड ही चांगलीच मोठी उपलब्धी होती. ह्याबद्दल सर्व जगातून डॉ. जुरान ह्यांना प्रशंसा मिळाली. परंतु ह्यात अनेकांचा हातभार आहे असेच त्यांना वाटे. त्यांनी संख्याशास्त्राच्या पलीकडे गुणवत्तेचा विकास करून त्यात व्यवस्थापनालाही सामील करून घेतले. डॉ. जुरान यांना आपल्या कारकिर्दीत स्वतःच्याच नाही तर इतरांच्याही अनेक मानवी समस्यांना सामोरे जावे

लागले. ह्या सर्व समस्यांचे मूळ मानवाचा बदलास होणारा विरोध आहे. डॉ. जुरान ह्यालाच सांस्कृतिक विरोध असे म्हणत.

आपल्या ग्राहक संस्थामध्ये उत्तम कामगिरीसाठी झगडत असताना व्यवस्थापक आणि कामगार ह्याच्यातील तीच तीच भांडणे बघत असताना अचानक त्यांना त्यांचे स्पष्टीकरण मिळाले. एकोणीसशे छप्पन्न साली त्यांनी मार्गारेट मीड ह्यांचे ' कल्चरल पॅटर्नस् ॲण्ड टेक्निकल चेंज' हे पुस्तक वाचले. त्यात प्रगतीपथावरील राष्ट्रांना त्यांची परिस्थिती सुधारण्यासाठी मदत करणाऱ्या अमेरिकन गटांना सहन कराव्या लागलेल्या विरोधाचे उत्तम वर्णन होते. मार्गारेट ह्यांनी त्याचे वर्णन दोन संस्कृतींमधील चकमक असे केले आहे. डॉ.जुरान ह्यांनी उद्योग धंद्यातील व्यवस्थापन आणि कामगार ह्यांच्या चकमकीतील हाच सारखेपणा ओळखला. ह्यातून डॉ. जुरान ह्यांना आपल्या ग्राहकांनी आपण सुचवलेल्या उत्तम कल्पना कोणतेही कारण न देता का नाकारल्या जातात ते कळले. त्यावर त्यांनी आपल्या अनुभवावर आणि संशोधनावरच आधारित ' मॅनेजेरीयल ब्रेकथ्रु ' हे पुस्तक प्रसिद्ध केले. परंतु आपण काही मूलभूत संशोधन केले नाही तर ही तत्त्वे आपण फक्त गुणवत्तेशी प्रथमच जोडली अशी त्यांची विनम्र धारणा होती.

एक नवीन शास्त्र :

गुणवत्तेशी मानवतेच्या मूल्यांची सांगड घालणे हीच एक विशेष संस्मरणीय कामगिरी आहे. परंतु ह्या शिवाय गुणवत्तेला जागतिक परिमाण देणाऱ्या अनेक कल्पना डॉ.जुरान ह्याच्या खात्यात जमा आहेत. जसे–

● विल्फेड पॅरिटो ह्या अर्थशास्त्रज्ञाने एकोणिसाव्या शतकात मांडलेली ८०:२० ही संकल्पना डॉ.जुरान ह्यांनी गुणवत्ता सुधारण्यासाठी प्रथमच वापरली. तिचा वापर संख्याशास्त्रातही केला. ८० टक्के समस्या ह्या २० टक्के कारणातून निर्माण होतात आणि ह्या वीस टक्के महत्त्वाच्या कारणांवरच व्यवस्थापनाने आपले लक्ष केंद्रित करावे हा त्यांचा शोध होता. त्यामुळे व्यवस्थापकांचे काम जास्त उत्पादक आणि प्रभावी झाले. पुढे हाच सिध्दान्त अनेक क्षेत्रात उपयुक्त ठरला.

डॉक्टरांची महत्त्वाची कामगिरी :

● गुणवत्ता व्यवस्थापनात त्यांनी दिलेली त्रिसूत्री म्हणजे योजना, नियंत्रण आणि सुधारणा.

● जुरान क्वालिटी हॅण्डबुक – हा त्यांचा संदर्भ ग्रंथ अनेक पुस्तकांचा जनक ठरला. त्यांच्या हयातीत निघालेल्या त्याच्या चौथ्या आवृतीची किंमत ५१० डॉलर्स होती आणि त्याच्या २,३०,००० प्रती हातोहाती खपल्या.

● गुणवत्तेसंबंधी त्यांचे शेकडो निबंध, लेख आणि भाषणे खूपच मार्गदर्शक

ठरली. त्यांनी साधारणतः तीस पुस्तके लिहिली, ती बारा भाषात अनुवादित झाली. त्यांनी अनेक सेवाभावी संस्थांमध्ये व्याख्याने देऊन आपली सामाजिक कार्याची बांधिलकी व्यक्त केली. एका मुलाखतीत त्यांना आपली सर्वात मोठी उपलब्धी कोणती? हा प्रश्न विचारला होता. त्याला उत्तर देताना ते म्हणतात '' मी गुणवत्तेसाठी व्यवस्थापन ह्या नवीन शास्त्राचा शोध लावून त्यासाठी काम केले हे जरी माझ्या सर्वसाधारण व्यवस्थापनाचे अपत्य असले तरी स्वतःचे अस्तित्व असणारे हे स्वतंत्र शास्त्र आहे. ह्यांच्या जनक म्हणूनच जग माझ्या मृत्यूनंतर मला ओळखणार आहे.''

● विलक्षण गोष्ट म्हणजे वयाच्या ९९ व्या वर्षी त्यांनी आपल्या एका नातवाच्या सहकार्याने एक पुस्तक लिहायला घेतले. त्यात त्यांनी गुणवत्ता व्यवस्थापनाच्या नेतृत्व गुणासंबंधी विचार मांडले आहेत. ते गुणवत्तेला एक अनोखे वळण देणारे आहेत.

डॉ. जोसेफ जुरान हे गुणवत्ता व्यवस्थापनातील जगप्रसिद्ध व्याख्याते होते. त्यांना जगातील बारापेक्षा जास्त देशांनी पदके, फेलोशिप्स आणि सन्माननीय सभासदस्यत्व बहाल केली होती. डॉ.जुरान यांना (Second Class of the Order of the Sacred) हा जपानच्या शासकीय प्रमुखाने, जपान बाहेरील व्यक्तीला दिला जाणारा सर्वोच्च मानाचा किताब, त्यांच्या जपान मधील गुणवत्ता नियंत्रणातील असामान्य योगदान तसेच जपान आणि अमेरिकेचे मैत्रीसंबंध भक्कम करण्यासाठी घेतलेल्या पुढाकारासाठी दिला होता.

गुणवत्ता व्यवस्थापनाचा यशस्वी अंगीकार करण्यासाठी डॉ.जोसेफ जुरान यांचे चरित्र भारतीयांनाही प्रेरणा देणारे ठरेल. वयाच्या १०३ वर्षे आणि ६६ दिवसांनी म्हणजे २८ फेब्रु. १००८ला डॉ. जुरान यांनी आपला इहलोकीचा प्रवास संपवला. आपल्या 'The Tail of Twentyth Century' या लेखात त्यांनी आपल्या आयुष्याचा सुरेख आढावा घेतला आहे. त्यात ते म्हणतात. 'मी गेल्यावर माझ्या मृत्यूबद्दल कोणीही अश्रू ढाळू नका. मी एक अत्यंत सुरेख आयुष्य जगलो आहे.'

■■

विल्यम एडवर्ड डेमिंग

गुणवत्तेचे क्रांतिवीर

'सर्वोत्तम कामगिरी करणं पुरेसं नाही तर सर्वोत्तम म्हणजे काय हे समजावून घेऊन त्यानंतर प्रयत्नांची पराकाष्ठा करणे आवश्यक आहे.'

डॉक्टर विल्यम एडवर्ड डेमिंग हे जपानला रद्दीमाल बनवणारा देश, ते जगातला उत्कृष्ट गुणवत्ता देणारा देश या प्रवासात मार्गदर्शक झाले. जगाच्याच एकंदरीत गुणवत्तेच्या प्रवासात डॉक्टरांचे योगदान फारच महत्त्वाचे आहे. डॉक्टरांचा जन्म १४ ऑक्टोबर १९०० मध्ये तर मृत्यू २० डिसेंबर १९९३ मध्ये झाला. आपल्या जीवनाच्या वाटचालीत संख्यातज्ज्ञ, महाविद्यालयात अध्यापक, लेखक, व्याख्याते आणि गुणवत्तेचे सल्लागार अशा भूमिका डॉक्टरांनी यशस्वीपणे निभावल्या. दुसऱ्या महायुद्धाच्या वेळी अमेरिकेतील उत्पादन वाढीत डॉक्टरांचा वाटा फार मोठा आहे. जपानमधील गुणवत्तेच्या कामगिरीमुळे ते संपूर्ण जगात ख्यातनाम झाले असले, तरी १९५० नंतर त्यांनी अमेरिकन उच्च व्यवस्थापनाला उत्तम डिझाइन कसे तयार करायचे, गुणवत्ता कशी निर्माण करावयाची, गुणवत्तेची चाचणी कशी करायची, संपूर्ण जगात आपल्या मालाची विक्री कशी करायची, त्यासाठी कोणत्या वेगवेगळ्या कार्यपद्धती वापरायच्या हे शिकवले. जपानला कल्पक, उच्च दर्जाचे उत्पादन तयार करण्यास, जपानमध्ये न जन्मलेल्या या माणसाचे काम फारच मोलाचे आहे हे सारे जगच मानते.

विल्यम डेमिंग यांनी विद्युत अभियांत्रिकी हा विषय घेऊन १९२१ साली 'बॅचलर ऑफ सायन्स' ही पदवी संपादन केली आणि १९२५ साली कोलोरॅडो विद्यापीठातून त्यांनी 'एम. एस' (मास्टर ऑफ सायन्स) ही उच्च पदवी मिळविली. त्यानंतर त्यांनी १९२८ साली येल विद्यापीठातून विज्ञान आणि गणितात डॉक्टरेट मिळवली. येल विद्यापीठात शिक्षण घेत असतांनाच बेल टेलिफोनच्या प्रयोगशाळेत ते काम करीत असत. अमेरिकेतील शेती आणि लोकसंख्या मोजणीतही त्यांनी काम केले. दुसऱ्या महायुद्धानंतर जपानचे नियंत्रण जनरल डग्लस मॅकार्थर यांचेकडे होते. त्यावेळी लोकसंख्या मोजणीच्या कामाचे सल्लागार म्हणून विल्यम डेमिंग यांची नियुक्ती जपानमध्ये झाली होती. त्याचवेळी त्यांनी जपानच्या नेत्यांना औद्योगिक संख्याशास्त्रीय गुणवत्ता नियंत्रणाचे

धडे दिले. त्यानंतर ते अनेक वर्षे जपानला भेटी देत होते त्यात त्यांनी वॉल्टर गुव्हार्ट यांच्याकडून आत्मसात केलेली अनेक तंत्रे जपानी लोकांना शिकविली. त्यातूनच जपानी उत्पादनाचा दर्जा सुधारून जपानने प्रचंड आर्थिक प्रगती साधली. त्यानंतर ते न्यूयॉर्क विद्यापीठात प्राध्यापक म्हणून रुजू झाले आणि वॉशिंग्टन येथून गुणवत्ता सल्लागार म्हणून स्वतंत्र कामासही सुरुवात त्यांनी केली.

अमेरिकेतील सरकारच्या शेती विभागात काम करीत असतांनाच बेल लॅबोरेटरीच्या वाल्टर शुव्हार्ट यांच्याशी त्यांची ओळख झाली. वाल्टर शुव्हार्ट यांनी शोधलेल्या आकडेशास्त्रीय प्रक्रिया नियंत्रण आणि त्या संबंधीच्या तंत्राच्या वापरामुळे डॉ. विल्यम डेमिंग यांना गुणवत्ता नियंत्रणाबद्दल प्रचंड प्रेरणा मिळाली. किंबहुना गुणवत्ता कमी करणारी सर्वसाधारण कारणे आणि विशेष कारणे यामुळे घडणाऱ्या प्रक्रियेतील फरकामध्येच डॉ. डेमिंग यांच्या व्यवस्थापन सिद्धान्ताचा उगम सापडतो. गुणवत्ता नियंत्रण तक्ते हे फक्त उत्पादनातील प्रक्रियांसाठीच नाहीत तर उद्योगधंद्यातील व्यवस्थापन प्रक्रियेतही वापरून उद्योगांच्या वाटचालीत उपयुक्त कामगिरी करता येते, हा विचार डेमिंग यांना सुचला. १९५० नंतर त्यांनी औद्योगिक क्षेत्रातल्या अर्थशास्त्रावर पडलेल्या प्रचंड प्रभावाची गुरुकिल्ली ठरली. (आपण लिहिलेल्या गुणवत्ता नियंत्रणासंबंधीच्या पुस्तकांसाठी डॉ. शुव्हार्ट यांच्या गूढ कल्पना आणि साहित्याचा आधार घेऊन त्यांना माझ्या शब्दांत सर्वसामान्यांना समजतील असे रूप मी दिले आहे) अशी प्रांजळ कबुली डॉ. डेमिंग हे आपल्या मुलाखतीत देत असत. गुणवत्ता क्षेत्रात वापरल्या जाणाऱ्या आणि 'डेमिंग सायकल' म्हणून ओळखल्या जाणाऱ्या तंत्राचे खरे जनक डॉ. शुव्हार्टच आहेत आणि डेमिंग सायकलला शुव्हार्ट सायकल असे नाव जास्त योग्य होईल असे डॉ. डेमिंग यांनी सुचवले होते. डॉ. डेमिग यांनी विकसित केलेल्या सँम्पलिंग तंत्राचा उपयोग अमेरिकेत १९४० साली झालेल्या शिरगणतीत पहिल्यांदाच केला गेला. दुसऱ्या महायुद्धात स्थापन झालेल्या पाच सदस्यांच्या तांत्रिक तज्ज्ञांच्या समितीत डॉ. डेमिंग यांचा समावेश होता. त्याच दरम्यान अमेरिकन युद्धाची प्रमाणीकरणे (Standards) त्यांनी तयार केली आणि प्रकाशितही झाली. युद्धासाठी लागणाऱ्या सामुग्रीच्या उत्पादनात असणाऱ्या कामगारांना त्यांनी संख्यात्मक प्रक्रिया नियंत्रणाची तंत्रे शिकवली. युद्धाच्या वेळी ही तंत्रे मोठ्या प्रमाणात वापरली गेली. परंतु युद्धानंतर थोड्याच दिवसांत अमेरिकेच्या उत्पादनाला प्रचंड मागणी वाढल्यामुळे ही तंत्रे विसरली गेली.

जपानमधील कार्य

दुसऱ्या महायुद्धानंतर १९४७ साली जपानच्या शिरगणतीसाठी तज्ज्ञ म्हणून डॉ. डेमिंग यांना बोलावले होते. ते जपानमध्ये असतांना त्यांचा गुणवत्ता विषयाचा

गाढा अनुभव आणि संख्याशास्त्रीय गुणवत्ता तंत्राचा अभ्यास लक्षात घेऊन, जॅपनीज युनियन ऑफ सायंटिस्ट अॅण्ड इंजिनियर्स (JUSE) या संस्थेने त्यांना निमंत्रण दिले. डॉ. डेमिंग यांनी अक्षरश: हजारो इंजिनियर्स आणि व्यवस्थापकांना (एस.पी.सी.)चे संख्याशास्त्रीय गुणवत्ता नियंत्रण तंत्राचे शिक्षण दिले. त्यांना गुणवत्ता संकल्पना समजावून सांगितली आणि उत्पादनातील तिचे महत्त्व पटवूनही दिले. उच्च व्यवस्थापनासाठीही त्यांनी अशी प्रशिक्षण शिबिरे घेतली. या सर्वांना त्यांनी उत्पादनाची गुणवत्ता वाढवल्यामुळे वस्तूंच्या किंमती कमी होतात, उत्पादकता वाढते आणि त्यामुळे विक्रीतील आपला वाटाही वाढतो हे पटवून दिले. त्यांचा हा संदेश आणि मार्गदर्शक सल्ला जपानी उत्पादकांना पटला आणि त्यांनी आपल्या रोजच्या व्यवहारात ही तंत्रे वापरायला सुरुवात केली. त्याचा परिणाम म्हणून कधी नव्हे ते इतके दर्जेदार आणि किंमत कमी असणारे उत्पादन जपानला शक्य झाले. या गोष्टींमुळे जपानी उत्पादनाला जागतिक बाजारपेठ उपलब्ध झाली. यावरूनच जपानच्या कायापालटात डॉ. डेमिंग याचे कार्य आणि मार्गदर्शन किती महत्त्वपूर्ण होते, याची कल्पना आपल्याला येईल.

गुणवत्ता नियंत्रणाच्या दिलेल्या व्याख्यानाबद्दल आणि त्यावरील पुस्तकावर मानधन घेण्याचे डॉ. डेमिंग यांनी नाकारले. त्याबद्दल कृतज्ञता आणि प्रेम व्यक्त करावयाचे म्हणून (JUSE) च्या संस्थापकांनी १९५० मध्ये 'डेमिंग पारितोषिक' सुरू करण्याचे ठरविले. आज देखील हे पारितोषिक हे गुणवत्ता क्षेत्रातल्या कामगिरीतील जगातले सर्वश्रेष्ठ पारितोषिक मानले जाते आणि त्यामुळे गुणवत्ता चळवळीचा प्रत्यक्ष आणि अमूल्य फायदा झाल्याचे दिसते आहे. १९६० साली जपानचे पंतप्रधान नोबुसुके किशा यांनी जपानचे राजे हिरोहितो यांच्या वतीने डॉ. डेमिंग यांना जपानमधील सर्वोत्तम पारितोषिक 'ऑर्डर ऑफ द सेक्रेड ट्रेझर, सेकंड क्लास' हा किताब बहाल केला. त्यावेळी दिलेल्या मानपत्रात जपानमधील उद्योगाचे पुनरुज्जीवन करून त्याला जगात सन्मान आणि यश मिळवून दिल्याबद्दल डॉ. डेमिंग यांच्या पुढाकाराचा गौरव केला आहे.

अमेरिकेतील कार्य

आपल्या बरोबर काम करणाऱ्याबद्दल कळकळ, आपुलकी आणि प्रेम याबद्दल डॉ. डेमिंग प्रसिद्ध होते. कामात कठोर असून देखील ते मधून मधून सौम्य विनोदांचा शिडकावा करीत. त्यांना संगीताची आवड होती. गायक मंडळींबरोबर ते गाणीही गात. त्यांनी गायलेली काही गाणी प्रकाशितही झालेली आहेत.

वॉशिंग्टन मधील आपल्या घरीच त्यांनी आपला सल्लागाराचा व्यवसाय सुरू केला होता. आपल्या मायदेशालाच त्यांची आणि त्यांच्या कामाची फारशी माहिती नव्हती. ''जपान हे करू शकतो मग आपण का नाही?'' या त्यांच्या आकाशवाणीवरील

मुलाखतीमुळे ते प्रसिद्धीच्या झोतात आले. याच सुमारास अमेरिकन बाजारात जपानने मोठेच आव्हान उभे केले होते. या ध्वनीक्षेपणानंतर त्यांच्या सल्लागार व्यवसायात नाट्यमय बदल झाला आणि त्यांना खूपच मागणी यायला लागली. त्यानंतर मृत्यूपर्यंत व्यवसायासाठी त्यांनी जगप्रवास केला. वयाच्या ९३ व्या वर्षी त्यांची इहलोकाची यात्रा संपेपर्यंत त्यांनी व्यवसायानिमित्त जगभर प्रवास केला.

'फोर्ड' या पहिल्या मोठ्या अमेरिकन कंपनीने १९८१ साली आपली गुणवत्ता सुधारण्यासाठी डॉ. विल्यम डेमिंग यांची मदत घ्यायचे ठरवले. 'फोर्ड'च्या उत्पादनाची विक्री कमी होत होती. १९७९ आणि १९८२ या दरम्यान कंपनीला ३ बिलियन डॉलर इतका तोटा झाला होता. डॉ. डेमिंग यांचा भर कंपनीचे व्यवस्थापन आणि संस्कृती सुधारण्यावर होता. त्यांनी कंपनीच्या कार्यपद्धती सुधारण्यास सुरुवात केली. फोर्ड कंपनीलाही प्रथम आश्चर्यच वाटले असेल की हा माणूस गुणवत्तेवर न बोलता व्यवस्थापनावरच जास्त बोलत होता. त्यांनी फोर्ड मोटर्सला स्पष्टपणे बजावले की कंपनीतील ८५ टक्के समस्यांना व्यवस्थापन जबाबदार आहे आणि म्हणूनच उत्तम वाहन बनवायचे असेल तर त्यांच्या कार्यपद्धतीत सुधारणा व्हायला हवी. डॉ. डेमिंग यांचे मार्गदर्शन घेतल्यावर १९८२ सालापासूनच कंपनी फायद्यात चालायला लागली. ''ऑटो वीक'' या मासिकाला लिहिलेल्या पत्रात फोर्ड मोटारच्या अध्यक्षांनी लिहिले होते, ''आम्ही गुणवत्ता असणारी संस्कृती तयार करीत आहोत. कंपनीत अनेक बदल आणि सुधारणा होत आहेत आणि या सर्वांचे मूळ डॉ. डेमिंग यांच्या शिक्षणातच आहे.'' १९८६ साली फोर्ड मोटर्सची विक्री अमेरिकेतील आघाडीवरची कंपनी 'जनरल मोटर्स' यांचेपेक्षा जास्त झाली. वाहन उत्पादनाच्या क्षेत्रात होणाऱ्या बदलांचे नेतृत्व फोर्ड मोटर्सकडे आले. हा काही अपघात नव्हता तर पुढेही फोर्ड मोटर्सची आघाडी टिकून राहिली होती.

१९८६ साली डॉ. डेमिंग यांचे 'आऊट ऑफ क्रायसेस' हे सुप्रसिद्ध पुस्तक प्रकाशित झाले. त्यांच्या आधीच्या पुस्तकाचे हे नवीन रूप होते. गुणवत्तेसाठी त्यांनी आपली १४ तत्त्वे या पुस्तकात दिलेली आहेत. व्यवस्थापनाने पुढील योजना योग्य पद्धतीने केल्या नाहीत तर तोटा होतो हे त्यांनी स्पष्ट बजावले होते. व्यवस्थापनाचे मूल्यमापन त्यांनी मिळविलेल्या फायद्यापेक्षा त्यांनी अमलात आणलेल्या कल्पक योजनांवर करायला हवे, यावर डॉक्टरांचा कटाक्ष होता. ज्या व्यवस्थापनाला क्रांतिकारक बदल घडवायचे आहेत त्यांनी सतत शिक्षण आणि नवीन तत्त्वज्ञान याबद्दल वचनबद्ध असायला हवे. तत्काळ मिळणाऱ्या फायद्यांपेक्षा भविष्याचा विचार व्यवस्थापनाने करायला हवा, असा त्यांचा सल्ला होता. सतत ५० ते ६० वर्षे निरलसपणे जगाला

गुणवत्तेबद्दल प्रशिक्षण देऊन मार्गदर्शक ठरणाऱ्या कामगिरीबद्दल जगाकडून पुरस्कार मिळणार नाहीत, त्यांच्या कामगिरीचे कौतुक जगात होणार नाही, हे सर्वथा अशक्यच. डॉक्टरांची सर्व जगात वाहवा तर झालीच पण अनेक जागतिक मानसन्मान त्यांना प्राप्त झाले.

डॉक्टरांच्या चरित्राबरोबरच त्यांनी दिलेली गुणवत्तेची १४ मार्गदर्शक तत्त्वे समजावून घेणेही मी महत्त्वाचे मानतो. डॉक्टरांचा मुख्य मुद्दा असा होता की, व्यवस्थापनाचे योग्य तत्त्वज्ञान उपयोगात आणल्यास उत्पादनाचा दर्जा तर उंचावतोच, पण त्याबरोबरच उत्पादनाच्या किमतीही कमी होतात. सतत सुधारणा करीत राहा आणि छोट्या छोट्या तुकड्यात विचार न करता संपूर्ण उत्पादन पद्धतीचाच विचार करा. संस्था आणि लोक जेव्हा गुणवत्तेचा विचार, गुणवत्ता म्हणजे कामाचे परिणाम भागिले संपूर्ण खर्च असा करतात तेव्हा उत्पादनाचा खर्च कमी होतो. पण फक्त खर्चाचाच विचार होतो तेव्हा मात्र खर्च वाढतो आणि गुणवत्ताही घसरते.

डॉक्टरांच्या शिकवणीतील ज्ञानवर्धित चार महत्त्वाचे मुद्दे असे.

१) कार्यपद्धतींची योग्य समज: आपले पुरवठादार, उत्पादक आणि उत्पादनाचे किंवा सेवांचे ग्राहक या सर्वांच्या सहभागाने आपण वापरीत असणाऱ्या सर्व कार्यपद्धती नीट समजावून घ्या.

२) तफावतींचे ज्ञान: गुणवत्तेमध्ये येणाऱ्या तफावतीची कारणे आणि त्या नियंत्रणात आणण्यासाठीच्या उपलब्ध तंत्राचे ज्ञान संपादन करा. मोजमापात संख्याशास्त्रीय नमुन्यांचा वापर करा.

३) ज्ञानाचा सिद्धान्त: ही संकल्पना ज्ञान, त्याच्या मर्यादा, काय गोष्टी आपल्या आवाक्यात आहेत आणि काय गोष्टी आपल्या कक्षेबाहेर आहेत हे समजावून घेणे.

४) मानसशास्त्रीय ज्ञान: माणसाचा स्वभाव जाणून घेणाऱ्या संकल्पना.

डॉ. डेमिंग यांचा १४ सूत्री कार्यक्रम

- वस्तू वा सेवेतील निरंतर सुधारणांसाठी ध्येय निश्चित करा.
- नव्या तत्त्वज्ञानाचा स्वीकार करा.
- मोठ्या प्रमाणातील तपासणीवर अवलंबून राहू नका.
- नुसत्या कमी किमतीचाच माल खरेदी करण्याची सवय बदला.
- उत्पादन व सेवा देणाऱ्या कार्यक्रम पद्धतीत निरंतर व अव्याहत सुधारणा करीत राहा.

- ह्या कार्यपद्धतीसाठी प्रशिक्षण घ्या.
- ह्या चळवळीचे नेतृत्व करा.
- लोकांच्या मनातील भीती घालवा.
- कामगारांच्या मनातील अडथळे दूर करा.
- घोषवाक्ये, उपदेश व कामगारांसाठी उद्दिष्ट संख्या दूर करा.
- आकड्यातील उद्दिष्टे दूर करा.
- कामातील स्वाभिमानाआड येणारे अडथळे दूर करा.
- प्रत्येकासाठी 'व्यक्तिमत्व विकास' आणि स्वत:त सुधारणा करण्यासाठी प्रशिक्षण द्या.
- हा बदल/ही क्रांती घडवून आणण्यासाठी कार्यरत राहा.

डॉ. विल्यम डेमिंग हे जगातील एक प्रख्यात गुणवत्ता सल्लागार होते. त्यांच्या कामामुळेच जपानी उद्योगांना व्यवस्थापनाची एक नवी दिशा मिळाली आणि त्याच्या जोरावर गुणवत्ता आणि उत्पादकता यात त्यांनी क्रांती केली. जगाला एक नवीन परिमाणच मिळवून दिले. त्यांनी सांगितलेल्या १४ मार्गदर्शक सूचनांचा वापर करून अमेरिकनेही नेत्रदीपक यश संपादन केले. डॉ. डेमिंग यांनी ४० वर्षांहूनही अधिक काळ गुणवत्तेसाठी जगभर प्रवास करून गुणवत्तेच्या इतिहासात आपले नाव अजरामर केले.

विसाव्या शतकाच्या उंबरठ्यावर विल्यम डेमिंग यांचा जन्म झाला. दुसऱ्या महायुद्धाच्या पार्श्वभूमीवरच हा एक अद्वितीय नेता ठरला. त्यांच्या संपूर्ण क्रांतिकारक विचारांनी जगातील गुणवत्ता व्यवस्थापनाला प्रचंड झळाळी लाभली. गुणवत्तेचा आवाज बुलंद झाला. त्यांच्या मार्गदर्शनामुळेच अमेरिकेला उत्पादन खर्चावर नियंत्रण ठेवून स्पर्धात्मकता मिळवता आली. त्यांच्याच नेतृत्वामुळे गुणवत्ता क्षेत्रातील जपानची वाटचाल सोपी होऊन जपानला आपले अस्तित्व टिकवता आले. एवढेच नव्हे तर गुणवत्ता विषयात जपान एक दीपस्तंभ बनला.

■■

हेन्री फोर्ड

आधुनिक वाहन उद्योगाचा जनक

'अपयश हे पुन्हा एकदा अधिक हुशारीने
काम करण्याची संधी आहे.'

आपण आज विसाव्या शतकाच्या स्थित्यंतरातून जातो आहोत. अशाच प्रगतीपथावर असणाऱ्या विसाव्या शतकाच्या स्थित्यंतराचा सामना हेन्री फोर्ड २००० या शतकात करीत होते. त्यावेळीही प्रगतीसाठी प्रचंड वाव होता, मोठ्या प्रमाणात बदल घडत होते. वादग्रस्त परंतु अपरंपरागत कार्यपद्धतीचा वापर हेन्री फोर्ड हे त्या काळी व्यवस्थापन आणि प्रशासनासाठी करीत होते. त्यामुळेच ते एक यशस्वी औद्योगिक साम्राज्य उभे करू शकले होते. आर्थिक विकास आणि शेअर बाजार यांच्या विकासामुळे नोकरवर्गासाठीही अनेक संधी उपलब्ध होत होत्या आणि या औद्योगिक क्रांतीच्या वेळीच अतिशय सभ्य पण प्रचंड कार्यप्रवण हेन्री फोर्ड यांचा उदय झाला होता. कामगारांच्या आणि प्रशासनाच्या आगळ्या वेगळ्या धोरणांनी आणि ग्राहकांच्या विशेष संबंधामुळे उद्योगाला एक वेगळेच परिमाण त्यांनी दिले.

हेन्री फोर्ड हे संशोधक लोककल्याण करणारे आणि यशस्वी अमेरिकन उद्योजक होते. जगप्रसिद्ध 'फोर्ड मोटर्स'या कंपनीचे निर्माता होते. त्यांचा जन्म अमेरिकेतील मिचिगन (Michigan) मधील डिरबोर्न या गावी ३० जुलै १८६३ साली झाला. त्यांचे मातापिता विल्यम आणि मेरी फोर्ड हे मूळचे आयरिश होते व अमेरिकेत शेती व्यवसाय करीत होते. खेड्यातील एका छोट्या खोलीच्या शाळेतच हेन्रीच्या शिक्षणाची सुरुवात झाली होती. शेती व्यवसाय आणि खेड्यातल्या वास्तव्यामुळेच हेन्रीला वाहन उद्योगाने पछाडले असावे. कष्टाच्या मानाने शेती व्यवसायात उत्पन्न फारच कमी असते असे त्यांना वाटे. आपल्या आई–वडिलांना शेतीच्या कामात मदत करीतच त्यांच्या शिक्षणाला सुरुवात झाली. शाळा आणि शेती त्यांना आवडत नसे. त्यामुळे वयाच्या सोळाव्या वर्षीच नोकरीच्या शोधात ते डेट्रॉइट येथे आले.

एका कारखान्यात त्यांनी शिकाऊ उमेदवार म्हणून काम स्वीकारले. तेथेच इंजिनशी त्यांचा परिचय झाला. अनेक वर्षे या व्यवसायाचा अभ्यास करून ते आपल्या शेतावर परतले आणि एका इंजिनाच्या कंपनीत अर्धवेळ नोकरी करू लागले. शेतावरच

त्यांनी एक छोटी कार्यशाळा सुरू केली. तिथेच त्यांची यंत्राशी दोस्ती सुरू झाली. त्याच काळात 'कॅरा ब्रॅन्ट' या तरुणीच्या प्रेमात पडून १८८८ साली त्यांचा विवाह झाला.

काही वर्षांनी हेन्री फोर्ड डेट्राइटला परतले आणि तेथील डेट्राइट एडिसन कंपनीत मुख्य अभियंता म्हणून त्यांनी जबाबदारी स्वीकारली. ह्या जबाबदारीमुळे चोवीस तासात केव्हाही कंपनीतून बोलावणे येत असे; परंतु या अनियमित कामाचा फायदा त्यांनी विविध प्रयोग करण्यासाठी करून घेतला. आपले इंधनावर चालणारे वाहन बनवण्याआधी त्यांनी अनेक वर्षे प्रयोग केले. कारण त्यावेळी घोड्याशिवाय वाहन ही आश्चर्यकारक संकल्पना होती. बग्गीच्या सांगाड्याचा वापर करून पहिले चार चाकी वाहन त्यांनी १८९६ साली तयार केले आणि ते विकून पुढील प्रयोगांसाठी भांडवल उभे केले. पुढील अनेक वर्षे त्यांनी त्यात सुधारणा केल्या त्याच बरोबर त्यांनी शर्यतीसाठी वापरायच्या कारची निर्मिती केली आणि स्वत: ती शर्यतीसाठी वापरली. बाजारात विक्रीसाठी त्यांची पहिली कार १९०३ साली तयार झाली. डेट्राइटच्या नागरिकांकडून भांडवल उभारणी करून त्यांनी 'फोर्ड मोटर्स' ही कंपनी सुरू करून कार उत्पादनास सुरुवात केली. त्यांनी तयार केलेल्या यशस्वी 'टी कार'चे उत्पादन पुढे १९ वर्षे सतत चालू होते. कोणतेही मोठे यश समस्येविना कसे मिळणार? वाहन क्षेत्रातील काही संस्थांनी त्यांना आव्हान दिले. कायदेशीर कारवाईत जवळ जवळ एक वर्ष फोर्ड यांना झगडावे लागले. त्यातील त्यांच्या विजयामुळे कार उत्पादनात अनेक व्यवसायिकांना प्रवेश करता आला.

फोर्ड यांनी वापरलेल्या नवीन तंत्रज्ञानामुळेच त्यांना 'टी कारचे' उत्पादन बाजारात आणून सर्वसाधारण जनतेला उपलब्ध करून देता आले. कार उत्पादन करणारी जगातील पहिली असेंब्ली लाईन त्यांनी १९१३ साली सुरू केली. त्यामुळे कारच्या उत्पादनाची किंमत बरीच कमी होऊ लागली. त्यांनी प्रथमच पाच डॉलर प्रतिदिन एवढा मोठा पगार कामगारांना दिला. हे सर्व वाढविलेल्या उत्पादकतेमुळे शक्य झाले असा त्यांचा दावा होता. अर्थात फोर्ड साहेबांच्या या देदिप्यमान यशामुळे अनेक वादही निर्माण झाले. कंपनीच्या भागधारकांनी कंपनीने मिळवलेला फायदा फोर्ड साहेबांनी कंपनीच्या विस्तारासाठी वापरून आमचे नुकसान केले असा दावा करून फोर्ड यांना कोर्टात खेचले. कोर्टानेही भाग धारकांची बाजू उचलून धरली; परंतु १९२० साली फोर्ड यांनी कंपनीचे सर्व समभाग स्वत:च विकत घेतले. फोर्ड मोटर्सला स्वायत्त करून 'रिव्हरराऊज' येथे त्यांनी प्रचंड मोठा कारखाना उभारला. टी मॉडेल जुने झाल्यामुळे १९२६ नंतर त्यांचा खप कमी व्हायला सुरुवात झाली आणि त्यांची बाजारपेठ 'जनरल मोटर्स' यांचे

कडे झुकू लागली. फोर्ड यांना त्यांचा कारखाना साधारण पाच-सहा महिन्यांसाठी बंद ठेवावा लागला. पुढे त्यांनी आपली 'अे' प्रकारची कार आणि प्रसिद्ध 'व्ही ८' अशी नवीन मॉडेल्स बाजारात आणली, परंतु तो पर्यंत बाजारात 'जनरल मोटर्स आणि क्रायस्लर' यांनी बाजी मारली होती.

फोर्ड मोटारच्या या अपयशाला फोर्ड साहेबांचा हट्टीपणा आणि हुकूमशाही कार्यपद्धती ही कारणे दिली जातात. जरी १९१९ साली हेन्री फोर्ड यांचे एकमेव पुत्र एडसेल यांची कागदोपत्री नियुक्ती फोर्ड मोटर्सचे अध्यक्ष म्हणून झाली असली, तरी सर्व अधिकार व नियंत्रण प्रत्यक्ष हेन्री साहेबांकडेच होते. त्यावेळी 'जनरल मोटर्स आणि क्रायस्लर' यांनी युनायटेड ऑटोमोबाईल वर्कर्स या संघटनेशी करार केले होते. फोर्ड साहेबांनी मात्र तसे करण्यास साफ नकार दिला होता. कामगार संघटना तयार होऊ नये म्हणून त्यांनी पोलीस आणि हेरांची मदत घेणे स्वीकारले. परंतु प्रचंड दबावामुळे १९४१ साली त्यांना 'युनायटेड ऑटोमोबाइल वर्कर्स' या कामगार संघटनेबरोबर करार करावाच लागला. १९४३ साली फोर्ड यांच्या मुलाचा मृत्यू झाला आणि पुन्हा हेन्री फोर्ड यांना कंपनीचे अध्यक्षपद स्वीकारावे लागले. हृदयविकाराच्या दोन तीव्र झटक्यांचा सामना करावा लागल्यामुळे त्यांनी कंपनीचे अध्यक्षपद दोन वर्षांनी आपला नातू द्वितीय हेन्री फोर्ड यांचेकडे सुपूर्त केले आणि ७ एप्रिल १९४७ साली जगाचा निरोप घेतला.

कामाचा प्रचंड आवाका, अगदी नवीन आणि अपरंपरागत कार्यपद्धतीचा प्रशासनात वापर, अविश्रांत मेहनत आणि कल्पक प्रयोग करण्याची तयारी यामुळे हेन्री फोर्ड यांच्या उद्योग साम्राज्याने अद्वितीय यश संपादन केले. प्रचंड यश मिळवणाऱ्या माणसांनी आपल्या भोवती वादंग निर्माण केले नाहीत तरच नवल. हेन्रीही त्या काळात मोठ्या वादाच्या भोवऱ्यात सापडले होते. अनेक लोक त्यांचेकडे कौतुकाने बघण्यापेक्षा शंकेनेच बघत असत. त्यांना हेन्रीचे व्यक्तिमत्व संशयात्मक आणि अनाकलनीय वाटत असे. त्यामुळे त्यांचे औद्योगिक यश परिपूर्ण वाटत नाही, पूर्ण विकसित वाटत नाही किंवा त्यांनी अधिक उंची गाठली असती असे वाटते. अर्थात त्यांचेवर केलेल्या दोषारोपांमुळे किंवा ते त्यांच्या ग्राहकांचा गैरफायदा घेत आहेत अशा समजांवरही त्यांच्या हुषारीने आणि प्रशासन पद्धतीने विजय मिळवून त्यांनी मिळवलेले यश जास्त महत्त्वाचे वाटते. त्यामुळे त्यांचा अध:पात झाला असे वाटत नाही. अर्थातच त्यामुळे त्यांच्यावर बरीच टीका मात्र झाली आणि ते वादग्रस्त व्यक्तिमत्त्व बनले आणि या दोषांवर नियंत्रण मिळवले असते तर त्यांनी आत्ता मिळवलेल्या यशापेक्षा जास्त यश मिळवले असते असे अनेकांना वाटते. विसाव्या शतकाच्या मध्यावर फोर्ड मोटर्स ही कंपनी अतिशय यशस्वी कंपनी ठरली होती. परंतु लवकरच त्यांना उतरती कळा आली.

त्यांची प्रतिदिनी पाच डॉलर पगार ही योजना अल्पयश देणारी ठरली, त्याला त्यांची कामगारांबद्दलची इतर धोरणे पूरक नव्हती हे कारण होते. त्यामुळे लगेचच खर्च कमी करा हे धोरण अवलंबावे लागले आणि त्यासाठी कामगारांचे पगार अर्ध्यावर आणावे लागले. उत्पादन वाढविण्यासाठी कामगारांना अधिक जलद काम करावे लागत होते, अधिक कष्ट उचलावे लागत होते. कामातील मौज कमी करून जास्त कडक शिस्त आणावी लागली होती. फोर्ड हुकूमशहा बनू लागले. कंपनीत जुन्या कामगारांना काढून तरुणांची भरती होऊ लागली. कारण ते अधिक उत्पादक असत त्यामुळे बाजारात केसांच्या काळ्या रंगाची विक्री अधिक वाढली. फोर्ड यांची आपल्या कामगारांशी असलेली ही वागणूक अन्यायी आणि गैरवाजवी वाटते. नोकरीच्या भीतीने लोक अधिक श्रम करीत. या काळातच हेन्री फोर्ड यांचा जातीयवाद फोफावला, त्यांचा अहंकार उफाळला. अमेरिकेतील औद्योगिक समस्यांचे कारण 'ज्यू' लोकच आहेत असा प्रचार त्यांनी सुरू केला. ज्यू लोकांबद्दल त्यांच्या मनात असलेला आकस त्यावेळी बाहेर पडत होता. आरॉन सॅपीरो या माणसाने हेन्री फोर्ड यांना कोर्टात खेचले. हेन्री फोर्ड यांच्या जातीयवादाचे पुरावेच त्याने कोर्टात सादर केले. बायबलच्या भाकिताप्रमाणे ज्यू लोकांनी पॅलेस्टाईनमध्ये परतायला पाहिजे पण त्या पूर्वी त्यांना अमेरिकेतील सर्व संपत्ती हडप करायची आहे, आरॉन हा निरर्थक गोष्टी करणारा माणूस त्यामुळे त्याला अमेरिकेतून लाथ मारून हुसकावून द्यायला हवे, अशी विधाने फोर्ड यांनी केली होती. कोर्टातील या भांडणामुळे स्वत: फोर्ड आणि फोर्ड मोटर्सची मानहानी झाली होती. पहिल्या फेरीत न्यायाधिशांमध्येही मतभेद झाले होते. फोर्ड यांनी माफी मागून माघार घेतल्यामुळे ह्या रेंगाळलेल्या खटल्याचे कामकाज थांबले. परंतु फायदा आणि उत्पादन कमी झाल्यामुळे फोर्ड मोटर्स मागे पडली. तिचा बाजारपेठेतील हिस्साही कमी झाला.

हेन्री फोर्ड हे वाहन उद्योगाचे पितृतुल्य व्यक्तिमत्त्व आहे. त्यांनी उभारलेला 'रिव्हर रॉडंज' प्रकल्प तर वाहन उद्योगातील एक मंदिरच समजले जाते. हजारो माणसे येथे काम मिळविण्यासाठी वाऱ्या करीत असत. परदेशी लोकांना येथे काम मिळणे म्हणजे आयुष्यातील उज्ज्वल भविष्याची नांदीच वाटे. येथे युरोप अमेरिकेतील एकूण पन्नास हजार माणसे काम करीत. पित्याच्या थाटात हेन्री फोर्ड यांनी कामगारांसाठी शाळा काढल्या. त्यांना इंग्रजीचे धडे दिले. सहली काढल्या. जेवणावळी दिल्या. त्यांची ध्येयधोरणे अनोखी परंतु अत्यंत चतुराईची होती. त्यांचे एक धोरण वादाच्या प्रचंड भोवऱ्यात अडकले ते म्हणजे त्यांनी गुन्हेगारांना आपल्या कंपनीत कामाच्या संधी उपलब्ध करून दिल्या. हेन्री फोर्डच्या विनंतीवरून हजारो गुन्हेगार कंपनीच्या हजेरीपटावर आले. हा निर्णय नुसताच संशयास्पद नव्हता तर सर्वांनाच आश्चर्यचकित करून सोडणारा

होता. फोर्डमधील कामाला एवढी प्रचंड मागणी असताना हा निर्णय अगदीच तऱ्हेवाईक वाटत होता.

चोर अपराधी आणि धोकादायक गुन्हेगारांना नोकऱ्या देण्याचे साहस हेन्री फोर्डने का केले असेल? सर्वांनाच हे फार मोठे कोडे होते. त्यांचा उजवा हात असलेले हेन्री बेनेट यांच्या म्हणण्याप्रमाणे फोर्ड यांच्या अंत:करणात गुन्हेगारांविषयी करूणा होती आणि थोडा प्रयत्न करून का होईना पण त्यांचे पुनर्वसन व्हावे असे त्यांना वाटत होते. नवीन कामगारांनी फोर्डनाच खूष केले असे नाही, तर कंपनीचाही फायदा करून दिला. ह्या धोरणामुळे कंपनीत जुन्या कामगारांनाच नाही तर सर्व देशालाच आश्चर्यचकित केले. या धोरणावर प्रचंड टीका झाली. अनेक लेख लिहिले गेले. खर्च न करता फोर्ड मोटर्सची जाहिरात होत होती. तऱ्हेवाईक, एककल्ली असली तरी या कल्पनेमुळे कंपनीचा प्रसार होऊन बाजारपेठ मात्र वाढली.

हेन्री फोर्ड यांनी जानेवारी १९१४ मध्ये आपल्या कामगारांचा रोजचा पगार पाच डॉलर्स असा जाहीर केला. ही बातमी देशभरातील सर्व वर्तमानपत्रातून ठळकपणे प्रसारित झाली. सर्व कामगार नेत्यांना आश्चर्याचा धक्काच बसला तर सर्व उत्पादकांची त्रेधातिरपिट होऊन पाचावर धारणच बसली. फोर्ड मोटर्सच्या सर्व शाखांत ही योजना ताबडतोब अंमलात येणार होती. त्याचबरोबर कामगारांना फायद्यातही वाटा मिळणार होता. सबंध देशालाच हलवून टाकणारा हा निर्णय होता पण याचा परिणाम नोकरीसाठी डेट्रॉइट शहरात कामगारांचा महापूर लोटत होता. पुढील दहा वर्षे फोर्ड मोटर्सच्या कोणत्याही शाखेत काम मिळविण्यासाठी कामगार वाटेल ते दिव्य करायला तयार होते. वाहन उद्योगात ही एक अद्वितीय घटना होती. 'जनरल मोटर्स' आणि 'क्रायस्लर' अशा कंपन्यातही कामगारांचे सर्वसाधारण रोजचा पगार २.५ डॉलर्स इतका होता. फोर्ड यांनी वाढविलेला पगार ही खरं तर एक धूळफेक होती. त्यामुळे त्यांना कामगारांवर जास्त नियंत्रण मिळणार होते. फोर्डना आपल्या कंपनीची भरभराट करावयाची होती आणि कामगार हे कंपनीचाच हिस्सा आहेत.

हेन्री फोर्ड यांनी आपल्या कंपनीत प्रथमच समाजशास्त्र विभाग चालू केला. त्यामुळे त्यांना कामगारांच्या खासगी आयुष्यावरही नियंत्रण ठेवता आले. हा अभ्यास करणारे अधिकारी कंपनीकडून फायद्याचा भाग अधिक मिळविण्यासाठी कसे वागावे याचा सल्ला देऊ लागले. त्यामुळे भ्रष्टाचार विरहित कामगारांचे जाळे निर्माण करता आले आणि कंपनीत घडणाऱ्या दैनंदिन घटनांची पाहणी होऊ लागली. कंपनीत चोऱ्या होत नाहीत ना किंवा काही अवैध घटना घडत नाहीत ना हे पाहण्यासाठी जवळजवळ एक हजार माणसे नेमली गेली. या बाबतीत व्यवहारातील अनेक पैलूंवर कामगारांच्या

मुलाखती घेतल्या जात होत्या. या गोष्टीकडे जास्त पगार, जास्त उत्पादन आणि उत्पादकता मिळविण्यासाठी द्यावी लागणारी छोटी किंमत म्हणून बघितले जात होते आणि त्यामुळेच कंपनीची उन्नती होणार होती अशी त्यांची धारणा होती.

बऱ्याच लोकांना या कामामुळे कामगाराच्या लोकशाही अधिकारावर घाला घातला जातो आहे, अशी भावना निर्माण होऊ लागली. त्यांच्या खासगी आयुष्यावर नियंत्रण म्हणजे त्यांचे जीवन यांत्रिक, यंत्रमानवासारखे करून टाकणे होते. परंतु आपली नोकरी टिकवण्यासाठी आपल्यावर ही सक्ती होत आहे असेही वाटत होते. विसाव्या शतकात आपल्या उद्योगाला यशस्वी करण्यासाठी ही धडपड हेन्री फोर्ड करीत होते. बरेच कामगार त्यांच्याकडे एक पितृतुल्य व्यक्ती म्हणून बघत होते आणि शेवटी घराण्याच्या उन्नतीसाठी वडिलांना काही कठोर गोष्टी कराव्याच लागतात (आणि त्यात कामगारांचेही भले होतेच.) असाही विचार कामगारांत होता. हेन्री फोर्डही तसेच होते. या सर्वांचा परिणाम म्हणून १९२३ साली फक्त डेट्राईट मध्ये फोर्डच्या ७२२१ कार्स होत्या म्हणजे प्रत्येक सहा माणसांमागे एक फोर्ड कार वापरली जात होती.

हेन्री फोर्ड हा काही हावरट उद्योगपती नव्हता. त्यांच्या वेगळ्या आणि अपरंपरागत धोरणामुळे कंपनीने अभूतपूर्व यश मिळविले होते. सर्व जगातील मोठ्या मंदीच्या काळात त्यांनी कामगारांच्या आशा–आकांक्षा जागृत ठेवल्या होत्या. जगाने बहिष्कृत केलेल्यांना नोकऱ्या देण्यामागे मनाचा खूप मोठेपणा होता, एक वेगळा दृष्टिकोन होता. फोर्ड यांना आपल्या कामगारांना नीतीमान नागरिक करावयाचे आणि त्यांच्यातून कंपनीकरता इमानी, विश्वासार्ह नेतृत्व तयार करायचे होते. त्यातूनच आर्थिक यश निर्माण होणार अशी त्यांची श्रद्धा होती.

आपले साध्य यातूनच निर्माण होणार आहे याची त्यांना खात्री होती. समाजाला नेहमीच आपले सर्व विचार पटणार नाहीत आणि आपण हा धोका पत्करतो आहोत याचीही त्यांना कल्पना होती. ते नेहमी म्हणत, ‘‘आपण आपली कंपनी खूप मोठी करणार आहोत. आपल्याला अद्वितीय आणि खूप प्रचंड यश मिळवायचे आहे.’’ त्यांनी आश्चर्यकारकपणे आपले हे ध्येय गाठले आणि आपली विचारसरणी योग्यच होती हे दाखवून दिले.

■■

डॉ. कावरू इशिकावा

जपानी क्रांतीचा अग्रदूत

'गुणवत्ता नियंत्रणाची सुरुवात आणि शेवट प्रशिक्षणाने होतो.'

मानवी इतिहासातील पहिल्या अणुबॉम्बचा वापर दुसऱ्या महायुद्धात जपानवर होऊन जपान बेचिराख झाला. अशा परिस्थितीतून सावरायचे कसे हा गहन प्रश्न जपानी विचारवंतांबरोबरच अमेरिकन विद्वानांनाही सतावत होता. त्यातून त्या वेळची जपानची प्रतिमा 'रद्दी मालाची बाजारपेठ' अशी होती. कोण घेणार त्यांनी तयार केलेली ही उत्पादने? पण नियतीच्या मनात क्रांतीची बीजे होती. डॉ. डेमिंग आणि डॉ.जुरान या अमेरिकेतील गुणवत्ता गुरूंना जपानमध्ये बोलावले गेले. जपानमधेही जपानी युनियन ऑफ साइन्टिस्टस ॲण्ड इंजिनिअर्स (JUSE) ह्या संस्थेची स्थापना करण्यात आली. जपानमध्ये गुणवत्तेचा प्रसार आणि विकास करणे हे ह्या संस्थेचे प्रमुख उद्दिष्ट होते. या संस्थेच्या स्थापनेत आणि विकासात डॉ. कावरू इशिकावा यांचा सिंहाचा वाटा होता. जरी क्रांती ही लोकांच्या प्रचंड सहभागातून उभी राहात असली तरी या सहभागाला दिशा दाखवण्याचे काम थोड्या हुशार, कल्पक आणि प्रचंड बांधीलकी मानणाऱ्या विद्वानांना करावे लागते. हे काम जपानमध्ये डॉ.कावरू इशिकावा यांनी डॉ. डेमिंग आणि डॉ.जुरान यांच्या मार्गदर्शनाखाली केले. गुणवत्ता संकल्पना व्यवहारात आणणारी प्रचंड सेनाच 'क्वालिटी सर्कल' या चळवळीच्या माध्यमातून त्यांनी निर्माण केली. ही महत्त्वाची चळवळ जपानमध्येच नाही तर सर्व जगात पसरवण्याचे मोठे काम त्यांनी केले.

डॉ. कावरू इशिकावा यांचा जन्म १३ जुलै १९१५ ला टोकियो येथे झाला. इचिरो इशिकावा यांचे ते आठवे अपत्य, येथे आपल्याला श्रीकृष्ण जन्माची आठवण होते. श्रीकृष्णाने धर्मप्रतिष्ठापनेसाठी युद्ध स्वीकारून ते जिंकले. डॉ. इशिकावा यांनी गुणवत्तेसाठी युद्ध पुकारून लोकांना संघटित करून जपानसाठी ही जागतिक लढाई जिंकली. इशिकावा यांनी रसायनशास्त्रातील अभियांत्रिकी पदवी संपादन करून जगप्रसिद्ध 'निसान' या कंपनीत आपल्या औद्योगिक कारकिर्दीला सुरुवात केली. पुढे

ते 'टोकियो विद्यापिठात' प्राध्यापक म्हणून रूजू झाले आणि १९७८ साली ''मुसाशी इन्स्टिट्यूट ऑफ टेक्नॉलॉजी'' या संस्थेत अध्यक्ष झाले. १९४७ साली ते जूस (JUSE) ह्या नावाजलेल्या संस्थेतील गुणवत्ता संशोधन गटात सामील झाले आणि जपानच्या गुणवत्ता क्रांतीचे एक आघाडीचे सूत्रधार बनले. ज्यूस या संस्थेने चालवलेल्या 'गॅम्बा टू क्यु सी' या नियतकालिकाच्या संपादक पदावर असताना वाचकांचा प्रचंड प्रतिसादाचा असतांनाच त्यांना 'क्वॉलिटी सर्कल' ही कल्पना सुचली आणि तिचा वापर करून जाचा रद्दीमालाची बाजारपेठ ते जगातील सर्वात उत्तम गुणवत्ता निर्माण करणारा देश, हा प्रवास त्यांनी घडवला आणि गुणवत्ता नियंत्रणात जगाला एका आगळ्या वेगळ्या चळवळीची देणगी दिली. 'क्वालिटी सर्कल' हे नुसतेच तत्त्वज्ञान नाही तर हे तत्त्वज्ञान व्यवहारात कसे उतरावे ह्याची सुरेख कार्यपद्धती ही त्यात आहे. त्यांच्या या योगदानामुळे ते 'फादर ऑफ क्वालिटी सर्कल' म्हणून ओळखले जातात.

एका कारखान्यात काम करीत असतांना त्यांना एक कल्पना सुचली की, आपल्या कामातील कोणताही परिणाम कारणाशिवाय होत नाही. प्रत्येक परिणामाला काही कारणे जबाबदार असतात. बुद्धिमता वापरून या कारणाचा शोध घेता येतो आणि ही कारणे दूर केली की त्यामुळे होणारे परिणामही दूर होतात. या विचारधारेचे रूपांतर त्यांनी 'कारण आणि परिणाम' या आकृतीत केले. ती पुढे फिश बोन आणि इशिकावा आकृती म्हणून प्रसिद्ध झाली. पुढे गुणवत्ता मंडळासाठी तर ही आकृती वरदानच ठरली. 'कारण आणि परिणाम' आकृतीच्या मदतीशिवाय गुणवत्ता मंडळाचे कामच पुरे होऊ शकणार नाही, इतकी ही आकृती प्रभावी ठरली. इतकेच काय पण कोणतीही समस्या ह्या आकृतीच्या मदतीने सोडविता येते.

कारखान्यात गुणवत्ता वाढविण्याच्या प्रयत्नांना डॉक्टरांनी संख्याशास्त्राची जोड दिली. दैनंदिन व्यवहारातील समस्या सोडविण्यासाठी संख्याशास्त्रातील संकल्पना सहज वापरता येतात, हे त्यांनी जगाला दाखवून दिले. समस्येच्या निवडीपासून तर समस्या उपायांच्या प्रभावी अंमलबजावणीपर्यंतच्या मार्गातील महत्त्वाचे टप्पे आणि त्यासाठी वापरायच्या विविध तंत्राची शास्त्रशुद्ध कार्यपद्धती त्यांनी विकसित केली आणि ती उत्पादन प्रक्रियेतील महत्त्वाचा घटक असणाऱ्या कामगारापर्यंत सहज पोहचवली. आपल्या कामगिरीमुळे गुणवत्तेच्या जागतिक वाटचालीत गुणवत्ता क्षेत्रातील महत्त्वाचे आणि प्रभावी 'गुरू' हा लौकिक त्यांनी मिळवला. सुरुवातीला या चळवळीकडे सर्वजण जरा संशयानेच बघत असत. परंतु डॉक्टरांच्या कामगिरीमुळे त्यांची विचारधाराच बदलली व ही चळवळ विश्वासार्ह ठरली.

संपूर्ण गुणवत्ता नियंत्रण (सीडब्ल्यूक्यूसी) ह्या महत्त्वाच्या संकल्पनेचे जनकत्वही

डॉ. कावरू इशिकावा यांचेकडेच जाते. पुढे हीच संकल्पना अमेरिकेत 'टोटल क्वालिटी मॅनेजमेंट' 'टीक्यूएम' म्हणून विकसित झाली. व्यवस्थापकांनी नुसत्या उत्पादनाच्या गुणवत्तेवर समाधान न मानता कंपनीत घडणाऱ्या प्रत्येक कृतीत ही गुणवत्ता कशी येईल, याचा विचार करून प्रत्येक कामात गुणवत्ता आणायला हवी. यापुढे जाऊन आयुष्यातील प्रत्येक गोष्टीत सुधारणा घडवून आयुष्याचा दर्जा वाढवायला हवा, हा मंत्र त्यांनी जगाला दिला.

गुणवत्ता नियंत्रण आणि विकास ही सातत्याने चालणारी प्रक्रिया आहे म्हणजेच आज जगात असणारे सर्वोत्तम उत्पादनही प्रयत्न केल्यास सुधारणा करून अधिक चांगले करता येते, हा विश्वास डॉक्टरांनी उत्पादकांना दिला. त्यांच्या 'कारण परिणाम' आकृतीच्या मदतीने समस्यांच्या अगदी मुळाशी जाऊन मूलभूत कारणांचा शोध सामान्य माणसाला घेता येऊ लागला आहे. 'कारण परिणाम आकृती' बरोबरच समस्या सोडविण्याच्या साध्या सोप्या पण अतिशय उपयुक्त अशा सात तंत्राचा वापर त्यांनी सर्वसामान्य कामगारांना करायला लावला आणि व्यवसायातील सर्व माणसांनाच ज्ञानाच्या उत्पादन प्रक्रियेत सामील करून घेतले. संस्थेच्या विकासासाठी कामगारांच्या प्रशिक्षणा इतकेच व्यवस्थापकाच्या प्रशिक्षणालाही महत्त्व आहे ही गोष्ट त्यांनी संबंधितांना पटवून दिली. कोणत्याही संस्थेचे यश हे त्या संस्थेतील सर्व स्तरावरील माणसांवर अवलंबून असते. परंतु असे असले तरी सर्व कामात उच्च स्तरीय व्यवस्थापकांच्या सक्रिय सहभागाशिवाय कोणतीही संस्था अपेक्षित यश संपादन करू शकत नाही. व्यवस्थापकांची ही क्षमता म्हणजे भावी यशाची नांदीच असते, असे त्यांना वाटे.

कोणतेही उत्पादन मग ते जो पर्यंत वापरात आहे त्या सर्व कालावधीत त्या उत्पादनाच्या कामाची आणि दर्जाची हमी देता यायला हवी असे, आग्रही प्रतिपादन ते करीत. किंबहुना ही त्यांनी उत्पादकांना दिलेली नवी दृष्टी ठरली. दर्जात सतत सुधारणा करीत राहाण्याची गरजही त्यांनी पटवून दिली. कोणत्याही उत्पादनाचा आपण ठरविलेला आदर्श दर्जा हे मोजमाप नाही तर त्या दर्जामुळे होणारे ग्राहकांचे समाधान हे महत्त्वाचे आहे आणि म्हणूनच व्यवस्थापकांनी ग्राहकांचे समाधान मिळवण्यासाठी सतत झटले पाहिजे, हाच सल्ला त्यांनी व्यवस्थापकांना नेहमीच दिलेला आहे. डॉक्टरांमध्ये प्रचंड उत्साह होता. त्यांच्या कामाचा आवाका बघून लोक त्यांना आदराने 'बुलडोझर' म्हणत असत. माणसांच्या बाबतीत ते अतिशय संवेदनशील होते. त्यांचे मनही खूप मोठे होते, कोमल होते. पण त्यांच्या कामात अतिशय सातत्य होते आणि ते दुराग्रही होते.

समकालीन, नावाजलेल्या गुणवत्ता गुरूंची फक्त शिकवणच त्यांनी अंगिकारली नाही तर त्यांच्या शिकवणीत आपले विचार आणि अनुभव यांचा उपयोग करून त्या शिकवणीचा विकास करीत ती जपानी संस्कृतीशी जुळवून घेतली. डॉ.डेमिंग यांनी सुचविलेल्या 'पीडीसीए' (प्लॅन टू चेक आणि अॅक्ट हे तंत्र) या विचार प्रक्रियेतील चार टप्प्यात दोन टप्प्यांची भर घालून सुधारित 'पीडीसीए' सुचवली ती अशी : ● ध्येय ठरवा, ●ध्येय कसे गाठणार त्याचे मार्ग ठरवा. ● निरंतर शिक्षण आणि प्रशिक्षणावर जोर द्या. ● ठरवलेले आचरणात आणा. ● अंमलबजावणी होते आहे की नाही ते पाहा, ● जरूर ते बदल करा. हे त्यांनी सुचवलेले सहा टप्पे आहेत.

डॉक्टरांच्या शिकवणीचा महत्त्वाचा भाग असा होता की,प्रत्येक संस्थेला आपल्या कामगारांना आनंदी ठेवण्याची कळकळ असायला हवी. कामगारांना आनंदी आणि समाधानी ठेवता येत नसेल, तर त्या संस्थेच्या अस्तित्वाचा उद्देशच नाहीसा होईल. हा संदेश अनेक संस्थापर्यंत पोहचवण्यासाठी डॉ. कावरू इशिकावा झटले. डॉ.इशिकावा यांनी १९६७ आणि १९८५ साली भारतालाही भेट दिली होती. भारतालाही डॉक्टरांच्या गुणवत्ता कार्यातून खूप काही शिकून आपली प्रगती साधता येईल, ही प्रेरणा तरूण उद्योजकांना घेता यावी म्हणून हा लेख प्रपंच. एक अतिशय देदिप्यमान कारकीर्द मागे ठेवून १६ एप्रिल १९८९ मध्ये वयाच्या ७४ व्या वर्षी डॉक्टरांनी इहलोकीची आपली यात्रा संपवली आणि ते गुणवत्तेचे जगद्गुरू म्हणून मागे उरले.

■■

सोयिचीरो होंडा

जपानी कर्मयोगी

'९९ टक्के परिश्रमाचा परिणाम म्हणून १ टक्का यश प्राप्त होते.'

होंडा हे नाव माहीत नाही असा माणूस जगात सापडणे विरळाच. परंतु त्यांचे चरित्र माहीत असणे मात्र तितकेच अवघड. सोयिचीरो होंडा हे जगातील अद्वितीय आणि उत्तुंग व्यक्तिमत्त्व. त्यांचा जन्म १७ नोव्हें. १९०६ रोजी जपानमधील एका लोहाराच्या कुटुंबात झाला. जपान सरकारचा प्रचंड विरोध असताना देखील जगातला सर्वात मोठा वाहन उद्योग त्यांनी सुरू केला. त्यांनी निर्माण केलेली 'ॲकॉर्ड' ही मोटार एके काळी अमेरिकेतील सर्वात अधिक मागणी असलेली मोटार म्हणून सुप्रसिद्ध होती. ग्राहकांशी असलेल्या संबंधाबद्दल ते प्रसिद्ध होते, किंबहुना ग्राहक आणि उत्पादक संबंधाला त्यांनी एक नवा आयाम दिला असेही म्हणता येईल.

आश्चर्याची गोष्ट म्हणजे त्यांनी ऑटोमोबाइल क्षेत्रातले कोणतेही पारंपरिक शिक्षण घेतलेले नव्हते आणि तरीही या क्षेत्रात काम करण्याची कोणतीही संधी त्यांनी दवडली नाही. मोटार हा त्यांचा जिव्हाळ्याचा विषय होता. १९२८ साली टोकिओत एक प्रशिक्षणार्थी म्हणून त्यांनी आपल्या व्यवसायिक जीवनाला सुरुवात केली. त्यानंतर ते 'मास्टर मेकॅनिक' म्हणून आपल्या गावी परतले. त्यानंतर त्यांनी मोटारच्या शर्यतीत भाग घ्यायला सुरुवात केली. त्यातूनच मोटारच्या इंजिनचा परिचस घेऊन त्यात सुरुवात केली. त्यातूनच मोटारच्या इंजिनचा परिचय होऊन त्यात सुधारणा करणाऱ्या अनेक प्रयोगाची आणि 'पिस्टन रिंग्जच्या' उत्पादनाचीही सुरुवात केली. १९४० साली त्यांनी सायकलला बसवता येईल असे इंजिन तयार केले आणि त्यामुळेच मोटार सायकलचे नवीन विश्वही निर्माण होऊ शकले. या यशामुळेच 'डिमडी' या मोटार सायकलचे उत्पादन त्यांनी सुरू केले. अमेरिकेत १९५९ साली त्यांनी मोटारसायकलच्या व्यापाराला सुरुवात केली. ती जरी अपयशी ठरली तरी त्यात सतत सुधारणा ते करीत राहीले आणि १९६३ साली 'होंडा' अमेरिकेतील सर्वात जास्त विक्री करणारी कंपनी ठरली. सध्या जगातील सर्वात जास्त मोटारसायकल्स विकणारी ही कंपनी आहे. एकूण वाहन उद्योगात त्यांचा

९वा क्रमांक आहे.

लहान बांध्याचं पण अतिशय बोलकं व्यक्तिमत्त्व म्हणून ते प्रसिद्ध होते. व्यवस्थापकांना वयावर नाही तर कर्तबगारीवर पदोन्नत्ती देण्यास जपानमध्ये त्यांनी पहिल्यांदा सुरुवात केली. अमेरिकन व्यापार आणि जीवन पद्धतीची ते खूप स्तुती आणि प्रसार करीत. अमेरिकेत त्यांनी कार्यक्षम इंधन आणि स्वस्त अशा 'सिव्हिक' नावाच्या गाडीची प्रचंड विक्री केली. सोयीचीरो होंडा त्यांनी १९४६ साली 'होंडा टेक्निकल रिसर्च इन्स्टिट्यूट' नावाचा एक छोटासा प्रकल्प सुरू केला. छोटे इंजिन्स आणि मोटार सायकलच्या उत्पादनाला त्यात सुरुवात केली. दोन वर्षानंतर ह्या कंपनीचा समावेश 'होंडा मोटर्स कंपनी लि' मध्ये करण्यात आला. त्यानंतर ताकेओ फुजीसावा हे त्यांच्या कंपनीत सहकारी म्हणून सामील झाले. ह्या दोन्हीही शूरविरांनी आपली हुषारी, तांत्रिक आणि प्रशासकीय कौशल्ये वापरून आपल्या छोट्याशा उद्योगाचा विकास एका जागतिक कीर्तीच्या मोठ्या आणि यशस्वी उद्योगात केला. अर्थात त्यासाठी त्यांना प्रामाणिकपणे खूप परिश्रम घ्यावे लागले. किंबहुना त्यांनी दोघांनीही ह्या कामाला पूर्णपणे वाहून घेतले होते. त्यांनी हे प्रचंड यश तुलनेने खूप कमी म्हणजे २५ वर्षाच्या कालावधीत प्राप्त करून घेतले होते. 'होंडा मोटर्स' जेव्हा आपला रौप्य महोत्सव साजरा करीत होती तेव्हा ह्या दोघा अद्वितीय व्यक्तींनी आपली निवृत्ती जाहीर केली. विशेष कौतुकाची गोष्ट म्हणजे त्यानंतर लगेचच ह्या दोघांनीही आपले सर्व अधिकार आणि सत्ता कारखान्यात कोणताही मालकी हक्क न मागता आपल्या उत्तराधिकाऱ्यांकडे कायमची सुपूर्द केली. अशा प्रकारची निवृत्ती ही सर्वसामान्य उद्योगपतींच्या विचारापलीकडची वाटते. विशेष उल्लेखनीय गोष्ट म्हणजे हे उत्तराधिकारी त्यांचे नातेवाईक नव्हते तर खूप मोठी सुप्त कार्यक्षमता असणारे त्यांचे सहकारीच होते. माझ्या सूज्ञ वाचकांच्या आता लक्षात आले असेलच की, म्हणूनच मी त्यांना कर्मयोगी म्हटले आहेच. भगवान श्रीकृष्णाने श्रीमद्‌भगवतगीतेत सांगितलेल्या कर्मयोग्याचे, विसाव्या शतकातील हे जिवंत उदाहरणच नाही का ?

श्री. होंडाचे असामान्य तांत्रिक कौशल्यच नाही तर श्री. फुजीसावा ह्यांचे अद्वितीय व्यवस्थापन, तत्त्वज्ञान आणि प्रशासकीय कौशल्यही ह्या संपूर्ण यशास तितकेच कारणीभूत होते. यातील आश्चर्यकारक गोष्ट म्हणजे हे दोघेही गरीब घराण्यातील होते. दोघांनाही उल्लेखनीय शैक्षणिक वा आर्थिक पार्श्वभूमी नव्हती आणि तरीसुद्धा जगातील यशस्वी उद्योजक होण्यावर त्याचा काहीही परिणाम झाला नाही. त्यापुढील काळात त्यांनी आपल्या कारखान्यात खालील तत्त्वज्ञानाचा अंगीकार केला.

श्री. होंडा ह्यांनी स्थापन केलेल्या कंपनीवर कधीच मालकीहक्काचा दावा केला नाही. अशा प्रकारचा दावा करणे आणि आपल्या कल्पना इतरांवर लादणे म्हणजे कामगाराच्या आंतरिक कल्पना व सकारात्मक वृत्ती मारून त्यांना विध्वंसक विचार करावयाला लावणे आहे, असा त्यांचा विश्वास होता.

होंडा मोटर्स कंपनीचे तत्त्वज्ञान होते 'जागतिक दृष्टिकोन विचारात घेऊन, आम्ही उत्तम कार्यक्षमतेची, गुणवत्तेची आणि योग्य किंमतीची उत्पादने देऊन जगातील सर्व ग्राहकांचे संपूर्ण समाधान मिळवू' त्यांच्या सर्व कारखान्यांमध्ये संपूर्ण गुणवत्ता प्रणाली खूप हिरिरीने राबवली गेली होती.

होंडा मोटर्सच्या कार्यकारी उपाध्यक्षांनी आपल्या टेक्सास मधील 'सेंटर फॉर इंटरनॅशनल बिझिनेस' येथे आपल्या कंपनीची तत्त्वे चार विभागात सांगितली. ती अशीः

१. नवीन बाजारपेठ तयार करणे

ग्राहकांच्या भावी गरजा जाणून घेणे आणि ह्या गरजा पूर्ण करण्यासाठी नवीन तत्त्वज्ञानाचा उपयोग करून उत्पादनांचे रेखांकन (डिझाईन) व उत्पादन करणे.

२. व्यवस्थापनामध्ये कामगारांचा सहभाग

उत्तम मध्यवर्ती व्यवस्थापन विश्वासावर आधारित असावे असे होंडा ह्यांचे मत होते. व्यवस्थापन आणि कामगार ह्यांना उद्दिष्टे आणि ध्येये ह्यांची जाणीव सारखीच असावी. त्यामुळे आपली साध्ये मिळविण्यासाठी सर्वांचीच कार्यक्षमता वाढते.

३. जागतिकीकरण आणि स्थानिक समाजाशी संबंध

आपण फक्त चांगली आणि मान्यता प्राप्त उत्पादनेच बनवून चालणार नाही, तर ज्या समाजात आपण राहतो तेथे एक चांगले नागरिक म्हणून मान्यता मिळवावयास हवी.

४. सरळ मार्गी विचारसरणी

आपले ध्येय, उद्देश सफल करण्यासाठी किंवा आपल्या समस्या सोडविण्यासाठी अंतःकरणपूर्वक सरळ विचार पद्धतीचा वापर होंडा मोटर्सने करावयाचा आहे.

सर्वसामान्य माणसे ज्या कामाचा तिरस्कार करतात अशी कामे सर्वोच्च पदावर असणाऱ्या माणसाने स्वतः करावीत, असा श्री होंडा ह्यांचा आग्रह होता. अर्थात ही कामे सतत करावयास नको फक्त एखाद्या वेळेस केल्यास हाताखालील माणसांना ते प्रेरक ठरते.

होंडा मोटर्सने १९५५ साली एका गंभीर कामगार संपाचा अनुभव घेतला. कामगार व व्यवस्थापनामध्ये उन्हाळी बोनसचा प्रश्न बराच भावनिक आणि कटुता

निर्माण करणारा ठरला होता. त्यातल्याच एका दिवशी श्री. होंडा ह्यांनी कामगारांना कारखान्याच्या मैदानावर बेसबॉल खेळताना बघितले. तेव्हा त्यांच्या लक्षात आले की, सामुहिक चर्चेच्या वेळी हेच कामगार पुरेसा मोबदला न देता कामात खूप परिश्रम घ्यावे लागतात ह्याबद्दल तक्रार करतात. परंतु हेच कामगार बेसबॉल खेळताना त्यातून एका पैशाचेही उत्पन्न होत नसताना पूर्ण दमछाक होईपर्यंत परिश्रम घेतात. त्यांनी स्वतःशीच विचार केला असणार ''कोणत्या प्रकारची माणसे आहेत ही?'' ह्या प्रश्नाच्या चिंतनातून त्यांना विश्वातील एक अनोखे सत्य गवसलं. ते असे की, खेळताना माणूस जेव्हा आनंदाचा अनुभव घेतो तेव्हाच तो आपली उत्तमातील उत्तम कार्यक्षमता गाठू शकतो. ह्याचाच अर्थ असाही होतो की, एखादे काम आपल्याला पूर्ण समाधान देत असेल तेव्हाच त्या कामात आपण संपूर्ण कार्यक्षमता साध्य करू शकतो. त्यापुढील काळात त्यांनी आपल्या कारखान्यात खालील तत्त्वज्ञानाचा अंगिकार केला. आपण कामाच्या जागा अशा निर्माण केल्या पाहिजेत की काम करणारा प्रत्येक जण आनंदाने आणि समाधानाने काम करू शकेल आणि ही जबाबदारी व्यवस्थापनाची आहे.

श्री. होंडा यांनी स्थापन केलेल्या कंपनीवर कधीच मालकीहक्काचा दावा केला नाही. अशा प्रकारचा दावा करणे आणि आपल्या कल्पना इतरावर लादणे म्हणजे कामगाराच्या अंतरिक कल्पना व सकारात्मक वृत्ती मारून त्यांना विध्वंसक विचार करावयाला लावणे आहे असा त्यांचा विश्वास होता.

आपल्या कंपनीच्या स्थापनेनंतर लगेचच श्री. होंडा म्हणाले होते की 'होंडा मोटर्स ही काही होंडा कुटुंबियांची नाही' आपल्या संपूर्ण कारकिर्दीत त्यांनी हे वचन शब्दशः पाळले. श्री. होंडा आणि फुजीसांवा ह्यानी आपल्या नातेवाईकांना संचालक मंडळावरच काय पण साधे कामगार म्हणून सुद्धा होंडा मोटर्समध्ये येऊ दिले नाही. त्या मागे असे तत्त्वज्ञान होते की कंपनीचे अध्यक्ष किंवा कामगार सर्वजणच समान आहेत फक्त फरक आहे तो कंपनीतील त्यांच्या कामात. कंपनीच्या अध्यक्षाइतकाच त्यांचा मुलगा कार्यक्षम असेल हे कोणी सांगावे ?

श्री. होंडा ह्यांचे उत्कृष्ठ तांत्रिक कौशल्य व श्री. फुजीसांवा ह्याचे मानवी व प्रशासकीय कौशल्य ह्याच्या सुरेख संगमनातून फक्त 'होंडा मोटर्स एवढी मोठी प्रगती करू शकली नाही तर आपल्या उत्पादनांमध्ये उत्तम दर्जा आणि माफक किंमत हा आश्चर्यकारक संगम त्यांनी साधला. ह्यासाठी उत्पादन न वाढविता खर्च कमी करणे हा अवघड मार्ग त्यांनी पत्करला.

श्री. होंडा यांनी तरुण उद्योजकांसाठी एक उत्तम धडा घालून दिला आहे आणि

स्वत:च्या उदाहरणावरून हे नि:संशयपणे सिद्ध करून दाखविले आहे की आर्थिक परिस्थिती व शैक्षणिक पात्रता काही का असेना, कठोर परिश्रम आणि प्रामाणिक प्रयत्न यातून माणूस आपण ठरवू ती उंची गाठू शकतो.

आपले आयुष्यातील ध्येय ठरवा. भक्कम पायाभरणी करा सर्व नियंत्रण आपल्या हाती घ्या आणि आकाशात भरारी मारा'' असा कळकळीचा सल्ला त्यांनी जिद्द असणाऱ्या तरुणासाठी मुलासाठी दिला आहे.

आधुनिक तंत्रज्ञान आणि प्रशासनात भारतीय तत्त्वज्ञान बसवणारा हा अनोखा उद्योगपतीच होऊन गेलाय नाही का ?

■■

कोनोसुके मात्सुशिता

उद्योगात माणुसकी आणणारा उद्योजक

'आपण कितीही सखोल अभ्यास केलात तरीही आपल्याला स्वत:च्या अंत:प्रेरणेवर विसंबून राहावे लागते आणि प्रत्यक्ष कामच परिणाम देते.'

जपानी उद्योग विश्वात अनेक नवनवीन, अभिनव प्रयोग आले आहेत. त्यातीलच एक अग्रेसर उद्योजक म्हणजे कोनोसुके मात्सुशिता. नवीन उत्पादनासंबंधी उत्तम कल्पना वरिष्ठ अधिकाऱ्यांकडून नाहीतर तळातल्या कामगारांकडून अधिक प्रमाणात येतात यावर त्यांचा ठाम विश्वास होता. तळातील कामगारांना उत्पादनातील गुणवत्ता आणि उत्पादकता आणि संख्या यासाठी प्रवृत्त करणे, उत्साहित करणे यासाठीच त्यांची अद्वितीय हुशारी कामास आलेली दिसते. मी कामगारांचे नेतृत्व करीत नाही तर तेच मला मार्गदर्शन करतात, असे ते म्हणत असत. नम्रतेचा हा महात्मा गांधींनीच दाखविलेला मार्ग नाही का?

विनोदी वृत्ती हे त्यांचं एक महत्त्वाचं अंग होतं. जपान मधील या अद्वितीय उद्योजकाने आपल्या ओसाका येथील कारखान्यात एक 'ह्यूमन कंट्रोल रूम'ची स्थापना केली होती आणि त्यात स्वत:चा एक पुतळा तयार करून बसवला होता. एखाद्या चिडलेल्या, हताश झालेल्या कामगाराला या खोलीत पाठविले जाई. हताश कामगार या मोठ्या साहेबाला चपराक मारू शकत असत. रबराच्या पिशवीला मारावे तसे गुद्देही मारलेले चालत असत किंवा बांबूच्या काठीने बडवून काढू शकत असत. जवळच एक पाटी होती. ''आपला राग शमवण्यासाठी, आपल्याला वाटल्यास कृपया....'' मानसशास्त्रज्ञ आणि वरिष्ठ अधिकाऱ्याचा असा अनुभव होता की, अशा प्रकारे आपला राग व्यक्त केला की कामगार शांत आणि आनंदी होऊन खोलीतून बाहेर पडत असत. अतिशय आश्चर्यकारक उच्चपदस्थच अशा प्रकारची परवानगी देऊ शकतील. परंतु मात्सुशिता हे तर अनेक बाबतीत अद्वितीय उद्योजक होते. इतर उद्योजक जेव्हा स्वत: जागतिक कामगिरी करता अशी आपली छबी मिरवतात, तिथे मात्सुशिता आपल्या कामगारांनाच ते श्रेय देताना दिसतात. नेतृत्वाचे त्यांचे तत्त्वज्ञान ही आगळेच आहे. ते म्हणतात, ''जेव्हा आपल्याकडे शंभर कामगार काम करतात तेव्हा आपण पुढे असायला हवे. तेव्हा आपण आरडा-ओरडा केला, त्यांना दणके दिले तरी ते तुमच्या मागे येतील.

जेव्हा ही संख्या एक हजार होते तेव्हा मात्र आपण मध्यभागी राहावे आणि जेव्हा ही संख्या दहा हजार होते तेव्हा मात्र आपण मागेच थांबून दरारा निर्माण करा आणि धन्यवाद द्या.''

विसाव्या शतकातील अतुलनीय उद्योजकता आणि नम्रता असणारा औद्योगिक नेता म्हणून इतिहासाने त्यांची नोंद घेतलेली आहेच. शेतकऱ्याच्या या मुलाने वयाच्या नवव्या वर्षी घर सोडलं आणि स्वकर्तृत्वावर जगमान्य उद्योजक म्हणून नावलौकिक कमवला. प्रचंड यश आणि कीर्ती मिळूनही ते नम्रच होते. चमचमणाऱ्या सोनेरी यशाची झापड कधी त्यांच्या डोळ्यावर आली नाही. ते म्हणत, ''अत्यंत वेगाने आणि खूपच अस्थिर असं जग मी पाहिलं आहे. त्यात खूप गोंधळ असला तरी, त्यातील प्रत्येक गोष्ट आपण सुधारू शकतो असा मला विश्वास आहे. विविध व्यवस्थापनाची तंत्रे वापरून आपण व्यावसायिक यश मिळवू शकतो.'' आयुष्यातील आपले ध्येय त्यांनी निश्चित केले होते ते असे. ''उत्पादकाचे ध्येय हे गरिबीवर मात करणे असायला हवे. दु:ख आणि दारिद्र्य दूर करून संपत्ती निर्माण करायला हवी. उत्पादन म्हणजे कारखाने आणि बाजारपेठा खच्चून भरणे नव्हे तर समाज समृद्ध करणे आहे.'' ही त्यांची पोकळ बडबड किंवा नुसतीच फुशारकी नव्हती तर आपल्या कामगारांत अशी समृद्धी निर्माण करून त्यांना दर्जेदार आयुष्य त्यांनी दिले होते. जपानमध्ये प्रथमच त्यांनी पाच दिवसांचा आठवडा ही प्रथा चालू केली होती. त्याचा उद्देशही कामगारांना आराम आणि फुरसत देणे हाच होता. काम चालू करण्यापूर्वी कारखान्यात समूहगीत म्हणण्याची प्रथाही त्यांचीच. त्यामुळे कामगारांत जोश, उत्साह आणि देशभक्ती निर्माण होण्यास मदत होते. त्यांनी प्रथमच कामगारांसाठी आचारसंहिता तयार केली. या लहान वाटणाऱ्या पण मोठा परिणाम साधणाऱ्या गोष्टींमुळे सामाजिक जाणीव निर्माण झाली.

कोनोसुके मात्सुशिता यांचा जन्म २७ नोव्हेंबर १८९४ रोजी ओसाकाच्या दक्षिणेकडील एका छोट्या खेड्यात झाला. त्यांचे वडील हे छोटे शेतकरी आणि एक प्रतिष्ठित गृहस्थ होते. आपल्या आठ भावंडात कोनोसूके हे सगळ्यात लहान अपत्य होते. त्यांचे बालपण मोठे मजेत गेले. बाजारपेठेतील एका चुकीच्या निर्णयामुळे, आडाख्यामुळे त्यांचे सारे नशिबच बदलले. कुटुंबाला आपले शेत सोडून एका छोट्या शहरात स्थलांतर करावे लागले.

आपले प्राथमिक शाळेतील शिक्षण पूर्ण करण्यापूर्वीच कोनोसुके यांना आपल्या कुटुंबाच्या मदतीसाठी हिबाची या कोळशाच्या शेगड्यांच्या दुकानात शिकाऊ उमेदवार म्हणून काम धरावे लागले. अगदी पहाटेच त्यांच्या कामाची सुरुवात होत असे. दुकान घासून–पुसून स्वच्छ करण्याची जबाबदारी त्यांच्याकडे होती. भल्या पहाटे सुरू झालेले

काम मालकांच्या मुलांची काळजी घेऊन रात्री उशीरा झोपी जाई पर्यंत चालूच असे. अर्थात जेव्हा त्यांना या श्रमाचा पहिला पगार मिळाला, तेव्हा आपल्या श्रमाचे चीज झाले असे वाटले. परंतु वर्षाच्या आतच हे दुकान बंद पडले. नंतर असेच काम जपानमध्ये चेन समजल्या जाणाऱ्या सायकलच्या विक्री करणाऱ्या दुकानात मिळाले. त्यावेळी सायकल अमेरिकेतून आयात केली जाई. येथे थोडे यांत्रिक कामही होत असे. लवकच ते लेथच्या कामात पारंगत झाले. दुकानदाराच्या कुटुंबाचा ते एक सदस्यच बनले. या दुकानात त्यांनी पाच वर्षे काम केले. शिक्षणापेक्षा अनुभव आणि कौशल्ये मिळवणे जास्त उपयुक्त आहे, असे त्यांच्या वडिलांचे मत होते. कारण उद्योजकाला शिक्षण घेतलेली माणसे नोकरीत ठेवता येतात. विद्युत ही भावी काळातली लाट होणार आहे असे त्यांचे अंतर्मन सांगत होते म्हणून ते या नव्या क्षेत्रात भवितव्य करण्यास उत्सुक होते. त्यांनी ओसाका इलेक्ट्रिकल लाईट कंपनीत काम स्वीकारले. तिथे त्यांनी आपल्या शरीराकडे दुर्लक्ष करून, वेळेची पर्वा न करता प्रमुख चित्रपटांच्या विद्युतीकरणाचे काम केले.

वयाच्या २० व्या वर्षी मुमेनो यांच्या बरोबर ते विवाहबद्ध होऊन जबाबदार गृहस्थ झाले. तेथे तंत्रज्ञाला मिळणाऱ्या उच्च पदापर्यंत ते केवळ २२ व्या वर्षीच पोहोचले. १९१७ साली ही उत्तम पगाराची आणि सुरक्षित नोकरी सोडून त्यांनी स्वत:च्या कारखान्यास सुरुवात केली, कारण त्यांना रटाळ नोकरीपेक्षा व्यवसायातील आव्हाने हवी होती. अशा प्रकारे मात्सुशिता इलेक्ट्रिक डिव्हायसेस ही कंपनी स्थापन झाली, जेथे त्यांनी स्वत:च डिझाईन केलेल्या प्लग आणि सॉकेटचे उत्पादन सुरू केले. लोकांना ही उत्पादने खूप आवडली आणि बाजारात त्यांच्या कंपनीने उत्तम नाव मिळविले. व्यवसायात चढउतार हे अपरिहार्य आहे. सायकलच्या दिव्याचे उत्पादन त्यांनी सुरू केले आणि आपल्या उत्पादनाला 'नॅशनल' हे नाव दिले. सामान्य माणसांना परवडतील असा किमतीत घरगुती उत्पादने उपलब्ध करून देण्याकडे त्यांचा कल होता. त्यांच्या 'नॅशनल सुपर आयर्न' या विद्युत इस्त्रीने खूप लोकप्रियता मिळवली.

मित्राबरोबर सुट्टीचा आनंद उपभोगत असतांना त्यांना एकदम ज्ञान झाले की, माणसाला मानसिक सुखशांतीसाठी जशी कर्माची आवश्यकता आहे, तशीच शारीरिक आनंदासाठी उत्पादनाचीही गरज आहे आणि ती त्याला मिळवून देणे हे प्रामुख्याने आपल्या जीवनाचे ध्येय त्यांनी ठरवले. १९३२ साली आपल्या कामगारांशी हितगुज साधतांना ते म्हणतात, ''उत्पादकांचे ध्येय, चळवळ उत्पादनाचा मुबलक पुरवठा करून गरीबी दूर करणं हे असायला हवे. पाणी हे ही एक उत्पादनच आहे आणि रस्त्यावरून जाणाऱ्याने पाण्याच्या नळावरून ते प्यायले तरी त्याला कोणी नकार देत नाही. त्याचे कारण पुरवठा भरपूर आहे आणि त्याची किंमतही खूप कमी आहे. आपण आपली

उत्पादने अशीच मुबलकतेने उपलब्ध करून द्यायला हवीत. अशा प्रकारे आपण गरिबी दूर करू शकतो. लोकांमध्ये शांती आणि आनंद निर्माण करू शकतो आणि जगाचे रुपांतर सुंदर जागेत करू शकतो.''

मात्सुशिता यांचा भर स्वयंशासित, स्वायत्त व्यवस्थापनावर होता. त्यांच्या कंपनीच्या मुख्य तीन शाखा होत्या. एकात रेडीओची निर्मिती, दुसऱ्यात विद्युत उत्पादने आणि बॅटरीजची निर्मिती आणि तिसऱ्या विभागात वायरिंग, सिंथेटिक रेझिन्स आणि थर्मल उत्पादनाची निर्मिती. प्रत्येक विभागात स्वतंत्र प्रशासन होते आणि उत्पादन प्रमुख होते. त्यांना त्याच्या विभागाची संपूर्ण जबाबदारी दिलेली असे. कंपनी २०० हून अधिक प्रकारची उत्पादने करीत असे. कंपनीचा सतत विकास होत होता. कामगारांच्या क्षमतांवर त्यांचा प्रचंड विश्वास होता आणि त्यांच्या विकासासाठी ते कटिबद्ध होते. आपल्या कारखान्यात त्यांनी प्रशिक्षणासाठी स्वतंत्र संस्था निर्माण केली होती. त्यात तीन वर्षाचा यांत्रिकी आणि व्यवसायाचा प्रशिक्षण कोर्स राबविला जाई. निर्यातीसाठी ते विशेष कष्ट घेत असत.

अमेरिकेबरोबरच्या युद्धाचे परिणाम सर्वांनाच जाणवत होते. जनरल मॅकआर्थर यांच्या नेतृत्वामुळे लोकशाही परत येत होती. १९४६ साली मात्सुशिता यांनी मानवतेचा झालेला ऱ्हास परत भरून काढण्यासाठी, 'पीस ॲन्ड हॅपीनेस थ्रू प्रॉस्पेरिटी' ही संस्था सुरू केली आणि यासाठी जागतिक स्तरावर काम सुरू केले. आपली संस्कृती जपत त्यांनी आपल्या कामाच्या कक्षा जपान बाहेरही न्यायला सुरुवात केली. अमेरिकेला भेट देऊन तेथील कारखान्यांचा अभ्यास केला. त्यांच्या हे लक्षात आले की, समृद्धीसाठी सामाजिक ढाच्या बदलून लोकांची हुशारी आणि क्षमतांचा वापर करणे गरजेचे आहे. इलेक्ट्रानिक्सचे ज्ञान वापरून उत्पादनांचा विकास करायला हवा. पश्चिमेकडील प्रगत तंत्रज्ञानाचा वापर जपाननेही करायला हवा. त्यासाठी त्यांनी नेदरलँडस्‌मधील फिलिप्स कंपनीशी सहकार्याचा करार केला आणि एक नवीन प्रकल्प उभारला.

जपानची आर्थिक प्रगती उत्तम होत आहे हे पाहून १९५६ साली त्यांनी आपल्या उत्पादनाचा खप चौपट करणारी पंचवार्षिक योजना राबविली, कामगारांची संख्याही ६०% नी वाढविली. मान्सुशिता यांनी आपले हे अशक्य वाटणारे ध्येय चार वर्षातच गाठले. जागतिक स्पर्धेला त्यांनी उत्तम तोंड दिले. त्यांच्या या कामगिरीबद्दल अनेक देशांकडून त्यांना यथोचित सत्मानही लाभले. तैवान आणि थायलंडमध्ये त्यांनी उत्पादन सुरू केले आणि अमेरिकेत मोठी विक्रीकेंद्रे उभारली. अपेक्षित यश मिळाल्यामुळे वयाच्या ६५ व्या वर्षी त्यांनी निवृत्तीची घोषणा केली आणि अध्यक्ष म्हणून कंपनीला बाहेरूनच पाठिंबा द्यायचे ठरविले.

त्यांनी केलेल्या कामाची कीर्ती सबंध जगात पसरली होती. देशोदेशीची अनेक मातब्बर मंडळी त्यांच्या कंपनीची पाहणी करण्यासाठी जपानचे दौरे करीत असत. आपल्या माजी पंतप्रधान इंदिरा गांधीनीही त्यांना भेट देऊन त्यांचे मार्गदर्शन घेतले होते. जागतिक कीर्तीच्या 'टाईम' आणि 'लाईफ' या नियतकालिकांनी त्यांना सर्वोत्तम उत्पादक, सर्वोत्तम संपत्ती उभारणारा 'तत्त्वचिंतक', 'उत्तम प्रकाशक आणि लेखक' म्हणून त्यांचा गौरव करून त्यांना जागतिक स्तरावर प्रचंड प्रसिद्धी दिली. जागतिक व्यवस्थापन संमेलनात बोलताना आपल्या व्यवस्थापन पद्धतीचा उल्लेख केला. परस्पर विकास आणि सरळ व प्रामाणिक स्पर्धा यातून जागतिक समृद्धी निर्माण करण्याचा त्यांचा प्रयत्न त्यांनी जगापुढे ठेवला. त्यांना त्यांच्या या प्रयत्नाबद्दल खूपच उत्तम आणि सौहार्द पाठींबाही मिळाला. व्यवसायातील अपरिहार्य चढउतारांचा सामना करण्यासाठी त्यांनी आपल्या 'डॅम मॅनेजमेंट' या संकल्पनेतून उत्तम मार्गदर्शक तत्त्वे सांगितली.

कंपनी आपला ५५ वा वाढदिवस साजरा करीत असतांना आपल्या वयाच्या ८० व्या वर्षी त्यांनी व्यवसायातून संपूर्ण निवृत्ती जाहीर केली. आपल्या सर्व कामगार सहकाऱ्यांचे त्यांनी आभार मानले आणि भविष्यातील आव्हानांना सामोरे जाण्यासाठी आशीर्वादही दिले. त्यानंतरचा वेळ त्यांनी लिखाणात घालवला आणि 'थॉट ऑन मॅन' आणि 'जपान ॲट दी ब्रिंक' ही दोन पुस्तके प्रसिद्ध केली. या पुस्तकांनी विक्रीचे उच्चांक गाठले. त्यांच्या ६,००,००० प्रती खपल्या. १९८० साली त्यांनी आपल्या खाजगी पैशातून 'मात्सुशिता इन्स्टिट्यूट ऑफ गव्हर्नमेंट ॲण्ड मॅनेजमेंट' या संस्थेची स्थापना केली. या संस्थेचा उद्देश जपानला २१ व्या शतकात उपयोगी पडतील अशा संकल्पनांचा शोध घेऊन या संकल्पना प्रत्यक्षात उतरवणाऱ्या नेतृत्वाची उभारणी करणे हा आहे.

१९४६ साली त्यांनी 'समृद्धीतून शांती आणि आनंद' अशी संघटना सुरू केली. तिचा उद्देश असा होता की, विद्वत्तेचा उपयोग करून समृद्धी निर्माण करायची आणि कठोर प्रयत्नांनी खऱ्या अर्थी शांत आणि आनंदी समाजाची निर्मिती करायची. मला वाटते महात्मा गांधीना राष्ट्रपिता मानणाऱ्या भारतीयांना ही कल्पना आवडेल.

व्यवसाय हे समाजाला सेवा पुरवण्याचे माध्यम असावे. त्यातूनच कारखान्याची मूल्य तयार होतात. कामगारांवर दबावात्मक नियंत्रण ठेवण्यापेक्षा त्यांचा विश्वास आणि सहकार्य मिळवण्यावर त्यांचा अधिक भर होता. आपल्यापेक्षा आपले कामगार अधिक कर्तबगार आणि कार्यक्षम आहेत, अशा त्यांच्या भावना होत्या.

जगाला शांतता, आनंद आणि समृद्धी मिळावी म्हणून धडपडणारे कोनोसुके मात्सुशिता यांनी २७ एप्रिल १९८९ रोजी या जगाचा निरोप घेतला.

■■

अकिओ मोरिता

जपानी इलेक्ट्रॉनिक युगाचा शिल्पकार आणि वॉकमनचा जनक

'चुका करायला घाबरू नका परंतु
त्याच त्याच चुका परत घडणार नाहीत,

दुसऱ्या महायुद्धाचा वडवानल शांत झाल्यावर लगेचच उजाड टोकिओतील एका भग्न स्टोअरमध्ये एक छोटा गट जमला होता. जपानी अर्थव्यवस्थेला नवीन रूप देण्याची स्वप्ने ते पाहत होते. तंत्रज्ञानाच्या विकासासाठी त्यांनी एक उद्योग उभारणी करायचे ठरविले. त्यांनी स्थापन केलेल्या कंपनीचे नाव होते टोकिओ इंजिनिअरिंग कॉर्पोरेशन. पुढे त्याचे सोनी कार्पोरेशन झाले. त्या गटातील एका तरुण इंजिनिअरला त्या कंपनीचे अध्यक्षपद लाभले. त्या तरुणाचे नाव होते अकिओ मोरिता.

बारीक चणीचे पण ताठ. चंदेरी केसांचे आणि रिम्स नसणारा चष्मा लावणारे आणि सतत चेहऱ्यावर मिस्किल हास्य ठेवणारे. आपला संपूर्ण दिवस भिंगरी लावल्यासारखे फिरतच असत. अखंडपणे कशाचं तरी स्पष्टीकरण देणे, योजना करणे नाही तर चर्चा करणे यातच गर्क असत. त्यांना घास घ्यायला तरी सवड होती की नाही इतके कामात बुडून जात. गोल्फ खेळत असताना या गृहस्थाला वॉकमन या त्यावेळच्या अगदी आगळ्या-वेगळ्या उत्पादनाची कल्पना सुचली. इंग्लंड आणि अमेरिकेचे दौरे ही गोष्ट त्यांना नित्याचीच झाली होती. टोकिओ, वॉशिंग्टन आणि लंडनची गल्ली न गल्ली त्यांना पाठ होती. उत्तर अमेरिका आणि युरोप त्यांनी पिंजून काढला होता. छोटा टी. व्ही. कॅमेरा, कॉम्पॅक्ट डिस्क बरोबर ते सतत झटापट करतांना दिसायचे. या वस्तू त्यांच्या बॅगेत नेहमीच असायच्या. आपल्या ट्रेनच्या प्रवासात उत्साही लोकांसाठी प्लॅटफॉर्मवरही त्यांचे प्रदर्शन करणे हा तर त्यांचा छंदच होता. एवढ्या मोठ्या कंपनीचा प्रमुख आपल्या उत्पादनांची अशी जाहिरात मोठ्या आनंदाने करतो, हा योग विरळाच नाही का? त्यावेळी जपानी उद्योजकाचे उत्तम इंग्रजी बोलणे हा पण कौतुकाचा विषय होता. अगदी सराईत नटाप्रमाणे ते टी. व्ही आणि रेडीओवर मुलाखत देत असत.

मोरिता यांचा जन्म २६ जानेवारी १९२१ सालचा. आपल्या तीनही भावात ते सर्वात मोठे असल्यामुळे त्यांच्या पारंपरिक पेय तयार करणाऱ्या छोट्या कारखान्याचा

वारसा त्यांच्याकडे आला. लहानपणीच त्यांना इलेक्ट्रॉनिक्सची आवड निर्माण झाली आणि घरातील रेडिओ सेटचा विचारही त्यांनी सुरू केला. त्यांचा छोटा भाऊ पारंपरिक व्यवसायाला जास्त योग्य वाटला त्यामुळे आपला व्यवसाय वडिलांनी त्याच्याकडे सोपविला आणि ओकीओ यांना ओसाका येथे उच्च शिक्षणासाठी पाठवले गेले. १९४४ साली त्यांची इंपिरिअल नेव्हीमध्ये लेफ्टनंट म्हणून नियुक्ती झाली आणि जपानी नेव्हल रिसर्च सेंटर मध्ये ते इंजिनिअर म्हणून दाखल झाले. तेव्हा यांचे साहेब होते मासास इबुका. पुढे ते सोनी (आवाज या अर्थाचा शब्द लॅटीन) मध्ये त्यांचे भागीदार झाले. या कंपनीत प्रॉडक्ट डेव्हलपमेंट आणि संशोधनाचे काम इबुका यांचेवर सोपविण्यात आले, तर मोरिता यांचेकडे जागतिक विक्री, अर्थविभाग आणि मनुष्य संसाधन (ह्युमन रिसोर्स) ही कामे आली.

स्थापन केलेल्या कंपनीची सुरुवात अपयशाने झाली. कंपनीने प्रथमच १०० कुकर्सची निर्मिती केली. जपानी गृहिणींनी तो साफ नाकारला. त्यांच्या एकाही कुकरची विक्री होऊ शकली नाही. मात्र कंपनीच्या वस्तुसंग्रहालयात त्याला मानाची जागा मिळाली. त्यांनी तयार केलेला पहिला टेपरेकॉर्डर खूपच जड आणि ओबडधोबड होता. त्यात कागदी टेप वापरला होता. त्याचीही विक्री होऊ शकली नाही. परंतु मोरिता यांनी शिक्षण खात्यातील शाळांत तो खपवला त्यामुळे कंपनी दिवाळखोरीतून वाचली एवढेच. इबुका नवनवीन कल्पना शोधत होते. आपल्या तांत्रिक कौशल्याने त्या व्यवहारात उतरवत होते तर मारितो त्या विकीत होते आणि सल्लागार, प्रवक्ते आणि मध्यस्थ म्हणून काम बघत होते. पुढील दोन वर्षे कंपनीची वाटचाल अगदीच रडतखडत चालू होती. पोस्ट ऑफीस, आकाशवाणी याची काही देखभालीची कामे ते करीत होते. काही व्हॅक्यूम व्होल्टमीटरही त्यांनी तयार करून विकले.

अमेरिकेतील बेल लॅबोरेटरीने संशोधित केलेल्या ट्रॅन्झिस्टरकडे चाणाक्ष इबुकांचे लक्ष वेधले गेले आणि त्यांनी त्याच्या उत्पादनाचे अधिकारही मिळवले आणि ट्रॅन्झिस्टर रेडिओचे उत्पादन सुरू केले. त्याला मात्र ग्राहकांचा प्रचंड प्रतिसाद मिळाला. उत्पादकांनी विचारही केला नव्हता, इतकी प्रचंड मागणी या रेडिओला आली. ट्रॅन्झिस्टरचा उपयोग करून सोनीने अनेक उत्पादने तयार केली. टी.व्ही. ट्रॅन्झिस्टर, टेपरेकॉर्डर यांना युरोप आणि अमेरिकेतून प्रचंड मागणी यायला सुरुवात झाली. मोरिता यांनी आपल्या कुटुंबासह अमेरिकेत स्थलांतर केले. अशा प्रकारे सोनी कार्पोरेशन ऑफ अमेरिका अस्तित्वात आले. अकिओ मोरिता यांनी याच वेळी जपानी उद्योजकांवर टीका करणारे एक पुस्तक प्रसिद्ध केले. त्याने १९६० साली विक्रीचा उच्चांक गाठला. मोरिता यांचे जपान–अमेरिका हे सतत दौरे सुरू झाले. त्यांनी आपल्या उत्पादनांना

जागतिक कीर्ती मिळवून दिली.

एकदा 'सोनी कुटुंब' म्हणजे काय या प्रश्नाला उत्तर देतांना ओकिओ मोरिता यांनी आयुष्यभर नोकरी ही जपानी परंपरा, संकल्पना स्पष्ट केली, आम्ही एखाद्याला नोकरी दिली की त्याला कामावरून कधीच काढून टाकीत नाही. म्हणजे कामगारांना त्यांच्या निवृत्तीपर्यंत आम्ही सांभाळतो. आमच्याकडे निवृत्तीचे वय साठ वर्षे आहे. म्हणजे तोपर्यंत काही झाले तरी आम्ही एकत्र कुटुंबाप्रमाणे राहतो. याचा अर्थ आम्ही कामगारांची निवड अगदी काळजीपूर्वक करतो. अर्थात काहीवेळा चुकाही होतात. आपल्याला आयुष्य एकदाच मिळते. जे आमच्या कारखान्यात रुजू होतात ते त्यांच्या आयुष्यांचा उत्तम वेळ आमच्यासाठी खर्च करतात आणि म्हणून त्यांना आयुष्यभर सांभाळणे ही आमची जबाबदारी आहे, कर्तव्यच आहे असे आम्ही मानतो. जरी कामगार आम्हाला वाटले इतका कार्यक्षम नसला तर त्याला त्याच्या कार्यक्षमतेप्रमाणे काम देणे ही आम्हाला आमची जबाबदारी आहे असे वाटते. तशी संधी आम्ही त्यांना देतो. सोनीतून एखाद्या कामगाराला काढून टाकणे हे जवळजवळ अशक्यच आहे. समजा, कुटुंबात एखादा मतिमंद मुलगा जन्माला तर पालक काय त्याला झिडकारतात? तसेच आम्ही समजतो. कामगार अकार्यक्षम निघणे ही आम्ही आमची चूक आहे असे समजतो. एखादा अक्षम्य अपराध किंवा वर्तणूक असेल तरच कामगारांना कामावरून काढले जाते अन्यथा नाही. आम्ही कामगारांच्या पात्रतेप्रमाणे त्यांना विविध कामे देऊन प्रेरित करण्याचा प्रयत्न करतो. काम अचानक कमी झाले तरी नोकऱ्या टिकविण्यासाठी आम्ही आमचा फायदा कमी झाला तरी खपवून घेतो, त्यांनी बोटी बांधण्याच्या व्यवसायाचे एक उत्तम उदाहरण दिले. इच्छा तेथे मार्ग याचा तो एक छान नमुना होता. जपानमध्ये जगात सर्वात जास्त बोटी बांधल्या जात, पण जगातच बोटी बांधण्याचे काम ५० टक्क्याने कमी झाले तेव्हा त्या कंपनीने आपला मोर्चा तेल विहिरी बांधण्याकडे वळवला (काहींनी सॉफ्टवेअर कंपन्या काढल्या.) आणि ह्या कंपन्यांनी आपली दिवाळखोरी टाळली. आयुष्य जगण्यासाठी काहीतरी मार्ग आपण काढायलाच हवा नाही का?

''आमच्या कंपनीत सर्वांना सारखाच पोशाख वापरावा लागतो. त्यामुळे साऱ्यांमध्ये एकीची भावना तयार होते. जरी युद्धानंतरच्या पडत्या काळात ही प्रथा सुरू झाली असली तरीही अजून आम्ही ती टिकवून ठेवली आहे. फक्त त्याला आम्ही नवे रूप दिले आहे आणि कंपनीचा लोगोही त्यावर छान दिसेल अशा पद्धतीने लावला आहे. कँटीनमधून सगळ्यांना सारखेच अन्न दिले जाते. जेवणाच्या वेळी कंपनी संबंधी चित्रफिती दाखविल्या जातात. उत्पादकतेसंबंधी माहिती, बातम्या यांचाही त्यात समावेश

असतो. त्यातूनच एकीची भावना आणि सहकार्याची भावना निर्माण होते असे आम्हाला वाटते. कंपनी स्तरावर उत्तम सुसंवाद तयार होतो. कवायती आणि सूचना योजना ही देखील आमच्या कंपन्यांची वैशिष्ट्ये म्हणता येतील.''

''आमच्या कंपनीत कामगारांच्या संघटना नाहीत पण कराराच्या वेळी समित्यांचे संघटन होते'' त्यांच्यातर्फेच पगारवाढ आणि उत्पादकता हे करार पार पाडतात. कंपनीला उन्हाळ्यात आणि हिवाळ्यात नऊ-नऊ दिवसांच्या सुट्या असतात आणि हा वेळ कामगारांनी आपल्या कुटुंबाबरोबर आनंदाने घालवावा असा आमचा प्रयत्न असतो. तीन महिन्याची बाळंतपणाची रजा ६०% पगारासह दिली जाते. आपल्या ठरावीक वेळेपेक्षा जास्त काम करण्यासाठी कामगार तयार असतात. नव्हे ही तर जपानमधील नित्याचीच गोष्ट झाली आहे. त्यांना वेळेवर घरी जाणे अवघड वाटते. जगात आमच्या कामाच्या वेडावर कितीही टीका झाली तरी कामगाराला स्वत:पेक्षा, वैयक्तिक आयुष्यापेक्षा कुटुंबापेक्षाही काम जास्त महत्त्वाचे वाटते. तो त्याचा छंदच आहे. ते आपल्या कंपनीची तुलना मोठ्या जहाजाशी करतात. एखाद्या जरी प्रवाशाने चूक केली तर जहाज बुडू शकते. जहाजावर जर पाणी येऊ लागले तर प्रत्येक प्रवासी वा जहाजावरील कर्मचारी आपला स्तर विसरून पडेल ते काम करतात, एकदिलाने लढत जहाज धोक्यातून वाचवतात. तसेच जपानला मोठ्या संकटातून वाचवतांना आम्ही एकदिलाने प्रयत्न करतो, कामाने बेहोश होतो. आम्ही पश्चिमेप्रमाणे कामगार हे फायदा मिळवण्याचे साधन न मानता आमच्या कुटुंबातील, समान भवितव्य असणारा सभासद मानतो. हीच भूमिका आमच्या 'आयुष्याची नोकरी' या संकल्पनेत आहे आणि त्यातच आयुष्याचा आनंदही दडलेला आहे, जपानमधील इलेक्ट्रॉनिक्स उद्योगाचे यश हे त्यातील मूलभूत संशोधनाचे नाही तर शिस्तबद्ध उत्पादन आणि विक्रीचे कौशल्य यामुळेच मिळालेले आहे. खरे तर बिटिश लोक त्यांच्या सयुक्तिक आणि मूलभूत संशोधनाबद्दल प्रख्यात आहेत. परंतु आपण ज्या गोष्टी शोधून काढल्या त्याचा फायदा त्यांनी करून घेतलेला दिसत नाही, कितीतरी गोष्टीचा उल्लेख याबाबत करता येईल. परंतु जपानी लोकांचे तसे नाही ते उत्पादन आणि विक्रीतून आपला पुरेपूर फायदा करून घेऊ शकतात. पण त्यांचे हे कौशल्य पश्चिमेच्या लोकांनी समजावून घेतले नाही आणि म्हणून त्यांच्यावर नक्कल करणारी माणसे असा नकारात्मक शिक्का लावला. कमी किमतीत आपल्या कामगारांच्या कठोर परिश्रमातून रद्दी माल तयार करणारा देश म्हणून टीका केली. यावर अकिओ मोरितांचे म्हणणे असे होते की,''आमच्या लक्षात आले होते की, आम्ही तंत्रज्ञानात जगाच्या मानाने मागे होतो. गुणवत्तेतही कमी होतो. म्हणूनच या गोष्टी आम्ही प्रयत्नाने शिकून घेतल्या आणि आमच्या उत्पादन आणि विक्रीच्या कौशल्याचा वापर

करून यशस्वी झालो. सुरुवातीला आम्हाला इतरांनी संशोधन केलेल्या गोष्टींचा वापर करावा लागला. पण आता गोष्टी बदलल्या आहेत. उत्पादन आणि गुणवत्तेची तंत्रे आम्ही जगाला दिली आहेत. कितीतरी नवीन गोष्टींचीही निर्यात आम्ही केली आहे. संशोधन केलेल्या गोष्टींचे व्यवहारी उत्पादन ही पण एक महत्त्वाची कला आहे. आम्हाला याचे श्रेय दिले गेले नाही. कुणालाही कल्पना सुचू शकतात. पण फार थोडे लोकच एखाद्या कल्पनेचे उत्पादनात रूपांतर करून त्याचे कारखाने उभारू शकतात. आपण शास्त्रज्ञांचे कौतुक करतो. पण इंजिनिअर्सना मात्र विसरतो. शास्त्रज्ञांचे काम तर महत्त्वाचे आहेच; पण जनतेपर्यंत ह्या कल्पना प्रत्यक्ष उत्पादनातून पोहोचवणेही मोलाचेच आहे. म्हणूनच जपानी लोकांच्या यशाचे गमक हे अशा संशोधनाचे रूपांतर जनतेच्या उपयोगाचे उत्पादन करण्यातच आहे'' असा त्यांचा दावा होता. सोनीच्या 'मेडीया वर्ड' मध्ये कितीतरी नवीन कल्पनांवर आधारित गोष्टी पाहुण्यांना बघता येतात. जगाच्या कल्याणासाठी अशा कल्पना आपण एकमेकांना सांगायला हव्यात, यावर त्यांचा जोर आहे.

इंजिनिअर, व्यवस्थापक आणि कामगार यांच्या आपापसातील सहकार्यानेच एखादी कंपनी चांगले उत्पादन करू शकते असे मोरितांना वाटते. प्रत्येकाने इतरांच्या कामाचेही कौतुक करायला हवे, त्याला मान द्यायला हवा.

■■

टाटा उद्योग समूह

जसे महात्मा गांधी आणि दादाभाई नौरोजी यांना आपण भारतीय स्वातंत्र्याचे पिता मानतो तसेच जमशेटजी टाटा हे भारतीय उद्योजकतेचे जनक मानले जातात. वयाच्या पन्नास वर्षांपर्यंत जमशेटजींनी बरीच संपत्ती गोळा केली होती. परंतु व्यवसाय हाच काही त्यांचा व्यवसाय नव्हता तर आपले राष्ट्रच त्यांना व्यवसाय वाटत होता. आपला भारत देश जगातल्या सर्व प्रगत राष्ट्रांच्या पंक्तीला बसावा अशी त्यांची प्रबळ इच्छा होती. त्यासाठी लोखंड, विद्युतशक्ती आणि तंत्रज्ञानाच्या विकासासाठी शिक्षण या मूलभूत गोष्टींची फार गरज आहे, हे त्यांनी ओळखले होते. त्याकाळी पाण्यापासून वीजनिर्मिती ही नवीनच गोष्ट उदयाला येत होती. म्हणूनच या तीनही मूलभूत गोष्टी भारतात मोठ्या प्रमाणात आणि उत्तम प्रतीने निर्माण करण्याची स्वप्ने ते पाहात होते.

१९९२ साली त्यांनी हुषार आणि गरजू मुलांना परदेशातील शिक्षणासाठी स्कॉलरशिप्स द्यायला सुरुवात केली. त्यानंतर आपली अर्धी मालमत्ता विकून आलेला पैसा संशोधनाचे विद्यापीठ काढण्यासाठी दान दिला. सर रतन टाटा आणि दोराबजी टाटा यांनी आपली बरीच संपत्ती देऊन शिक्षण, समाजकार्य आणि शासकीय गोष्टींची उभारणी करण्यासाठी विश्वस्त संस्थांची स्थापना केली. जमशेटजींच्या मृत्यूपर्यंत त्यांची स्वप्ने पूर्ण झालेली नव्हती. त्यानंतर त्यांचे पुत्र दोराबजी आणि पुतणे सर रतन टाटा यांनी कष्टाने त्यांच्या सर्व स्वप्नांची पूर्तता केली. ताजमहाल हॉटेल सुरू केले, ब्रिटिश साम्राज्यातील सर्वात मोठा स्टीलचा कारखाना सुरू केला. तीन विद्युत निर्मितीची केंद्रे सुरू केली. वनस्पती तूप आणि साबणाचा कारखानाही सुरू केला. सिमेंटचा कारखाना विमा कंपन्याही सुरू केल्या. अशा प्रकारे जमशेटजींच्या इच्छेप्रमाणे देशाच्या प्रगतीसाठी, समृद्धीसाठी लागणाऱ्या मूलभूत गोष्टींच्या उत्पादनांची सुरुवात टाटा समूहाने केली.

जे. आर. डी. टाटा

भारतीय उद्योगातील हिमालय

नगाधिराज हिमालय, सरिता सम्राज्ञी गंगा आणि सौदर्यशालीन ताजमहाल ही भारताची भूषणं आम्ही मोठ्या मानाने मिरवावीत. अशीच निसर्गाचं हे दान मानवालाही लाभलं की मग त्याला अलौकिकतेचा, अद्‌भूततेचा स्पर्श होऊन त्याचं व्यक्तिमत्त्व वेगानं फुलतं, बहरतं. जे. आर. डी. टाटा यांच्या बाबतीतही हेच घडलं. आपल्या अभिजात कार्यकुशलतेच्या, बुद्धिमतेच्या जोरावर त्यांनी हा हा म्हणता उत्तुंग अशी झेप घेऊन प्रथम आकाश आणि नंतर पृथ्वी गाजवली. आपल्या हिमालयाएवढ्या उत्तुंग कर्तृत्वाने भारताच्या औद्योगिक क्षेत्रात आणि महत्त्वाच्या प्रगतीत कधीही न विसरता येणारा देदिप्यमान, अढळ तारा ते बनले. त्यामुळेच त्यांना 'भारतरत्न' हा सर्वोच्च नागरी पुरस्कार देऊन भारत सरकारने गौरविले आहे.

जे. आर. डी.– जहांगीर रतनजी दादाभाई टाटा यांचा जन्म २९ जुलै १९०४ रोजी पॅरीस येथे झाला. त्यांचे शिक्षण जेन्सन बेसायली पॅरीस येथे झाले. भारतातील त्यांच्या भेटीत ते कॅथेड्रल हायस्कूल मुंबई येथे ते शिकत होते. त्यांच्या शब्दात त्यांनी स्वतःबद्दल केलेले वर्णन असे "मी स्वतःला एक जरूरीपुरता छान, विश्वासपात्र, जो पीत नाही, जुगार खेळत नाही, ज्याला मुलांची आणि प्राण्यांची आवड आहे, असा माणूस मानतो. माझ्यात काही दोष आहेतच आणि त्यांची जबाबदारीही माझीच आहे असे मी मानतो."

जे. आर. डी. यांचे वडील रतन टाटा यांनी जमशेटजी आणि दोराबजी टाटा यांचे बरोबर टाटा सन्स ही संस्था स्थापन केली होती. १९२५ साली जे.आर.डी. या संस्थेत दाखल झाले. १९२६ मध्ये त्यांच्या वडिलांचे निधन झाले. त्यांच्या जागी लगेचच ते टाटा सन्सचे संचालक बनले. टाटा स्टीलसूशी त्यांचा संबंध अगदी सुरुवातीपासूनच आला. १९३२ मध्ये त्यांच्याच प्रेरणेने टाटा सन्सने आपली एअर लाइन्स सुरू केली. तिच्या निमित्ताने भारतीय विमान वाहतुकीचा जन्म झाला. पुढे

राष्ट्रीयीकरण झाल्यावर एअर इंडियामध्ये तिचे रूपांतर झाले. १९७८ पर्यत जे.आर.डी. तिचे अध्यक्षपद सांभाळीत होते. १९३८ मध्ये टाटा सन्सच्या संचालकांनी स्वतः सर्वजण जे.आर.डी.पेक्षा वडीलधारी असूनही, भारतातील सर्वात मोठ्या उद्योगसमुहाचे अध्यक्ष म्हणून त्यांची निवड केली. टाटा उद्योगसमुहाचे अध्यक्ष म्हणून निवड झाल्यावर मुंबई विद्यापीठाच्या विशेष पदवीदान समारंभात बोलताना जे.आर.डी.टाटा म्हणाले होते,''
''१९३८ मध्ये एका गाफील क्षणी माझ्या सहकाऱ्यांनी जे माझ्यापेक्षा श्रेष्ठ होते, टाटा उद्योगसमूहाचा अध्यक्ष म्हणून माझी निवड केली तेव्हाच मी माझ्या मनाशी शपथ घेतली की राजकीयदृष्ट्या स्वतंत्र आणि आर्थिकदृष्ट्या समर्थ भारत निर्माण करण्याचे जमशेटजी टाटा ह्यांचे स्वप्न प्रत्यक्षात आणण्यासाठी आपण आणि आपल्या उद्योगसमूहाने प्रयत्नांची पराकाष्ठा करायची.''

पुढे ही जबाबदारी त्यानी अतिशय कुशलतेने पन्नास वर्षाहून अधिक काळ सांभाळली. देशाच्या इतिहासात ती सुवर्णाक्षरांनी लिहिली गेली. आपल्या आयुष्यात एक अग्रेसर वैमानिक आणि प्रथितयश उद्योगपती म्हणून ते सुपरिचित होते. पन्नास वर्षाहून अधिक काळ टाटा उद्योगाची धुरा त्यांनी यशस्वीपणे सांभाळली. भारतातील सर्व महत्त्वाच्या उद्योगात त्यांना रस होता. त्यात त्यावेळी भारताच्या प्रगतीसाठी पायाभूत उद्योग पोलाद, अभियांत्रिकी आणि विद्युत ह्यांचा समावेश होता. संशोधनावर आधारित शिक्षण संस्था, इंडियन इन्स्टिट्यूट ऑफ सायन्स मधील त्यांचा रस हा त्यांच्या द्रष्टेपणाचा प्रत्यक्ष पुरावाच आहे. या आपल्या प्रचंड उद्योगाच्या दैनंदिन व्यवहारात सरकारी प्रलोभनांना बळी न पडता उच्च नैतिक आदर्शाची जोपासना त्यांनी कटाक्षाने केली.

अती प्रचंड कामाचा ताण असतानासुद्धा जे. आर. डी. टाटा ह्यांचे वाचनही भरपूर होते. त्यात मुबलकतेबरोबरच विविधताही वाखाण्याइतपत होती. त्यांना वैमानिक कलेत विशेष रूची असली तरी जवळ जवळ सगळ्या विषयांचे वाचन ते करीत असत. ओ.हेन्री यांच्या गोष्टी सांगण्याचा किंवा वाचून दाखविण्याचा त्यांना छंद होता. जुईस एल. अमाऊर यांचे पाश्चिमात्य वाङ्मय, जॉन डी.मॅक्डोनाल्ड यांच्या रहस्य कथा, ऑर्थर हेली आणि हरमन बॉक यांच्या कादंबऱ्यादेखील त्यांच्या वाचण्यात होत्या. आपल्यातील कवी मनाचा स्पर्शही त्यांनी जिवंत ठेवला होता. त्यांच्या कात्रणे चिटकविण्याच्या वहीत मृत्यू आणि प्रेम यावरही सुंदर परिच्छेद असणारी कात्रणे लावलेली होती.

संगीततही त्यांना रूची होती. थोड्या वेळासाठी त्यांना पाश्चात्य उत्कृष्ट आणि पारंपरिक संगीत ऐकायला आवडे. कुणा एका विशिष्ट प्रकारच्या संगीताचा किंवा कवीचा त्यांना ओढा नव्हता. परंतु प्रसंगाला अनुसरून विविध संगीत ते ऐकत

असत. मानवी मनाच्या खोलीत तयार झालेले संगीत मग ते कडवट, गोड किंवा दुःखाचे का असेना त्यातही ते काही वेळा रमताना आढळत. त्या काळच्या गाजलेल्या वाद्यांच्या आणि गोड गळा असणाऱ्या गायकांच्या ध्वनीमुद्रिका त्यांच्या संग्रहात होत्या. त्यांच्या भगिनी आपल्या आठवणी सांगताना अभिमानाने सांगत की, 'जे. आर. डी.पियानोही वाजवीत असत. कदाचित खूप कसबीपणे नसेल पण त्यात अतिशय भावूकता होती, आर्तता होती आणि तल्लीनताही होती.'

गोल्फ खेळण्याची किंवा पोहण्याची त्यांना जेवढी आवड होती तितकाच रस त्यांना नृत्यातही होता. युरोपातील उंच पर्वतराशीवरील बर्फावरून घसरण्याचा (स्किईंग) खेळ त्यांच्या अत्यंत आवडीचा होता. अगदी शेवटपर्यंत ते तो खेळ खेळत होते. किंबहुना त्यात उत्तम कौशल्य त्यांनी आत्मसात केले होते. त्या खेळात शरीराला इजाही होत असे. पण ह्या साहसाची नशाही काही औरच असे. पॅरीसमधील जे. आर. डी. यांच्या दोन आठवणी लहानपणीच्या अनुभवाची ही शिदोरी भावी जीवनातही कशाप्रकारे मार्गदर्शक ठरतात हे दाखविणाऱ्या आहेत. म्हणतात ना मुलाचे पाय पाळण्यात दिसतात म्हणून!

जे.आर.डी.शाळेत शिकत असताना वर्ग शिक्षकांनी युद्धजन्य परिस्थिती व त्याचे दुष्परिणाम अशा विषयांवर निबंध लिहिण्यास सांगितले आणि जहांगीरने त्या बालवयातही युद्धात मृत्युमुखी पडलेल्या सैनिकाच्या अभागी पत्नीची करूण कहाणी आपल्या निबंधात चितारली होती. वर्ग शिक्षकांना तो निबंध इतका आवडला की बाकांच्या १०/१२ ओळी ओलांडून ते जहांगीरजवळ आले आणि त्यांनी त्याची पाठ थोपटली. शिक्षकांनी आपण दाखविलेल्या या कसबासाठी दिलेली दाद पुढे आयुष्यभर जे. आर. डी. टाटांच्या आठवणीत राहिली. भावी आयुष्यात त्यांच्या अंगची ही करूणा जागोजागी प्रगटलेली दिसते.

खोड्या करणे, नकला करणे हा मुलांचा जन्मसिद्ध हक्कच असतो. जे.आर.डी. लहानपणी असेच खोडकर होते. नकला करणे, विनोद करणे, एखाद्या माणसाची फिरकी घेणे हे गुणही त्यांच्यात होतेच आणि हे गुण माझ्या फ्रेंच आजोबाकडून मी घेतले असे ते मोठेपणी अभिमानाने सांगत. तरूण वयात विमानांच्या कसरती आणि मोटारींच्या शर्यतीत तर ते नियमित आणि उल्हासाने भाग घेत असत. आपल्या खेळातील सहभाग हॉकी, फुटबॉल आणि टेनिस सारख्या खेळाच्या स्पर्धा आयोजित करून त्यांनी पुढेही चालू ठेवला होता. ह्या खेळांबद्दल जे. आर. डी. ना अत्यंत जिव्हाळा होता. त्यांच्या जोमदार आरोग्याचे रहस्य देखील त्यांच्या ह्या खिलाडूवृत्तीतच असणार व हा उत्साहच त्यांना पुढे टाटा उद्योगाला तडफदार, जोरकस आणि यशस्वी नेतृत्व देण्यासाठी उपयोगी पडला असणार.

कोणताही प्रस्थापित धर्म जे.आर.डीं. ना आकर्षित करू शकला नाही. ह्याचा अर्थ मात्र अपारदर्शी आणि सर्वव्यापी परमेश्वरावर त्यांचा विश्वास नव्हता असा नाही. त्यांना परमेश्वरीय गुण मान्य होते आणि अनेकवेळा परमेश्वराशी जवळीकही त्यांनी दाखविली होती. अनेक वेळा निदर्शक प्रश्न ते विचारीत असत आणि अतिशय पवित्र असे धार्मिक आयुष्यही ते जगले. त्यांचे इतर कुठल्याही प्राण्यांपेक्षा कुत्र्यावर अधिक प्रेम होते. कुत्रा (डॉग) ह्या शब्दाचे स्पेलिंग उलट केले तर परमेश्वर (गॉड) असे होते.

जे.आर.डीं. ची मार्गदर्शक तत्त्वे :-

- खोल विचार आणि कठोर परिश्रम ह्या शिवाय आयुष्यात मौल्यवान असे काहीही साध्य होऊ शकत नाही.
- स्वतः विचार केल्याशिवाय वरवरची अशी कोणतीही गोष्ट स्वीकारू नये. दुर्दैवाने बोधवाक्ये आणि घोषवाक्य ह्यामुळे आपली माणसे पटकन भावनिक बनतात.
- आपल्या छोट्यातील छोट्या किंवा साध्यातील साध्या कामात आपण नेहमीच निर्दोषता किंवा पूर्णावस्था साधण्याचा प्रयत्न करा. निदान प्रत्येक कामात उत्कृष्टता तर साधायला हवीच. कोणत्याही प्रकारच्या दुय्यम साध्यावर वा निर्मितीवर तडजोड करू नका. समाधानी होऊ नका.
- ह्या भौतिक जगातले कोणतेही साध्य अथवा यश ते आपल्या देशवासीयांच्या किंवा देशाच्या गरजा भागवणारे, त्यांच्या हिताचे आणि योग्य हवे. तरच ते मौल्यवान ठरेल.
- उत्तम मानवी संबंध हे वैयक्तिक समाधान तर देवून जातातच पण त्याहीपेक्षा ते कोणत्याही संस्थेला यशस्वी होण्यासाठी मुळातच गरजेचे असतात.

  उपक्रमशीलता आणि साहस यांचे मूर्तीमंत प्रतिक म्हणजे जे.आर.डी. टाटा. असंख्य तरूणांना त्यांनी कार्याची प्रेरणा दिली. अनेक संस्थांनी आणि उच्च संचालकांनी त्यांचे तत्त्वज्ञान अवलंबिले आहे. देशासाठी समर्पणाचे लखलखते उदाहरण म्हणजे जे.आर.डी.टाटा.

अर्धशतकाचा काळ जे.आर.डी. टाटा यांचेकडे भविष्याचा वेध घेणारा द्रष्टा म्हणूनच पाहात होता. हे संपूर्ण भारतीय उपखंड दुर्धर दारिद्र्याच्या खाईतून वर काढून त्याला संपन्नतेच्या वैभवशाली कालखंडात नेण्यासाठी ज्या अल्पस्वरूप भारतीयांनी अथक परिश्रम घेतले त्यापैकी जे. आर. डी. टाटा यांचे स्थान हिमालयाइतके मोठे होते हे निश्चितच...

■■

रतन टाटा

हिमालयालाही मोठं करणारा उद्योग ऋषी

'खुल्या उद्योगात सर्वसाधारण जनता ही व्यवसायाची केवळ एक लाभधारक नाही. खरंतर आम जनता ही उद्योगाच्या अस्तित्वाचा एकमेव हेतू आहे.'

भारतीय ऋषी म्हणजे जगातील सर्व ज्ञान, अनुभव, क्रियाशीलता आणि कौशल्ये एकत्र आलेले व्यक्तिमत्त्व. जीवनाचे सार्थ दर्शन घेतलेल्या आपल्या मूल्यांची, उज्वल परंपरांची, सार्थ जबाबदाऱ्यांची आणि कर्तव्यांची जाणीव असणारी व्यक्ती. सामाजिक ऋणांची दखल घेत ज्याच्याकडून घेतले, त्यांना ते अनेक पटीने परत करणारा, आपले आणि आपल्या अवती-भोवतीच्या लोकांचे जीवन सर्वार्थाने समृद्ध करणारा आदर्श मानव. असे उज्ज्वल ध्येय समोर ठेवून जीवनाची वाटचाल करणारे अनेक ऋषी आजही आहेत. कदाचित वेगळ्या रूपात. जग समृद्धीची चव त्यांच्यामुळेच चाखते आहे. श्री.रतन नवल टाटा हे एक तेजस्वी व्यक्तिमत्व सहा फुटाहून अधिक उंची, लवचीक पण बळकट बांधा, रूंद छाती, हिरवट करड्या रंगाचे डोळे, मोठे पारशी गरूडासारखे नाक, व्यवस्थित विंचरलेले काळसर पांढरट केस, वयापेक्षा अधिक तरूण वाटणारे, मृदू पण धीरगंभीर वाणी आणि अमेरिकन धाटणीचे हावभाव असणाऱ्या रतन टाटा ह्यांचा जन्म २७ डिसेंबर १९३७ रोजी झाला. अतिशय साधं पण अत्यंत प्रभावी, आसपासच्या कोणालाही चटकन पुढे होऊन बोलावेसे वाटेल असे आकर्षक व्यक्तिमत्त्व.

रतन टाटा हे सोन्याचा चमचा घेऊन जन्माला आले हे खरे असले तरीही त्यांचे बालपण मात्र कठीण परिस्थितीत गेले. ते सहा वर्षाचे असतानाच त्यांचे आई-वडील विभक्त झाले आणि रतन टाटा आणि त्यांच्या भावाचा सांभाळ त्यांच्या आजीला करावा लागला. त्यांच्या वडिलांनी आपला राहण्याचा बंगला विकून टाकला. रतन टाटा आजही आपल्या फ्लॅटमध्येच राहणे पसंत करतात. अमेरिकेतील आपल्या दहा वर्षाच्या वास्तव्यात त्यांनी हॉटेलमध्ये भांडी घासण्यापासून ते कारकूनाच्या नोकरीपर्यंत सर्व काही केले आणि हॉवर्ड विद्यापीठातून एम्.बी.ए.ची पदवीही संपादन केली.

रतन टाटा शिक्षणाने वास्तुशास्त्र विशारद (Architect) आहेत. ग्राहकांच्या गरजांचा संच घेऊन त्याचे रूपांतर प्रत्यक्ष इमारतीत करावयाचे हे वास्तुशास्त्रतज्ज्ञाचे

काम. यासाठी नवनवीन कल्पनांचा शोध, संबंधिक लोकांशी संपर्क, अंदाजपत्रकाची चाचपणी, आपल्या निर्मितीची विक्री आणि यासाठी रचनेपासून तर उपयोगापर्यतच्या सर्व बारीक-सारीक गोष्टींचा विचार करणे ही कामे प्रामुख्याने यात येतात. रतन टाटांना आपली कारकीर्द घडवताना नेमका ह्याच कौशल्यांचा मोठा फायदा झाला असणार. यामुळेच टाटा समूहाची आकर्षक पुनर्उभारणी ते यशस्वीपणे करू शकले. शिक्षणानंतर दोन तीन वर्षे त्यांनी अमेरिकेतच वास्तुतज्ज्ञ म्हणून काम केलं. पुढे हा व्यवसाय न केल्याची थोडी खंतही त्याना वाटली असणार कारण हा पण खूप समाधान देणारा व्यवसाय आहे.

जे. आर. डी. टाटांनी, त्यांना आपल्या उद्योगात सामील होण्यासाठी जेव्हा औपचारिक निमंत्रण दिले, त्याला उत्तर देतांना टाटा म्हणतात, 'या निमंत्रणाबद्दल कृतज्ञता आणि आनंद व्यक्त करण्याचा प्रयत्न करेन. मी सर्वस्व पणाला लावून आपण घेतलेल्या निर्णयाबद्दल आपल्याला खेद होणार नाही, यासाठी माझ्या प्रयत्नांची शर्थ करेन.' टाटा उद्योग वृक्षाच्या शिखरावर ते विराजमान होतील अशी शक्यताही त्यावेळी वाटली नसावी.

जे. आर. डी. टाटा, अमेरिकेचे भारताविषयी अत्यंत जिव्हाळा असणारे माजी अध्यक्ष श्री.जॉन एफ केनेडी, प्राध्यापक अमर बोस आणि प्राध्यापक जीन रिबाउंड ह्या जगद्विख्यात लोकांच्या आचारविचारांचा जबरदस्त पगडा आपल्यावर आहे असे रतन टाटा मानतात. ह्या सर्वांमध्ये श्रेष्ठ नितीमत्ता उच्च दर्जाची सचोटी, प्रभावी सामाजिक जाणीव, अतूट श्रद्धा आणि प्रचंड कार्यप्रवणता यांचा सर्वसामान्य धागा आहेच. परंतु त्याचबरोबर ते प्रेमळ, विचारवंत आणि माणुसकी असणारे आहेत. स्वतःबद्दल बोलताना रतन टाटा म्हणतात,'मला स्वतःचा मोठेपणा सांगणे अवघड जाते. मला, मी न्याय्य आणि प्रामाणिकपणाने वागावे असे वाटते. नव्हे, तसा माझा विश्वास आहे. मी प्रामाणिकपणाने वागतो आणि ह्या गोष्टीचा मला सार्थ अभिमान आहे.'

२५ मार्च १९९१ रोजी एका आकाश उड्डाणाची सांगता होऊन दुसऱ्या अवकाश यानाने भारतीय उद्योगाच्या आकाशात झेप घेतली. भारतरत्न जे.आर.डी. टाटांनी भारतातील एका ज्येष्ठ आणि अवाढव्य उद्योगसमूहाची धुरा रतन टाटा यांच्याकडे सुपूर्त केली. लोखंडापासून लिपस्टिकपर्यत आश्चर्यकारक विविधता असणाऱ्या, साधारणतः तीन लाखाच्या आसपास लोकांना निर्मितीत गुंतवणाऱ्या, एकशे तीस वर्षाचा उज्ज्वल इतिहास असणाऱ्या उद्योग समूहाचे नेतृत्व त्यांच्याकडे आले. कदाचित, अनेक मने ह्यावेळी शंकित झालीही असतील. पुढे आपल्या देदिप्यमान आणि वेगवान कारकिर्दीने रतन टाटा यांनी ही निवड किती सर्मपक होती, हे सप्रमाण सिद्ध करून दाखवले.

त्या त्या काळी लागणारे चपखल नेतृत्व कोण देतं? कोण देतं ही दिशा, ही प्रेरणा, ही ऊर्जा आणि ती वापरण्याची प्रचंड ताकद! यालाच फोर्थ डायमेन्शन वा परमेश्वरी संकेत म्हणतात का? विवाहबंधन, मुलाबाळांची कौटुंबिक जबाबदारी त्यांच्या उत्तम पालन पोषणात आणि विकासातच सार्थकता मानणे ह्या सर्वसाधारण जगरहाटीत न अडकणाऱ्या या माणसांना प्रचंड कामाची कार्यप्रेरणा कोठून आणि कशी मिळते? आपल्या पुढे असणारी आव्हाने आणि उपलब्ध संधी, आपल्या देशाबद्दल, जगाबद्दल आणि मानवतेवरच्या प्रेमातूनच ही प्रेरणा निर्माण होते का? आपल्या बांधवांना गरिबीच्या दरीतून ओढून समृद्धीच्या शिखरावर नेण्याची तळमळ त्यांना ही कार्यप्रेरणा देते कां? रतन टाटा म्हणतात, 'मला पैसा मिळवण्याची तीव्र इच्छा नाही तर जिथे आनंद नाही तिथे तो निर्माण करण्याची, तो बघण्याची प्रचंड आस आहे.' हे त्यांच्या कार्यप्रेरणेचे किती मोजके आणि स्पष्ट वर्णन आहे नाही?

रतन टाटा, आपल्या उद्योग समूहाची पुनर्बांधणी आणि विस्तार करण्यात व्यग्र आहेत. आपल्या उद्योग समूहाचा डोलारा भक्कम बनवून त्याला चुणचुणीत करण्यावर ते सारे लक्ष केंद्रित करीत आहेत. ''आपल्याला अजून बराच मोठा पल्ला गाठायचा आहे याची जाणीव त्यांना आहे. यासाठी वर्षानुवर्षे चालत आलेल्या परंपरांच्या श्रृंखला तोडणे इतके सोपे नाही. उद्योग भक्कम बनवण्यासाठी उच्चस्तरीय व्यवस्थापक आणि त्यांच्याकडे असणारी यंत्रणा यात रचनात्मक बदल व्हायला हवेत. बदलास पोषक वातावरण नसणे, योग्य अशा गतीचा अभाव हा टाटा उद्योग समूहापुढे सर्वात मोठा धोका आहे. कालानुरूप बदल हा जीवनाचा स्थायीभाव आहे. त्यातील परिणामकता तर स्पर्धात्मक फायदा मिळवून देते. रूढीप्रीयतेमुळेच आपले खूप कौतुक झाले आहे. आपण खूप वाहवा मिळवली आहे. त्यामुळेच आपण धोका पत्करायला तयार नसतो. योग्य धोका पत्करल्याशिवाय अभावानेच यश मिळते. आज तर याची फार गरज आहे. जागतिक स्पर्धात्मकता मिळवणे हे तर आपले लक्ष्य आहे. त्यासाठी जगातले सर्वोत्कृष्ट काय याचा शोध घेऊन ते आपल्यात उतरवण्याचा प्रयत्न आपण करावयास हवा. आपल्या उद्योग समूहाला ग्राहकांचा मोठाच विश्वास लाभला आहे. ही श्रध्दा आपल्या कामगारांच्या श्रमाचे, त्यागाचे आणि गुंतवणूकीचे प्रतीक आहे. व्यवसायातील आपला प्रामाणिकपणा आणि नीतीमत्ता ह्यांचाही त्यात भाग आहेच, ही प्रतिमा टिकवून ठेवणे हे आपणा सर्वांचे प्रथम कर्तव्य आहे. 'लिडरशिप विथ ट्रस्ट' यावर आधारीत जागतिक दर्जाच्या उत्पादनाची निर्मिती आपल्याला आपल्या ग्राहकांसाठी करावयाची आहे. आपल्या कामगारांना उत्तम प्राप्ती करून द्यायची आहे. भारतीय बांधवाच्या आयुष्याचा दर्जा उंचावयाचा आहे.''

टाटा म्हणतात, ''आपल्या कामाचा मागोवा घेताना मला असे वाटते की, इतरांपेक्षा आपण कमी चपळ, बदलास विरोध करणारे, स्थितीप्रिय आणि आपल्याच मार्गाने जाणारे आहोत. परंतु आपल्याला जगातील सर्वोत्तमाबरोबर स्पर्धा करायची आहे. त्यासाठी सध्या आपण जे काही करीत आहोत त्यापासून वेगळे काहीतरी करायला हवे. उत्कृष्टतेसाठी लागणाऱ्या कार्यपद्धती विकसित करून त्यांची अंमलबजावणी करायला हवी.'' नेमके हेच प्रत्यक्षात उतरवण्यासाठी त्यांनी 'जे. एस. डी.डी.क्यू.व्ही' (J.S.D.Quality Value) ह्या टाटा समूहातील सर्व कंपन्यांना भाग घेता येईल अशा पारितोषिकाची सुरुवात केली. टाटा समूहात जपलेल्या मूलभूत मूल्यांचा पाया यामुळे मजबूत होणार आहे. त्याचबरोबर स्पर्धात्मक गुणांनाही चांगलीच धार चढणार आहे. या पारितोषिकामुळे टाटा समूहास नवी दिशा मिळवून देणारी मोठीच उपलब्धी होणार आहे. आखून दिलेल्या मार्गापासून थोडे बाहेर जाणे हे स्वाभाविकच आहे. आपण वावरतो ते जग परिपूर्ण नाही. परंतु ह्या बाहेर जाण्यातून सावरून आपण किती लवकर परततो आणि ह्या पदभ्रष्टतेतून परतण्यासाठी आपल्या प्रतिक्रिया कशा होतात, ह्यावरूनच आपण इतरांपेक्षा वेगळे ठरतो. ज्या पद्धतीचा आपल्याला अभिमान वाटेल त्या पद्धतीनं वाटचाल करणे हे फार महत्त्वाचे आहे. यातूनच आपल्याला सर्वोत्कृष्टतेसाठी खरी दिशा मिळणार आहे. आपण जे जे करतो त्यातील सर्वोत्कृष्टतेसाठी सखोल आणि मूलगामी गोष्टींची जबाबदारी घ्यायला हवी. यासाठी आपल्या अंतरात्म्याचे प्रकटीकरण व्हायला हवे. भावी काळाचा विचार हवा. सचोटी आपली मूल्ये आणि संबंधित असणाऱ्या सर्वांना (Stakeholder) हितकारक होईल. अशा कार्यपद्धतींचा अंगीकार आपण करायला हवा.

रतन टाटांनी सुरू केलेला जे.एस.डी.क्यू.व्ही. हा सन्मान २००१ साली पहिल्यांदाच 'टाटा स्टील' या कंपनीने पटकावला. ह्या समारंभात बोलताना ते म्हणाले, ह्या पारितोषिकामुळे आपल्या अवतीभोवतीचे जग किती प्रचंड वेगाने धावते आहे, बदलते आहे, हे आपल्या सर्वांच्या लक्षात येईल. आपल्यातील काही कंपन्यांना प्रगतीचा हवा तेवढा वेग घेता येत नाही. पण काहींना तर या वेगाची आवश्यकता वाटत नाही. प्रगतीची योग्य ती गती, आवश्यक बदल आपल्या कामगारात आणि आपल्या कार्यपद्धतीत यायला हवे. दुःख याचे वाटते की, आपल्यातील काही जणांना ह्या बदलाची गरजच वाटत नाही तर हे एक खूळच आहे असे वाटते. पाच वर्षापुर्वी आपण लावलेल्या या रोपट्याला बहर आलेला पाहून मला खूप समाधान वाटते. आपण घेतलेल्या पुढाकारामुळे इतर कंपन्याही कार्यप्रवण होतील त्यांना प्रोत्साहन मिळेल असा मला विश्वास वाटतो.

आपल्या कंपन्यांचा कारभार कसा असावा याबद्दल रतन टाटा म्हणतात, ''सर्वांना अभिमान, गर्व वाटावा असाच आपल्या कंपन्यांचा कारभार असावा. सर्वांनी आदर्श अशा उत्कृष्टतेचा ध्यास घ्यावा. तिचा विकास करावा. उत्कृष्टतेला नुसत्या शाब्दिक पाठींब्याने काहीही साध्य होणार नाही. त्यासाठी आपली बचनबद्धता खोलवर रूजायला हवी. आपण जे जे करतो ते सर्वार्थाने उत्कृष्टच असायला हवे. आपल्या उद्योगसमुहाने व्यवसायातच नाही तर राष्ट्राच्या उभारणीतही एक जबाबदार नागरिक म्हणून काम करावयला हवे. आपल्या व्यवस्थापकांनी आपल्याला उपलब्ध असतील ती सर्व साधने, सर्व मार्ग, आपली उद्दिष्टे साध्य करण्यासाठी वापरायला हवीत. परंतु ही उद्दिष्टे गाठतांना आपल्या उज्ज्वल आणि थोर परंपरांची स्पष्ट जाणीव ठेवायला हवी, त्यांचा योग्य आदर त्यांनी ठेवायला हवा.''

रतन टाटा आपल्या उद्योग समूहाच्या भविष्याबद्दल सांगताना म्हणतात, ''मला अशी खात्री आहे की, अजून एका शतकानंतरही टाटा समूह आजच्या तुलनेने किती तरी मोठा होणार आहे. माझी इच्छा आहे की, सर्वच बाबतीत तो भारतात तो भारतातला सर्वोत्कृष्ट समूह मानला जावा. आपल्या कार्यपध्दती सर्वात उत्तम ठराव्यात. आपली मूल्ये आणि नितिमत्ता उच्च दर्जाचीच राहावी. हे सांगत असताना मला आशा आहे की, पुढील शंभर वर्षात आम्ही आमच्या कामाचा व्याप, आमचे पंख, भारताबाहेरही पसरवू. आम्ही एक जागतीक समूह बनू. जगातील अनेक राष्ट्रात आमच्या शाखा असतील. परंतु आमच्या संबंधितांचा आमच्यावरचा विश्वास आणि श्रध्दा मात्र त्याच असतील.''

आपल्या उत्पादनाबद्दल त्यांना वाटणाऱ्या प्रेमाचा दाखला देण्याचा मोह अनावर होतो आहे. ते म्हणतात, 'मी रस्त्यातून येता जातांना जेव्हा जेव्हा ''इंडिका'' बघतो तेव्हा तेव्हा मला माझ्या वाहनाची खिडकी उघडून इंडिका' चालवणाऱ्याच्या खिडकीवर टक् टक् करून इंडिका आपल्याला कशी वाटते? असे विचारावेसे वाटते'' शाळेत, आपल्या मुलाची प्रगती कशी आहे असे विचारणाऱ्या आईच्या प्रेमापेक्षा हे प्रेम वेगळे आहे कां?

स्वतः पैसा कमावणे आणि राष्ट्रासाठी संपत्तीची, समृध्दीची उभारणी करणे यात जमीन अस्मानाचे अंतर आहे. टाटासमूह हा राष्ट्रासाठी संपत्ती निर्माण करणाऱ्या ऐतिहासिक वारसांनी निर्माण झालेला समूह आहे. रतन टाटा हे त्यातीलच एक तेजस्वी आणि उभरते रत्न आहे, व्यक्तिमत्त्व आहे.

रतन टाटा ज्या कंपनीची धुरा समर्थपणे सांभाळीत आहेत, त्या 'टाटा लोकोमोटिव्ह ॲण्ड इंजिनिअरिंग कंपनी लि' ची सुरुवात भारतीय रेल्वेसाठी लागणाऱ्या इंजिनच्या

उत्पादनाने १९४५ साली झाली. पुढे डेमलर बेन्झ ए. जी. ह्या कंपनीच्या सहकार्याने कंपनीने व्यापारी वाहने उत्पादनास सुरुवात केली. प्रगतीची अनेक शिखरे काळाच्या ओघात पादाक्रांत केली. ही वाटचाल करताना आपल्या मूल्यांशी आणि नीतीमत्तेशी टाटा उद्योगसमूहाने कधीच तडजोड केली नाही. १९९५ मध्ये 'इंडिका' ह्या संपूर्ण भारतीय बनावटीच्या प्रवासी वाहनाची निर्मिती केली. जगातील वाहनांची निर्मिती करणाऱ्या कंपन्यांमध्ये टाटांचा क्रमांक बराच वरचा आहे. रतन टाटांच्या यशोमुकुटात 'इंडिका'चे उत्पादन हा मानाचा तुरा आहे.

२००४-०५ च्या वर्षात 'टाटा मोटारने' २०,००० कोटी रुपयांपेक्षा जास्त किमतीची उलाढाल केली. त्यात प्राप्तीकर वजा जाता १२०० कोटी रुपयांचा फायदा मिळवला. ह्या वर्षी श्री. जमशेटजी टाटांची १०० वी पुण्यतिथी आहे तर श्री. जे. आर. डी. टाटा, श्री. नवल टाटा आणि श्री. सुमंत मुळगांवकर या टाटा समूहाला नेतृत्व देणाऱ्या महान व्यक्तिमत्त्वांची शंभरावी जयंतीही आहे. आज कंपनी आपल्या पुढील सर्व आव्हाने पेलण्यास समर्थ आहे. ह्यासाठी लागणारी दूरदृष्टी, आपल्या कामगारांचा आणि ग्राहकांचा प्रचंड विश्वास रतन टाटा ह्यांच्या मागे आहेच. परंतु हे प्रत्यक्ष व्यवहारात उतरविण्याची जिद्द आणि कार्यक्षमता निर्माण करण्याचे कौशल्यही त्यांच्याकडे आहे. भारतीयांचेच नाही तर जगातील सर्व लोकांचे डोळे ह्या उद्योग समुहाकडे मोठ्या आशेने बघताहेत.

रतन टाटा यांच्या आयुष्यातील सर्वात महत्त्वाचा क्षण त्यांची स्वप्नपूर्ती करणारी 'नॅनो टाटा' ही एक लाखाची, जगातील सर्वात स्वस्त कार जेव्हा त्यांनी जगाला बहाल केली तो क्षण. कार घेणे परवडत नाही म्हणून सर्व कुटुंबाला धोक्यात घालून स्कूटरवरून नेणाऱ्या माणसाला बघून या उद्योगऋषीचे हृदय कळवळले. अशा कुटुंबाला परवडेल आणि त्यांची सुरक्षितताही अबाधित राहील अशा कारचे आपण उत्पादन करु असा निश्चयच त्यांनी केला. सर्व जगानेच त्यांच्या या स्वप्नाची अशक्य गोष्ट म्हणून उपेक्षा केली. त्यावर असंभव असा शिक्का मारला. परंतु चार-पाच वर्षे अविश्रांत मेहनत घेऊन या जिद्दी माणसाने आपले स्वप्न प्रत्यक्षात उतरवलेच. ही बातमी जगातील सर्व प्रमुख वृत्तपत्रांचा मथळा बनली आणि सर्वच जगाने इतिहास घडवणाऱ्या या द्रष्ट्या उद्योजकाची मुक्त कंठाने प्रशंसा केली. भारत सरकारनेही योग्य वेळ साधून ताबडतोब त्यांना पद्मविभूषण हा मानाचा किताब बहाल केला. ही कार जगाला सादर करताना ते म्हणाले, ''विश्वासार्हता म्हणून टाटा समूहाने नाव शतकाहून गाजत आहे. ग्राहकांचा तिच्या उत्पादनावर विश्वास असावा, ही आमची जुनी भूमिका आहे. लाखात मोटार देण्याचे वचन मी काही वर्षापूर्वी दिले होते. ते आज पाळले, ''प्रॉमिस इस प्रॉमिस'

माझ्या स्वप्नातील ही कार निर्माण करताना आम्ही दर्जाबाबत अजिबात तडजोड केलेली नाही आणि सुरक्षिततेचीही पूर्ण काळजी घेतलेली आहे.''

भारतासाठी एक लाख रुपये किमतीची कार देण्याच्या स्वप्नपूर्तीनंतरही जॅग्वार आणि लँडरोव्हर हे सर्वात महागडे ब्रँड देऊन रतन टाटा यांनी जगाला दुसरा आश्चर्याचा धक्का दिला आहे. जगातील सर्वात स्वस्त आणि सर्वात महागडी अशा दोन्हीही कारवर यापुढे 'टाटा' हेच नाव झळकणार आहे. या सर्वांचे श्रेय आहे रतन टाटा यांच्या द्रष्ट्या नेतृत्वालाच. भारतातल्या या महाकाय उद्योगाची धुरा ते गेली १९ वर्षे समर्थपणे सांभाळताहेत. मिठापासून मोटारीपर्यंत आणि पोलादापासून मोबाईलपर्यंत टाटा समूहाचा विस्तार विस्मयकारक तर आहेच पण उद्योजकांना पथनिदर्शकही आहे. लाखाच्या मोटारीचे टाटांचे स्वप्न सत्यात उतरल्याने वाहन उद्योगाला एक नवा आयाम मिळाला आहे.

■■

नीळकंठ कल्याणी

भारताला कल्याणाप्रत नेणारे उद्योजक

'जेथे पिकतं तेथे विकत नाही, जसं पिकतं तसं विकत नाही आणि जेव्हा पिकतं तेव्हा विकत नाही.'

ही आहे एका कर्मवीराची जीवनकथा, कर्तृत्वकथा. नीळकंठ कल्याणी ह्यांनी एकट्याने कष्टाचे डोंगर उपसून जागतिक कीर्तीचा एक प्रचंड मोठा औद्योगिक प्रकल्प पुण्यात उभारला आणि तो यशस्वी केला. देशासाठी, समाजासाठी एखादे काम किंवा प्रकल्प उभा करण्याचा मनस्वी संकल्प सोडला की आपले शिक्षण, कीर्ती, सरकारी - दरबारी वजन आहे की नाही, इत्यादी गोष्टीचा विचार न करता चिकाटीने आणि निर्धाराने कामाला लागले की काय घडू शकते, ह्याचे मूर्तिमंत उदाहरण म्हणजे नीळकंठ आणि त्यांनी उभारलेला 'भारत फोर्ज 'हा कारखाना. ह्या कारखान्याचे संस्थापक आणि सर्वेसर्वा श्री. नीळकंठ कल्याणी, सौजन्याचा आणि साधेपणाचा मूर्तिमंत पुतळा. आपल्या यशाबद्दल त्यांनी कधी गर्व केला नाही की अहंकार बाळगला नाही. घराण्याकडून मिळालेला सांस्कृतिक वारसा जपतच त्यांनी हे यशोमंदिर गाठले. दूरदृष्टी आणि योजकता ह्यांचे ते चालते बोलते उदाहरण. त्यांचे जीवन म्हणजे भारताला उत्तुंग शिखरावर पोहोचविण्याची जिद्द बाळगणाऱ्या नव्या पिढीला उद्‌बोधक आणि अनुकरणीय ठरल्याशिवाय राहाणार नाही.

स्वतंत्र भारताचे पहिले पंतप्रधान जवाहरलाल नेहरू म्हणत भाक्रा-नानगल सारखी मानवी कर्तबगारीची ठिकाणे ही आधुनिक भारताची तीर्थक्षेत्रे आहेत. आपले स्वातंत्र्य अशाच उत्तुंग मानवी कर्तृत्वाने समृद्ध झाले पाहिजे, सुरक्षित झाले पाहिजे ही त्या काळाची गरज होती. लाखो, करोडो हात नवनिर्मितीच्या कामी गुंतायला हवे होते. कुणीतरी त्यांची व त्यांच्या कुटुंबियांची पोटाची भूक भागवायला हवी होती. भविष्याच्या उदरात आकार घेत असलेला नीलकंठराव कल्याणींचा 'भारत फोर्ज' हा त्यापैकीच एक समृद्धीचे तीर्थक्षेत्र होणार होता. हे फक्त नियतीलाच माहीत होते. त्यांच्या रूपाने महाराष्ट्रालाच नव्हे तर भारताला एक उमेदीचा उद्योजक मिळणार होता. भारत फोर्जच्या पहिल्या परवान्यापासून तो आजचे साम्राज्य उभे राहीपर्यंत सर्व निर्णय त्यांचे

त्यांनी घेतलेले आहेत. 'ऐकावे जनाचे, करावे मनाचे'! स्वतःची बुद्धी, कर्तबगारी आणि श्रमशक्तीवर नीलकंठरावांचा प्रचंड विश्वास आहे. ही कर्तबगार माणसांना मिळालेली सहावी शक्तीच तर नाही ना?

चारित्र्य घडवण्यासाठी लहानपणीचे साधे साधे संस्कार कसे महत्त्वाचे असतात ह्याचे एक उदाहरण देण्याचा मोह आवरत नाही. ही घटना नीलकंठरावांच्याच शब्दात समजावून घेण्यातच खरी गंमत आहे. ''पंचेचाळीस सालची गोष्ट आहे. वडील व्यापारानिमित्त बाहेरगांवी गेले होते. मी हळदीच्या वायदे व्यापाराची संधी घेतली. माझ्या सुदैवाने मला त्या व्यापारात मी अपेक्षा केली तसे दान पडून यशस्वी झालो आणि अत्यंत आतुरतेने वडिलांच्या परत येण्याची वाट पाहात होतो. माझ्या व्यापारातील पहिल्याच ह्या यशामुळे दोन्ही मातोश्रींनाही समाधान झाले होते. कारण ह्या व्यापारामुळे मला जवळ जवळ दोन लाख रूपये फायदा झाला होता. तोही फक्त चार दिवसात. वडील रात्री १२ वाजता परत आले. त्यांनी नेहमीप्रमाणे आपल्या गैरहजेरीत झालेल्या कामाचा आढावा घेतला. मी त्यांना उत्साहाने त्या वेळेची कीर्द दाखविली. ती पाहून ते एक शब्दही न बोलता तडक आंत, देवघरात गेले. मलाही क्षणभर काही समजेना. मी सुन्न झालो. मोठ्या आईने माझी समजूत काढून मला ताबडतोब झोपायला पाठविले. दुसऱ्या दिवशी पहाटे मातोश्री मला आणि माझ्या वडिलांना आमच्या कुलदैवताच्या दर्शनाला घेऊन गेली. तेथे वडिलांच्या मनात डाचत असलेले विचार मला समजावून द्यायला माझ्या आईने त्यांना भाग पाडले. वडील म्हणाले, 'सट्टयात काही कष्ट न करता मिळणाऱ्या पैशाची, यशाची धुंदी माणसाला कुठल्या टोकाला नेते हे तुला ठाऊक नाही. ते तू समजावून घे.' हा तुझा अधःपात मला मुळीच पाहवणार नाही. तेव्हा यापुढे असा सट्टा परत आयुष्यात कधीच खेळणार नाही, अशी शपथ आपल्या कुलदैवताला स्मरून घे. ही शपथ मी आजही निष्ठेने दोघांच्या मृत्युनंतरही पाळतो आहे. नीलकंठरावांच्या शिक्षणाबद्दल त्यांचे आई वडील, विशेषतः आई खूपच जागृत होती. त्यांच्या शिक्षणाची सोय पाचगणीला करण्यात आली. तेथे शिकतांना शिक्षकांकडून त्यांना थोडा त्रास होत असे. त्यामुळे कराडला परत जावे असे त्यांना वाटत असे ते म्हणतात' कराडला परत जाऊन मोठ्या आईला तोंड कसे देणार? इथे राहावे तर मास्तरांचा त्रास. या कैचीत सापडलेला मी केवळ आईच्या समाधानासाठी अभ्यासाच्या मागे लागलो. त्यात अत्यंत गोडी वाटायला लागली. मन एकाग्र झाले. अभ्यासापुढे खेळ आणि इतर गोष्टी तुच्छ वाटायला लागल्या. मी मॅट्रीकच्या परीक्षेत (सन १९४३) केवळ दीड महिन्याच्या अभ्यासावर एकुणात तिसरा आलो.'

त्या काळचे राजकारणातील दोन धुरंदर मा. यशवंतराव चव्हाण आणि यशवंतराव

मोहिते हे नीलकंठरावांचे खास स्नेही. नीळकंठरावांचे अनेक मित्र त्यांच्या स्वभावाचे विशेष सांगतात, ते म्हणजे त्यांच्याजवळील मैत्रीच्या भावनेचे. एखाद्याला मित्र म्हटले म्हणजे त्याची सदैव आणि सर्वांगीण पाठराखण करावयास कल्याणी सज्ज असतात. मैत्री, स्नेह जोडणे आणि आपणाकडून तो कायम टिकवणे हा नीळकंठरावाचा स्थायीभाव आहे. त्यांची खरी संपत्ती मोजावयाची असेल तर ती त्यांच्या मित्रपरिवारात मोजावी लागेल. त्यांच्या ह्या मित्रपरिवारास कोणत्याही पात्रतेच्या मर्यादा नाहीत. तो सर्वव्यापी आहे.

एकदा अमेरिकेतील आपले काम संपवून भारतात परतण्यासाठी पश्चिमेऐवजी पूर्वेकडून जपान मार्गे येण्याचे नीलकंठरावानी ठरवले. त्या दिवशी सर्वजण विमानतळावर येण्याच्या तयारीत होती. सामानसुमान बांधून व्हरांड्यात आणले गेले. परंतु नीलकंठरावांना वाटले तिकडे जाऊ नये कां? कारण काहीच नाही. पुढील सर्व कार्यक्रम ठरलेला होता परंतु नीलकंठरावांनी अधिकारवाणीत सांगितले. काही नाही, आज जायचे नाही. मला कॅलिफोर्नियातले राहिलेले मरीन लॅण्ड पाहायचे आहे. इतरांचा नाईलाज झाला. तो दिवस त्यांनी मरीन लॅण्डचे प्रदर्शन पाहण्यात घालवला आणि सर्वजण हॉटेलात येऊन झोपली. दुसऱ्या दिवशी भारताकडे जाणारे विमान पकडायचे म्हणून मंडळी सामानासह खाली आली आणि समोर वर्तमानपत्र पडले होते. त्याकडे दृष्टी गेली. काल भारताकडे जाणारे विमान, ज्यातून कल्याणी परिवार प्रवास करणार होते ते कोसळले होते. त्यातील सर्व प्रवासी ठार झाले होते. सर्वांनी नीलकंठरावांना घेराव घालून आनंद व्यक्त केला.

असाच एक प्रसंग निलकंठराव दिल्लीला होते तेव्हाचा 'काकेडा' दुकानातील प्रसंग. कॅनॉट सर्कलमध्ये ते जेवायला जात असत. उघड्यावर टेबले मांडलेली असत. ते सांगतात 'मी बसलो आणि वेटरने पाणी आणून दिले. मी तो ग्लास तोंडाला लावला तेवढ्यात मला काही तरी चमत्कारिक वाटले. मी उठलो पाणी पिता पिताच आतल्या बाजूला गेलो. पाण्याचा तो ग्लास पिऊन टाकला. तेवढ्यात बाहेरून धाडकन आवाज आला. निलकंठराव ज्या टेबलावरून उठून गेले होते. त्याच टेबलावर एक मालाने भरलेला टेंपो येऊन आदळला. दुर्दैव एका दुसऱ्या व्यक्तीचे की, ती व्यक्ती नीलकंठरावांनी मोकळ्या केलेल्या बाकावर येऊन बसली होती ! त्याला मृत्यूने गाठले. नीलकंठरावांना तेथून उठावेसे वाटले आणि दुसरा माणूस तेथे येऊन बसला आणि त्याला मृत्यूने गाठले, नीलकंठ मात्र सहीसलामत वाचले असे कां घडले?

तिसरा प्रसंग अमेरिकेतलाच आहे. नीलकंठराव ह्यूस्टनचा फोर्जिंग कारखाना पाहण्यास गेले होते. मोठमोठ्या भट्ट्या पेटलेल्या होत्या. फोर्जिंगचे मोठ मोठे भाग यांत्रिक क्रेनच्या साहाय्याने इकडे तिकडे आणले, नेले जात होते. कारखान्याच्या

नियमाप्रमाणे डोक्यावर हेल्मेट, हातात हातमोजे, सर्व काही घालून नीळकंठराव आणि तेथील अधिकारी एक एक यंत्र पाहात होते. एका यंत्राजवळ ते आले त्यांना एकदम वाटले येथे एक क्षणभरही थांबू नये सोबतच्या माणसाशी बोलणे पुरे होण्याच्या आतच ते पुढे सरकले आणि मागे आघात झाला. क्रेन मधील भला मोठा तुकडा खाली पडला. जीवन आणि मृत्यू ह्यामधील अंतर कांही सेकंदाचेच होते.

नीळकंठराव हे तीनही प्रसंग सांगताना म्हणतात, 'माझा अशा दैवतांवर विश्वास नाही, पण असे का घडले, आपण सांगू शकत नाही.' हे ही ते कबूल करतात. हे तीन प्रसंग आपल्याला नक्कीच विचार करायला लावणारे आहेत. कुणी याला दैव म्हणेल, कुणी योगायोग, कुणी नियती (Forth Diamention), कुणी निसर्ग. ह्यात अंधश्रद्धेचा भाग नाही. कारण नीळकंठरावासारख्या माणसाच्या आयुष्यात ह्या प्रत्यक्ष घडलेल्या घटना आहेत. ह्यावरून आपण असा निष्कर्ष काढू शकतो का की, समाजाच्या हिताचं एखादं उदात्त काम जेव्हा आपण करीत असता, तेव्हा एखाद्या अज्ञात गोष्टीकडूनही आपल्याला मदत मिळत असते?

कोयना फोर्जिग लि. ला तीन हजार टनाचा परवाना ऑक्टोबर १९६० ला मंजूर झाला. पुढच्या वर्षी कंपनीचे नांव बदलले, ते भारत फोर्ज झाले.२० जुलै १९६२ ला भारत फोर्जने २ कोटी ३० लाखाचे भागभांडवल उभारण्यास परवानगी मागीतली आणि २४ जुलै १९६२ रोजी ही परवानगी मिळवली. नवल वाटावे एवढ्या अल्प काळात हा व्यवहार घडवून आणला गेला. हा व्यवहार म्हणजे नीलकंठरावाच्या कौशल्याचा, मनुष्य संग्रहाचा, प्रचंड हुशारीचा, दूरदर्शीपणाचा आणि येणाऱ्या अडचणी आव्हान म्हणून स्वीकारून त्याचे रूपांतर संधीत करण्याच्या ताकदीचा दाखलाच नाही का?

कारखानदारीत शेतकऱ्याचा पैसा आणण्याचे श्रेय नीळकंठरावांच्या कल्पकतेलाच द्यावे लागेल. बागायतदार शेतकऱ्यांजवळ शिल्लक पैसा होता तो त्यांनी कारखानदारीत आणला. त्यांना सप्रमाण पटवून दिले की, चांगल्या विश्वासू कारखान्यात त्यांचा पैसा शेतीपेक्षाही अधिक सुरक्षित व लाभदायक आहे. सधन शेतकऱ्यांना कारखानदारीकडे वळवणारे नीलकंठराव हे पहिलेच कारखानदार.

भारत फोर्जच्या प्रचंड व्यापाच्या सुरुवातीची पहिली कुदळ मारताना नीळकंठरावांना अनेक विचारांनी ग्रासले असणार. पण त्या माळरानावर आज उभ्या राहिलेल्या प्रचंड शक्तीचा उपयोग आपल्या देशबांधवाच्या सुखसमृद्धीसाठी झालेला आहे. देशाच्या संरक्षण यंत्रणेत 'भारत फोर्ज' महत्त्वाची कामगिरी बजावतो आहे. भारतीय लष्कराच्या शक्तिमान ट्रककरता ॲक्सल, क्रँक शाफ्ट, तोफांच्या गोळ्याची

कवचे, क्षेपणास्त्रांचे भाग हे 'भारत फोर्ज' चे प्रत्यक्ष उत्पादन, आधुनिक युद्धतंत्राला लागणारी रेल्वे, विमान, माल वाहतूक ट्रक आणि मनुष्य वाहतुकीत 'भारत फोर्ज'चे ॲक्सल, क्रँकशाफ्ट, ब्रेक ही उत्पादने काम करताना बघून भारत फोर्जचा हा निर्माता पूर्ण समाधानी असेल का? कारण त्यांची प्रेरणा देश स्वयंपूर्ण करण्याची होती. फोर्जिंगचा उद्योग त्यांनी हाती घेतला तेव्हां तो भारतात नवीन होता. नीळकंठरावांसाठी नियतीनेच तर हे महत्त्वाचे काम राखून ठेवले नव्हते ना? म्हणूनच त्यांच्या वैयक्तिक जीवनात त्यांनी भावनेपेक्षा कर्तव्यालाच जास्त महत्त्व दिलेले दिसते. केवळ २५ वर्षात भारत फोर्ज ह्या यशस्वी कारखान्याच्या जोडीला विविध तऱ्हेचे पूरक काम करणाऱ्या कंपन्या आणि कारखाने श्री.नीळकंठराव कल्याणी यांनी उभे केले. प्रत्येकाची सुरुवात एका गरजेपोटी करावी तर अडचणी अनेक याव्यात आणि शेवटी प्रकल्प यशस्वी व्हावा अशी या सहयोगी कारखानदारीची वाटचाल आहे. ते कारखाने म्हणजे भारत फोर्ज, कल्याणी स्टील लि.मुंढवा, कल्याणी ब्रेक्स लि.,जळगांव, ऑटोमोटिव्ह एक्सल लि.,म्हैसूर, एलोरा फोर्जिंग. पुढे त्यात कल्याणी शार्प ह्या कंपनीचीही भर पडली.

नीळकंठराव आपल्या कामगारांना उद्देशून कमीच बोलत. परदेश दौऱ्यावर वा इतरत्र काही नवे बघितले की ते सर्वांना सांगत व म्हणत त्यांना जमले ते आपल्याला का जमू नये?आपले ध्येय असावे कालच्यापेक्षा आज उत्तम. प्रगत राष्ट्रांच्या उपलब्धींची बरोबरी करा आणि नंतर त्याच्या पुढे निघून जा.

आपल्या कामात सतत संशोधन करून नवनवीन उत्पादने व कार्यपद्धती अंगीकारणे हे तर नीळकंठरावांचे खास वैशिष्ट्य. त्यांच्या ह्या दूरदृष्टीमुळे भारत फोर्जने फोर्जिंगच्या नवनवीन कल्पना शोधल्या, त्यांचा विकास केला. त्याचा मोठा फायदा भारत फोर्ज व त्यांच्याकडून माल खरेदी करणाऱ्या इतर कंपन्यांना करून दिला.

कर्तबगारी आणि महत्त्वाकांक्षा ह्या एकाच नाण्याच्या दोन बाजू आहेत. एक आहे तेथे दुसरी आहेच. नीळकंठराव कल्याणी स्वतःच कबूल करतात की, आपण अतिशय महत्त्वाकांक्षी आहोत. प्रश्न फक्त एकच आहे. या महत्त्वाकांक्षेचे स्वरूप कोणते असावे? नीळकंठरावांच्या महत्त्वाकांक्षेचे स्वरूप समाजाला हितकारक असे दिसते. असा कारखाना आपण उभा करू की जो समाजाच्या दैनंदिन जीवनापासून राष्ट्राच्या संरक्षणापर्यंत सर्व गोष्टींना उपयुक्तच नव्हे तर अनिवार्य ठरेल! ही त्यांची महत्त्वाकांक्षा आणि भारत फोर्ज ही त्यांची कर्तबगारी. भारत फोर्ज कारखाना जगात पहिल्या क्रमांकावर पोहोचला आणि स्थिरावला आहे. सर्वात महत्त्वाचे म्हणजे हा महत्त्वाकांक्षी प्रकल्प आता जगाच्या फोर्जिंग विश्वातील सर्वात मोठा प्रकल्प होण्याच्या मार्गावर वाटचाल करतो आहे.

■■

राहुल बजाज

दुचाकी, तीनचाकी आणि आता वाटचाल चारचाकीकडे

आपल्याकडे विकलं जाणारं उत्पादन नसेल तर ते शोधा. परंतु ग्राहकांना काय हवे आणि आपली मूलभूत क्षमता काय आहे याची सांगड घालायला हवी.

राहुल बजाज हे एक अग्रगण्य भारतीय उद्योजक आहेत. जमनालाल बजाज यांनी चालू केलेल्या 'बजाज ऑटो' या उद्योगाची धुरा आज ते मोठ्या कौशल्याने सांभाळत आहेत. बजाज ऑटो हा भारतातील एक प्रचंड मोठा उद्योग आहे. जगातील स्कूटर उत्पादन करणारी ही चौथ्या क्रमांकाची कंपनी आहे. त्यांना २००१ साली पद्मभूषण या नागरी सत्काराने सन्मानित केलेले आहे.

'फोर्ब्स इंडिया' यांच्या श्रीमंत ४० माणसांच्या यादीत त्यांचा २०वा नंबर आहे. हॉलवर्ड, स्टिफन आणि कॅथड्रलचे ते माजी विद्यार्थी आहेत. शिशीर बजाज हे त्यांचे बंधू तर राजीव आणि संजीव हे त्यांचे सुपुत्र आहेत. हे सर्वजण राहुल बजाज यांना कंपनीच्या व्यवस्थापनासाठी मदत करतात. त्यांच्या कन्या सुनयना ह्यांचा विवाह श्री. मनीष केजरीवाल यांच्याशी झाला आहे. जून २००७ मध्ये राहुल बजाज यांची राज्यसभेवर निवड झाली. महाराष्ट्रात झालेल्या त्यांच्या या निवडीसाठी, शिवसेना, भाजप आणि राष्ट्रवादी काँग्रेस यांचा पाठिंबा होता.

राहुल बजाज यांनी १९६४ साली कामाला सुरुवात केली, त्यावेळी त्यांना स्कूटरच्या संख्येची आणि गुणवत्तेची गरज होती. कमी किमतीची आणि कमी दर्जाची उत्पादने विकली जाणार नाहीत, असाच त्यांचा विश्वास होता. जादा किंमत देऊन प्रचंड मागणी असतांना सुद्धा वाहनांच्या किमती वाढविण्याचा मोह त्यांनी टाळला. स्कूटर उत्पादनात त्यांची मक्तेदारी नव्हती. एक्सॉर्ट, एनफील्ड आणि लॅम्ब्रेटा या स्कूटर्स स्पर्धेत होत्याच. बजाज स्कूटर्सला सतत पंधरा वर्षे दहा वर्षांची प्रतीक्षा यादी होती, तेव्हा नवीन वाहन बाजारात आणण्यापेक्षा कंपनीच्या विकासाला त्यांनी अग्रक्रम दिला. जवळ जवळ शून्यातून निर्माण झालेल्या बजाज ऑटोला त्यांनी ३० बिलियन इतकी गुंतवणूक असणाऱ्या भारतातील एका मोठ्या कंपनीपर्यंत आणून ठेवले.

हा प्रवास वाटतो तेवढा सोपा नव्हता. भारत, इटली आणि तैवान मध्येच स्कूटरचा वापर होत होता. जगात इतरत्र मोटारसायकल वापरली जात होती. १९८९ पर्यंत दहा

दहा वर्षे प्रतीक्षा यादी असणाऱ्या या कंपनीला अचानक ग्राहकांच्या उतरत्या मागणीला तोंड द्यावे लागले. १९९५ सालापर्यंत स्कूटरची मागणी खूपच कमी झाली. इतर देशातील ग्राहकांप्रमाणेच भारतातील तरुण पिढीला मोटारसायकलचे आकर्षण वाटू लागले. खूप प्रयत्न करूनही स्कूटरची विक्री वाढत नव्हती. म्हणून त्यांनी मोटारसायकलचे उत्पादन सुरू केले. हा बदल सोपा नव्हता. हिरो होंडा आणि टीव्हीएस सारख्या कंपन्याशी स्पर्धा करून बजाज यांना बाजारात पहिला क्रमांक मिळवायचा होता. याच चार-पाच वर्षांच्या काळात कंपनीत व्यावसायिक व्यवस्थापनाची तरुण पिढी तयार होत होती. राहुल बजाज यांची दोन्हीही तरुण मुले कंपनीची कामे बघू लागली होती. राजीव बजाज यांनी कंपनीच्या दररोजच्या कामात आणि कार्यपद्धतीत लक्ष घालून बरेच बदल घडवून आणण्यास सुरुवातही केली होती. त्यांनी संशोधन आणि विकास या विभागाची सुरुवात करून उत्पादन विभागातही अनेक सुधारणांची सुरुवातही केली होती आणि हे बदल लक्षणीय होते. संशोधन आणि विकास हा भारतातील वाहन उद्योगात चांगलेच नावरूप मिळवीत होता. तरुण रक्तामुळेच हे शक्य झाले असे राहुलजी मानतात, कारण आपल्यातील तरुण पिढीतील जिद्द आणि उमेद कमी झाली आहे याची जाणीवही त्यांना आहे. शिवाय नवीन मॉडेल्स तयार करणे हा त्यांचा प्रांतही नव्हता. पंचवीस वर्षांत त्यांनी एकदाही असा प्रयत्न केलेला नव्हता आणि याबद्दल त्यांच्यावर बरीच टीकाही होत होती.

बजाज ऑटोचे आकुर्डी, चाकण आणि औरंगाबाद या तीन ठिकाणी उत्पादन विभाग होते. या नवीन बदलामुळे या तीनही विभागात सुसूत्रता आणण्यात आली. कामाची पुनरावृत्ती टाळून तीनही शाखा जास्त कार्यक्षम करण्यात आल्या. १९८० ते १९९० या वर्षांत स्कूटरच्या उत्पादनात सतत वाढ होत होती. भारतातील उद्योगात ही वाढ सर्वात मोठी होती. रिलायन्सच्या विकासापेक्षाही टक्केवारी जास्त होती. पुढे औद्योगिक विश्वात बरेच मोठे बदल घडत गेले आणि चित्र पालटले. आता औरंगाबादला फक्त रिक्षा आणि मोटार सायकल उत्पादन होते तर चाकणला पल्सर सारख्या फोरस्ट्रोक मोटार सायकल बनवल्या जातात. आकुर्डी शाखेची स्कूटरची क्षमता खूपच मोठी असल्यामुळे व उत्पादन कमी झाल्यामुळे या शाखेची उत्पादकता कमी होऊ लागली आहे आणि त्यामुळे काही समस्या उत्पन्न होऊ लागल्या आहेत.

औरंगाबाद आणि चाकण शाखेत कामगारांची संख्या योग्य अशी आहे. परंतु आकुर्डीत मात्र कामगारांची संख्या जरूरीपेक्षा जास्त आहे. त्यामुळे ३-४ वेळा येथे स्वेच्छा निवृत्तीच्या योजना राबवल्या गेल्यात. वीस, पंचवीस वर्षे कंपनीत काम करणाऱ्या व्यवस्थापकांना उद्यापासून कामावर येऊ नका असे सांगणे किती अवघड असेल, याची

कल्पनाच केलेली बरी. कामगारांच्या कुटुंबानाही हा धक्का प्रचंड होता. अर्थात ही कपात केली नसती तर कंपनीच्या अस्तित्वासच धोका निर्माण झाला असता. त्यामुळेच हे पुनर्निर्माण गरजेचे होते. तुलनेने कामगारांची संख्या ३०% अधिक होती. भारत गतीमान होतो आहे म्हणून आपली विचारांची दिशा आणि मानसिकता बदलायला हवी.

''बऱ्याच वेळा माझा उल्लेख 'मार्केटिंग' नाही तर 'डिसपॅच' विभाग असणारा उत्पादक म्हणून केला जातो. याचा अर्थ मला 'मार्केटिंग' म्हणजे काय हे कळत नाही असा नाही परंतु दहा वर्षेची प्रतीक्षा यादी असणारा उत्पादक मी होतो असा आहे. आज उत्तम उत्पादन असूनही मार्केटिंग चांगले नसले तर अपयशच येईल. पण जगातील उत्तम मार्केटिंगचा गट रद्दी दर्जाचा माल विकून दाखवू शकणार नाही. उत्तम डीलर्स निवडून त्यांना प्रोत्साहित करणे गरजेचे आहे. गरज पडल्यास डीलर्स बदलायला हवेत कारण उत्पादकांच्या मक्तेदारीतून आपण ग्राहक हाच राजा इकडे वाटचाल करीत आहोत. माझ्या व्यवस्थापनाच्या पद्धतीने मी निर्णय प्रक्रियेत सर्वांना सहभागी करून घेतो पण मला योग्य वाटतील तेच निर्णय मी घेतो. प्रमुख कार्यकारी अधिकाऱ्याने स्वप्नांच्या राज्यात राहू नये. त्याचबरोबर औद्योगिक संस्था म्हणजे काही फक्त चर्चांची व्यासपीठे नाहीत'' असेच राहुल बजाज यांना वाटते. ''निर्णय प्रक्रियेला सुरुवात असते पण शेवट नसतोच. हे अनुभव आणि माहितीचे पृथक्करण यातून घडत असते. माझ्यातही कमतरता आहे पण मी क्रियाशील माणूस आहे. निर्णय घेतल्यावर त्यांच्या अंमलबजावणीवर माझा जोर असतो. त्यात कमतरता झाली तर मी चिडतो, आरडाओरडाही करतो. पण सर्वांनाच माहीत झाले आहे की मी मनाने आणि हृदयाने चांगला माणूस आहे. त्यामुळे लोकांना त्याचा राग येत नाही. आता निर्णय प्रक्रिया, त्यातील स्तर कमी करून आम्ही सुलभ केली आहे. राजीवचाही त्यात मोठा सहभाग आहे. त्याचीही कामगिरी उत्तम होते आहे. आमची संस्था क्रियाशील असल्यामुळे आम्ही कामगारांनाही बरेच अधिकार दिले आहेत. अन्यथा आम्ही किती गोष्टीत लक्ष घालू शकतो. कंपनीची कामगिरी उत्तम ठेवायची असेल तर सचोटी आणि जबाबदारी, उत्तरदायित्व ह्यांचे महत्त्वही तितकेच आहे. जिंकण्याची जिद्द आणि कार्यक्षमता ही असायलाच हवी. कारण आपण भागधारक, कामगार आणि ग्राहक यांचे हित लक्षात घ्यायलाच हवे. त्यानंतर पुरवठादार आणि समाजाचाही विचार असणे गरजेचे आहे.''

जमनालाल बजाज या देशभक्त उद्योगपतीच्या घरात राहुल बजाज यांचा जन्म कमलनयन बजाज आणि सावित्री यांचे पोटी १० जून १९३८ रोजी कलकत्ता येथे झाला. जमनालाल बजाज यांची दोन मुले कमलनयन आणि रामकृष्ण हे महात्मा गांधीच्या सहवासात वाढलेले. महात्माजींना वर्धा येथे सेवाग्राम सुरू करण्यास जमनालाल

बजाज यांनी मोठी जमीन दिली होती. १९४२ साली जमनालाल बजाज वारले तेव्हा राहुल बजाज हे चार वर्षांचे होते. राहुल बजाज हे उंचपुरे १८२ सें.मी. उंची असणारे, देखणे, टक्कल असलेले अत्यंत विचारी आणि सावधानतेने पावले टाकणारे, परखड, स्पष्टवक्तेपणा आणि स्वतंत्र विचार करण्याची कुवत असणारे सदगृहस्थ. अनौपचारिकपणा आणि साध्या माणसांशीही मैत्री करण्याची तयारी त्यांच्यात आहे. असे हे जबरदस्त आणि अविस्मरणीय व्यक्तिमत्व. वैयक्तिक चर्चा असो वा भर सभेत बोलणे असो इतरांपेक्षा वेगळी भूमिका घेणे, आपण मुद्दा ठासून आणि आग्रहाने मांडणे ही त्यांची सवय.

महात्मा गांधींच्या संस्कारांमुळे म्हणा वा राष्ट्रीय शाळेत शिक्षण घेतल्यामुळे बजाज कुटुंब जरी व्यापारात आणि उद्योगात होते, खूप श्रीमंतही होते तरी त्यांची राहणी साधीच आहे. हळूहळू आम्हीही बिघडत चाललो आहोत असे मात्र ते मनमोकळेपणाने कबूल करतात.

स्वातंत्र्यानंतर जमनलाल बजाज यांनी मुकुंद आयर्न, हिंदुस्थान शुगर, बजाज इलेक्ट्रिकल आणि बजाज ऑटो अशा कंपन्या काढल्या आणि त्या यशस्वीरित्या वाढविल्या. १९५८ साली दिल्लीच्या स्टीफन कॉलेजातून अर्थशास्त्र घेऊन पदवी मिळाल्यावर ते प्रत्यक्ष अनुभव घेण्यासाठी मुंबईच्या मुकुंद आयर्न या कंपनीत दाखल झाले. राहुल बजाज यांचे वडील जमनालाल बजाज हे या कंपनीचे अध्यक्ष होते. कंपनीचे अधिकारी नसल्यामुळे उपाध्यक्ष श्री. विरेन शहा यांनी त्यांना कंपनीची गाडी देण्यास नकार दिला. तरुण राहुलने कोणतीही तक्रार न करता कंपनीत व्हेस्पा स्कूटरने जायला सुरुवात केली. दोन वर्षांचा अनुभव घेतल्यानंतर ते अमेरिकेतील सुप्रसिद्ध हार्वर्ड बिझिनेस स्कूलमध्ये एमबीए. करण्यासाठी दाखल झाले. अर्थशास्त्र आणि कायदा हे विषय घेऊन १९६४ साली ते एमबीए. झाले आणि नंतर बजाज ऑटो मध्ये उमेदवार म्हणून रुजू झाले. सुरुवातीला उत्पादन विभाग मग अर्थव्यवस्थापन विभाग नंतर विक्री विभागात त्यांनी काम केले. १९६८ साली बजाज ऑटोमध्येच डायरेक्टर म्हणून त्यांची नेमणूक झाली. १ मे १९७० मध्ये ते कंपनीचे व्यवस्थापकीय संचालक झाले आणि वडिलांच्या निधनानंतर १९७२ साली त्यांनी अध्यक्ष म्हणून कंपनीची सूत्रे आपल्या हातात घेतली.

त्यांच्या नेतृत्त्वाखाली कंपनीची सतत भरभराटच होत राहिली. ही प्रगती साधत असताना कंपनीने आपल्या मालाचा दर्जा आणि ग्राहक सेवा यात कोणतीही कसूर होऊ दिली नाही. त्यांना स्कूटर उत्पादनात फार मोठा प्रतिस्पर्धी नव्हता पण या परिस्थितीचा गैरफायदा कंपनीने कधी घेतला नाही. शक्य असून सुद्धा स्कूटर्स आणि

रिक्षाच्या किमती कधी भरमसाठ वाढविल्या नाहीत. उत्पादन खर्च आणि कामगारांच्या वेतनात भरमसाठ वाढ होत असतांना सुद्धा नवीन तंत्रे वापरून खर्च कमी करण्याचा प्रयत्न त्यांनी केला आणि उत्पादनाच्या किमती आटोक्यात ठेवल्या. आपल्या यशाचे कोणतेही श्रेय राहुल बजाज स्वत:कडे घेत नसले तरी त्यांचे प्रगतिशील धोरण, आधुनिक दृष्टिकोन आणि उत्तम व्यवस्थापन याला जबाबदार आहेत यात शंकाच नाही.

१९८०-८१ आणि १९८१-८२ या अहवालातून भागीदारांशी त्यांनी केलेल्या हितगुजावरून कंपनीच्या धोरणांची कल्पना येते. उत्तम कुवतीची, कुशाग्र बुद्धीची माणसे निवडायची आणि त्यांना आपल्यातील जे उत्तम आहे ते कंपनीला देता यावे अशी परिस्थिती निर्माण करावयाची, हे एक त्यांचे व्यवस्थापनातील सूत्र सांगता येईल. त्यासाठी चांगली माणसे निवडावी लागतात नि त्यांना भरपूर स्वातंत्र्य देऊन, अधिकार देऊन त्यांच्यावर विश्वास टाकून कामे करून घ्यावी लागतात आणि हेच राहुल बजाज यांनी अतिशय यशस्वीपणे केलेले दिसते.

५ नोव्हेंबर १९८५ रोजी वाळुंज-औरंगाबाद येथील कारखान्याचे उद्घाटन राष्ट्रपती ग्यानी झैलसिंग यांच्या हस्ते झाले. श्री. पी. सी. नहार यांनी या उभारणीत फार महत्त्वाची भूमिका निभावली. त्यावेळचा २३-२४ कोटीचा हा प्रकल्प अवघ्या दीड वर्षांत कार्यान्वित झाला.

त्यावेळी स्कूटर्सची देशातील मागणी विचारात घेऊन सर्व देशात प्रत्येक राज्याच्या अधिकारात एक एक स्कूटरचा कारखाना काढावा अशी टूम निघाली होती. महाराष्ट्र सरकारनेही यात रस घेतला आणि त्यावेळचे उद्योगमंत्री श्री. नरेंद्र तिडके हे होते. बजाज ऑटोच्या सहकार्याने एक स्कूटर्स निर्मितीचा कारखाना काढावा असा महाराष्ट्र सरकारचा विचार होता. अशाच एका चर्चेचा वेळचा हा अनुभव राहुल बजाज यांचे आपल्या सहकाऱ्यांशी संबंध किती निकोप होते हे सांगतो. चर्चेनंतर छोटी सवड मिळताच येरझाऱ्या घालीत राहुल बजाज यांनी एक सिगारेट शिलगावली आणि संपविली. हे बघून त्यांच्याबरोबर असलेले एक अधिकारी श्री. नहार त्यांना म्हणाले, ''साब, ये अपने अच्छा नही किया.'' राहुलजी भानावर आले आणि चर्चा संपल्यानंतर श्री. नहार यांना म्हणाले, ''मुझसे और भी कोई गलती हुई क्या?'' आपली चूक झाली तर तिची कबुली देण्याचा दिलदारपणा तर त्यांच्यात होताच परंतु आपल्या अधिकाऱ्यांचा तसा अधिकारही ते मान्य करीत आणि त्यांना तसे स्वातंत्र्य देत असत हे महत्त्वाचे आहे. पुढे राहुल बजाज यांच्या मार्गदर्शनाखाली महाराष्ट्र सरकारने 'प्रिया' या स्कूटरचे उत्पादन सुरू केले आणि पहिल्याच वर्षी कामगारांना बोनस देऊन भागधारकांत नफा वाटला. असाच एक अधिकारी आपली एक परीक्षा पास झाल्यावर त्यांना भेटायला

आला. गमतीने त्याची फिरकी घेत राहुलजी त्याला म्हणाले, ''किस गधेने आपको ये सर्टिफिकेट दिया?'' अधिकारीही तयार होता त्याने लगेच उत्तर दिले,

''पिछले साल तो आपनेही हमे ऐसा सर्टिफिकेट दिया था।''

यावर ''हमारी भी खिल्ली उडाते हो क्या?'' असे म्हणत दोघेही खळखळून हसले होते. अशी निकोप देवाणघेवाण किती मोठ्या कारखान्यातून चालत असेल?

खालील उदाहरणावरून श्री. राहुल बजाज यांचे विचार आणि दृष्टिकोन किती स्पष्ट होते ते बघा.

१९८१ साली झालेल्या कामगाराबरोबर झालेल्या कराराचेवेळी श्री. नाना शहाणे हे बजाज व्यवस्थापनाच्या बाजूने होते. परंतु १९८५ सालच्या कराराच्यावेळी कामगार संघटनेने श्री. नाना शहाण्यांनी आपल्या बाजूने भाग घ्यावा असा आग्रह धरला होता. श्री. शहाण्यांना राहुल बजाज यांना भेटून ही गोष्ट सांगितली तेव्हा राहुलजींनी त्यांना कामगार संघटनेचे हे आमंत्रण स्वीकारण्याचा सल्ला दिला आणि ते म्हणाले, ''शेवटी घरातील नवरा-बायकोचेच हे भांडण आहे. कोणाच्या बाजूने आपण भाग घेता हे महत्त्वाचे नाही. दोघांचे भांडण मिटवण्याचा तुम्ही प्रयत्न करता आहात. हे भांडण मिटवून तडजोड घडवून आणणे महत्त्वाचे आहे.'' आपण योग्य त्या गोष्टी ठरवाव्यात आणि त्यात ठाम राहावे असेच त्यांचे धोरण आहे.

पिंपरी -चिंचवड नगरपालिकेत १९७७ साली 'वानखेडे स्टेडियम' बांधण्याची योजना होती आणि त्यासाठी निधी जमावण्यासाठी त्यावेळचे नगराध्यक्ष श्री. अण्णासाहेब मगर यांनी बॅरिस्टर वानखेडे यांच्या अध्यक्षतेखाली एक सभा बोलावली होती. त्यात राहुल बजाज यांनाही आमंत्रित केले गेले होते. पिंपरी-चिंचवड भागातील परिस्थिती तशी गंभीरच होती. नागरिकांसाठी दैनंदिन सुविधा, घरे, संडास, चांगले रस्ते, केरकचरा निवारण, शाळा आणि औषधोपचार याकडेही फारसे लक्ष दिले जात नव्हते. नागरिकांना गरजेच्या गोष्टींसाठी बराच त्रास सहन करावा लागत होता. या सर्व गोष्टींकडे नगरपालिकेचे लक्ष अतिशय प्रभावीपणे राहुलजींनी वेधले आणि अशा योग्य गोष्टींसाठी अग्रक्रम देण्याची विनंती केली आणि स्टेडियमसाठी मी पैसे देणार नाहीच पण माझ्या मित्रांकडेही तशी मागणी करणार नाही असे स्पष्ट सांगितले.

पाच मिनिटे सभेत एकदम स्तब्धता पसरली. आता काय करावे हे बॅ. वानखेड्यांनाही कळेनासे झाले. पुढे ही योजना बारगळली हे वेगळे सांगायला नकोच.

आपल्या उत्पादनाच्या दर्जाबाबत राहुलजींचा अतिशय कटाक्ष असतो. मालाची प्रत, स्वच्छता, उत्पादन वाढ याला ते अतिशय महत्त्व देतात. मालाची प्रत उत्तम राखण्यासाठी, मालाचा दर्जा राखण्यासाठी त्यावर देखरेख करण्यासाठी आणि यासाठी

उत्पादन प्रक्रियेत सुधारणा करण्यासाठी कंपनीत स्वतंत्र खाते आणि अधिकारी वर्ग आहेत. त्यांना त्यांच्या कामात संपूर्ण स्वातंत्र्य असते आणि त्यांनी दिलेले निर्णय अनेक बाबतीत अंतिम मानले जातात. कामगारांना कंपनीच्या कामात सहभागी करून घेण्यासाठी प्रसिद्ध असलेल्या जपानी कार्यपद्धती जसे की क्वालिटी सर्कल, कायझेन, पाच एस् इ. चळवळी मोठ्या हिरिरीने बजाज ऑटोमध्ये त्यांच्या नेतृत्त्वाखाली सुरू झाल्या आणि अमलात आल्या आहेत.

श्री. राहुल बजाज यांना तल्लख बुद्धी आणि उत्तम स्मरणशक्ती लाभली आहे. ते नेहमीच हसतमुख असतात. मिस्किल विनोदांचा वापर ते नेहमीच करतात. तसे ते संतापत नाहीत. रागवत नाहीत परंतु कोठे अन्याय झाला तर मात्र त्यांचा सारा राग उफाळून येतो, अशा प्रसंगी आपला राग ते लपवू शकत नाहीत

भारताला पुढे नेताना या विषयावर बोलतांना राहुलजींचे विचार खूपच स्पष्ट आणि मार्गदर्शक आहेत. ते त्यांच्याच शब्दात जाणून घेऊ या.

'गतीमान जागतिक आर्थिक वातावरणात वावरतांना आपले स्थान सतत निर्माण करावे लागते. गलथानपणाला कुठेही थारा नाही. आसपास काय घडते आहे आणि काय घडणार आहे यावर सतत नजर ठेवणे अपरिहार्य आहे. 'सोनी' सारख्या मोठ्या आणि संशोधनात अग्रेसर असणाऱ्या कंपनीलासुद्धा जागतिक घडामोडींकडे दुर्लक्ष झाल्यामुळे फटका बसला आहे. माझा असा विश्वास आहे की बाजारपेठेतील अर्थशास्त्र हे महत्त्वाचे आहेच परंतु समाज हा या कार्यपद्धतीपेक्षा महत्त्वाचा आहे. तेव्हा बाजारपेठेत काय घडते आहे यावर लक्ष देऊन तिला प्रामाणिकता आणि योग्यता द्यायला हवी. अर्थात बाजारपेठेबरोबर प्रवास करायला हवा. बाजारपेठेची मुख्य ताकद होणाऱ्याबाहेरील फार मोठ्या बदलाप्रमाणे रूप धारण करत असते. आपल्यासारख्या पाच हजाराहून अधिक वर्षाची परंपरा असणाऱ्या राष्ट्राच्या जडणघडणेत नक्कीच काही वैशिष्ट्ये आहेत. आपली मूल्ये, आपले दृष्टिकोन, विशेष करून आपण भर देत असलेली आपली कुटुंबव्यवस्था आणि आपले शिक्षण यामुळेच व्यक्ती म्हणून आपण जागतिक आव्हान उभे करू शकतो आहोत. आपल्याला महात्मा गांधी, रविंद्रनाथ टागोर, सरदार पटेल आणि जवाहरलाल नेहरू यांसारखे अद्वितीय नेते लाभले होते. आपल्या राष्ट्राच्या भावी प्रगतीस आपल्याला बाजारपेठेचे अर्थशास्त्र, स्थिर समाज आणि कार्यक्षम नेतृत्त्व यांची गरज आहे. प्रथम आपल्याला आपल्या कारखान्यांची ताकद वाढवायला हवी आणि हे आपल्या आवाक्यात आहे. त्यामुळेच राष्ट्राची संपत्ती वाढणार आहे. धीरूभाई अंबानी, नारायण मूर्ती आणि सुनील मित्तल यांनी आपण थोड्या अवधीत काय करू शकतो हे दाखवून दिले आहे. आपण सतत तंत्रज्ञानाचा उपयोग करून दर्जा आणि उत्पादकता

वाढवायला हवी. दुसरे म्हणजे रेल्वे सारख्या अनेक क्षेत्रात आपल्याला मक्तेदारी संपवून खुलेपणा आणायला हवा. रेल्वे सारख्या सरकारी क्षेत्रात होणारे तोटे भरून काढायला हवेत. सरकारी नियम आणि कार्यपद्धतीतील क्लिष्टता कमी करून सुलभता आणायला हवी. देशांतर्गत पायाभूत सुविधा वाढवायला हव्यात. शेतीसाठी मदत व्हायला हवी. सरकार अधिक समर्थ आणि उत्तेजन देणारे व्हायला हवे.

भारत प्रगतिपथावर आहे. आपण खरोखरच नशिबवान आहोत हे स्थित्यंतर होत असताना आपण येथे आहोत. याला अधिक गती देऊन ती टिकवून ठेवायची जबाबदारी आपल्यावर आहे. आपण देशात वा बाहेर कोठेही कार्य करीत असलो तरी आपण स्वत:बरोबरच आपल्या देशाचाही विचार करायला हवा.'

■■

धीरूभाई अंबानी

लहान ठेवीदारांचा देवदूत

कल्पकता ही काही कोणाची मक्तेदारी नाही.
दूरदृष्टी ठेवा, मोठा आणि जलद विचार करा.

धीरूभाई स्वतःबद्दल म्हणतात, ''विचार करा जर एक धीरूभाई येवढे काही करू शकतो तर हजार धीरूभाई या देशासाठी काय करू शकतील. आपल्या भारतात अधिक नाही तरी हजार धीरूभाई नक्कीच सापडतील, ह्यावर माझी प्रामाणिक आणि दृढ श्रद्धा आहे. राष्ट्रासाठी संपत्ती निर्माण करण्याच्या स्पर्धेत उतरण्यासाठी ते उत्सुक आहेत. ही स्पर्धा जिंकून भारताला जगातली एक आर्थिक आणि तांत्रिक महासत्ता बनवण्याची शक्ती आपल्यात आहे.''

२८ डिसेंबर १९३२ रोजी चोखड ह्या भारतातील राजकीय वा औद्योगिक विश्वातील नगण्य अशा गावी धीरजलाल हिराचंद अंबानी (पुढे त्यांना धीरूभाई हे टोपण नांव मिळाले) यांचा जन्म श्री.हिराचंद आणि जमुनाबेन ह्यांचा घरी झाला. धीरूभाईंचे वडील प्राथमिक शिक्षक होते. असमाधानकारक आर्थिक परिस्थितीमुळे ते उच्च शिक्षण घेऊ शकले नाहीत.

स्वातंत्र्याची चळवळ शिगेस पोहचली असताना आपल्या विद्यार्थी दशेत धीरूभाई एका विद्यार्थी संघटनेत सक्रिय काम करीत होते. त्यांच्या गावच्या सरदाराला आपला सुभा स्वतंत्र ठेवायचा होता. इंग्रजांच्या स्वाधीन करायचा नव्हता.सरकारचा मात्र याला विरोध होता. हा विरोध नाहीसा करण्यासाठी सरकार संधीची वाटच पाहात होते. त्यांनी धीरूभाईच्या एका वर्ग मित्राला दंगलखोर म्हणून अटक केली. धीरूभाईंनी या विरुद्ध आपल्या मित्रांना एकत्र करून आपल्या नेतृत्त्वाखाली, पोलीस चौकीवर, एक मोर्चा काढला. अधिकाऱ्यांच्या धमक्यांनाही भीक न घालता सत्याचा पाठपुरावा केला. शेवटी पोलिसांनाच माघार घ्यावी लागली.

अरेबियातील एडन या द्वीपकल्प शहरासाठी वयाच्या १६व्या वर्षी त्यांनी प्रस्थान ठेवले. तेथे एका नातेवाईकाने त्यांचेसाठी एका या फ्रेंच कंपनीच्या गॅस स्टेशनवर कारकुनाची नोकरी नक्की करून ठेवली होती.

वयाच्या १७ व्या वर्षी त्यांनी सुरू केलेल्या नोकरीत ते अल्पकाळातच

स्थिरावले. चोवीसाव्या वर्षी 'ज्यू' मालक आणि बर्माशेलची डिलरशीप असलेल्या या कंपनीत ते जनरल मार्केटिंग मॅनेजर या हुद्द्यापर्यंत पोहोचले. भारतीय कुटुंबातील कुठल्याही मुलाने या वयात मिळालेल्या या यशावर समाधान मानले असते. परंतु धीरूभाईंचे स्वप्न भारतातील सर्वात मोठा उद्योगपती व्हायचे होते. नोकरीत मिळवलेली कौशल्ये त्यांना स्वतःच्या उद्योगात वापरायची होती. उद्योग विश्वात एक इतिहास घडवावयाचा होता.

वयाच्या पंचविसाव्या वर्षी भारतात परतल्यावर त्यांनी आलं, वेलची, हळद आणि धागे यांच्या निर्यातीचा व्यापार सुरू केला. अर्थात या बरोबरच त्यांना इतर गोष्टीच्या व्यापाराचेही वावडे नव्हते. गरजेप्रमाणे आणि सोईप्रमाणे इतर वस्तुंचाही व्यापार ते करीत होते. या व्यापारातून मिळालेले २.८ लाख रूपये त्यांनी उद्योगात गुंतवले आणि चाळीस वर्षापेक्षा कमी काळातच भारतातील ६०००० कोटी रूपयांची गुंतवणूक असणाऱ्या सर्वात मोठ्या व्यवसायाचे ते सम्राट बनले.

''कोणत्याही परिस्थितीत योग्यवेळी योग्य काम झालेच पाहिजे'' हा महत्त्वाचा धडा ते बर्माशेल ह्या कंपनीत काम करताना शिकले. कार्यक्षमतेबरोबर अंमलबजावणी करण्याचा हट्ट धरला तर अशक्यप्राय आणि विलक्षण गोष्टी व्यवहारात उतरतात असा त्यांचा विश्वास होता.

अवाढव्य उद्योगांच्या उभारणीसाठी जनतेकडून पैसा उभा करणारे धीरूभाई अंबानी हे बहुदा पहिले उद्योजक असावेत. पैशाच्या काही गैरव्यवहाराचे आरोप रिलायन्स वर झाले असले तरी भारतात ''इक्वीटी'' संस्कृतीचा वेगळा वर्ग त्यांनी निर्माण केला. भारतातील उभरत्या मध्यम वर्गाच्या गुंतवणुकीची संभाव्य ताकद आणि त्यांची बचत उद्योग धंद्याकडे वळवण्याचे ओळखून तीला खतपाणी देण्याचे काम त्यांनी केले, हे खरे. काही संस्थाचा विरोध असूनसुद्धा त्याच्या उद्दिष्टापेक्षा सात पट जास्त प्रतिसाद त्यांच्या आवाहनाला मिळावा.

सर्वसामान्य जनतेला श्रीमंत होण्याची स्वप्ने देऊन ते सुपरस्टार झाले. सुस्तावलेल्या मिश्र अर्थव्यवस्थेमुळे ते उतावीळ होत आणि बऱ्याच वेळा कायदा हातात घेत. औद्योगिक विश्वातले नियमच त्यांनी बदलले. संपत्ती मिळवण्याच्या कलेला त्यांनी वेगळा आयाम दिला. ह्या गोष्टी वाटतात तेवढ्या सोप्या नव्हत्या. प्रत्येक मोठ्या उद्योगाची उभारणी म्हणजे प्रस्थापित साम्राजाशी प्रत्यक्ष टक्कर. अंबानींच्या या रांगड्या पद्धतीमुळे बलवान वृत्तपत्रांचा सामनाही करावा लागत असे. उद्योगाची प्रचंड मोठी साम्राज्ये उभारण्याच्या आपल्या महत्त्वाकांक्षेने पछाडलेल्या अंबानींकडे कोणतेही अडथळे पार करण्याची क्षमता होती. त्यासाठी वापराव्या लागणाऱ्या मार्गांची फारशी

पर्वा त्यांना नव्हती. अंबानींच्या उद्योगात ज्यांनी पैसा गुंतवला त्यांना शतपटीने तो परत मिळाला.

अंबानींनी आपल्या व्यवसायात मागे वळून कधी बघितलेच नाही. आयात-निर्यातीच्या संरक्षित धोरणाच्या मर्यादेत राहून बहुतेक उद्योगपतींनी कालबाह्य तंत्रज्ञानाचा वापर करून दुय्यम प्रतीचा माल चढ्या किंमतीना विकूनच फायदा कमवला. धीरूभाईंनी मात्र गुजराथी व्यवसायिकांचे चातुर्य, अमेरिकनांचा आत्मविश्वास आणि जपानी उद्योजकांची नवीन तंत्रज्ञानाचा वापर करण्याची इच्छाशक्ती याचा योग्य वापर आपल्या कार्यपद्धतीत केला. रिलायन्सच्या कामाची गती थक्क करणारी होती. कोणतेही योजना सरकारचा परवानगीसाठी देतांनाच त्या संबंधीच्या पुढील कार्यवाहीची तयारी झालेली असायची. मंत्रालयातून एखाद्या योजनेला संमती दुपारी चार वाजता मिळाली तर त्या योजनेची कार्यवाही संध्याकाळी सात वाजेपर्यत पूर्ण झालेली असायची. धीरूभाई, मुकेश आणि अनिल अंबानी संपूर्णतः कंपनीच्या कामात बुडालेले असायचे. येथील सर्व कामे वेळेतच नाही तर वेळेच्या बऱ्याच आधी पूर्ण होणे अपेक्षित असे. पूर्वी बाटा कंपनीची एक जाहिरात असे " Just do it". (ताबडतोब करा) रिलायन्स कंपनीतील सर्व कामे अशीच होत असत. येथे अशक्य हा शब्दच नाही. जगात परिपूर्ण असे काही नाही. परंतु त्यातूनच योग्य मार्ग काढा आणि काम पूर्ण करा ही कंपनीतील सर्व कामामागील प्रेरक शक्ती असायची.

रिलायन्सच्या प्रचंड यशातील महत्त्वाचा भाग म्हणजे त्यांची कामगारांविषयीची ध्येयधोरणे. सर्व लोकांना आपल्या बरोबर घेऊन जाण्याची धीरूभाईंची शक्ती अफलातून होती. त्यात बुद्धीवान, योजक तंत्रज्ञ, अर्थशास्त्रातील किडे, महत्त्वाकांक्षी व्यवस्थापक, छोटे छोटे वितरक आणि संदेशवाहक मुले या सर्वांचाच समावेश असे. ह्या सर्वांची कामातील गुंतवणूक परिपूर्ण असायची. व्यवस्थापनांत प्रत्यक्ष सहभाग नसणाऱ्या अनेकांकडून सुधारणेसाठी सूचना ते घेत असत आणि उपयुक्त सूचनांची तत्काळ अमलबजावणीही होत असे. सर्व कामगारांना बूट आणि हेल्मेटसारखी सुरक्षिततेची साधने दिली जात, त्यांच्या कुटुंबियांसाठी घरे, सर्व वैद्यकीय सुविधा, नोकरीच्या पहिल्या दिवसापासून मुलांना शिक्षणाच्या सोयी. अशा उत्कृष्ट सुविधा विशेषतः जेव्हा कामगारांची संख्या ८०/८५ हजाराच्या घरात जाते तेव्हा फारच महत्त्वाच्या ठरतात.

रिलायन्समधील एक उच्चपदस्थ अधिकारी म्हणतात " मी २६ वर्षाचा असताना माझे वडील वारले. त्यावेळी माझ्या नातेवाईकांच्या आधी आमच्या अध्यक्षाचा सांत्वन करणारा संदेश मला मिळाला. त्यात लिहिले होते." आयुष्यात अशा घटना घडतात. काळजी करू नका आम्ही तुमच्या बरोबर आहोत " अशा

प्रसंगी केवढा मोठा आधार वाटतो या शब्दाचा आणि यातूनच आयुष्याची गुंतवणूक तयार होते.

आपल्या यशाचे रहस्य काय? या प्रश्नाला उत्तर देतांना धीरूभाई म्हणतात, ''माणसाला महत्त्वाकांक्षा हवी आणि त्याला इतर माणसांची मने ओळखता यायला हवीत.''

धीरूभाईंनी आपल्या अजोड कामगिरीसाठी अनेक मानसन्मान मिळवलेले आहेत. त्यातील काही मोजके खाली देत आहोत.

- 'मॅन ऑफ द सेंचुरी' हा केमटेक फाउंडेशन अॅण्ड केमिकल एंजिनिअरिंग वर्ल्ड –सन २००० मधे.
- 'इंडियन एंट्र्युप्रिनीयर ऑफ २० दि सेंचुरी.' हा 'इंडियन फेडरेशन ऑफ कॉमर्स अॅण्ड इंडस्ट्रीज' – मार्च २०००
- 'इंडियन बिझीनेसमन ऑफ दि सेंचुरी' हा बिझिनेस बॅरानस् ग्लोबल मल्टीमेडीया पोल – डिसेंबर १९९९
- 'क्रियेटर ऑफ द वेल्थ ऑफ द सेंचुरी' हा द टाईम्स ऑफ इंडियाचा – जानेवारी २०००
- 'पॉवर – ५० द मोस्ट पॉवरफूल पिपल इन अेशिया' हा ओरीसा विकचा –२०००, १९९८ आणि १९९६ चा बहुमान.

एकदा धीरूभाईंचा मोठा मुलगा मुकेश याने आपली आई कोकीळाबेन यांनी धीरूभाईंमध्ये किती साहस होते, पैज जिंकण्याची त्यांच्यात किती दुर्दम्य इच्छा होती याचा एक किस्सा सांगितला तो असा.'' एकदा ते बोटीने प्रवास करीत होते. एक पार्टी चालू होती. सर्वजण मौजमजा करीत होते. बोटीपासून किनारा साधारणपणे एक दीड किलो मीटर अंतरावर होता. बोटीवरील काही मंडळीत आपापसात पैज मारली जात होती. जो कोणी या थंड पाण्यात उडी मारून किनाऱ्यापर्यंत पोहत जाईल. त्याला आईसक्रिम मिळेल. हा एक केवळ गमतीचाच प्रकार होता. कोणीही तो गंभीरतेने घेत नव्हते. धीरूभाईंच्या कानावर ही गोष्ट पडली. त्यांनी त्या गटास जाऊन विचारले आपण नक्की पैज लावत आहात ना?'' सगळ्यांना वाटले धीरूभाईही आपली गंमतच करीत आहेत. परंतु क्षणार्धात धिरूभाईनी शर्ट काढला आणि पाण्यात उडी देखील टाकली. त्यांनी किनाऱ्यापर्यंत पोहत जात पैजही जिंकली. केवढे हे साहस आणि जिंकण्याची जिद्द. धीरूभाईंचे जीवन म्हणजे अशा साहसांनी भरलेला एक प्रचंड प्रवासच आहे.

धीरूभाईंनी पॉलिस्टर खेरीज काय निर्माण केले असे कोणी विचारले तर त्याचे

उत्तर खात्रीने नाती आणि विश्वास असे देता येईल. हा तर त्यांच्या कामातील मुख्य आधार होता. भारतातील सर्वात मोठी संपत्ती ह्या माणसाने निर्माण केली ती सुद्धा सरासरी ३५ वर्षे वय असणाऱ्या माणसांकडून. ह्यालाच तरूणाईचा (Reliance on youth) विश्वास असे म्हणता येईल. धीरूभाईनी या लोकांना कामाची संधी उपलब्ध करून दिली आणि भारतीय माणसं काय करू शकतात. ह्याची झलक जगाला दाखविली. त्यांना मिळालेल्या सर्वोच्च सत्काराला उत्तर देताना धीरूभाई म्हणतात,

''कंपनीतील हजारो कामगारांनी समर्थपणाने केलेल्या कामाचे प्रतीक म्हणजे हे पारितोषिक आहे. संपूर्ण रिलायन्स कंपनीच्या व्यवस्थापकांनी त्याच्या नियंत्रणाखालील असलेल्या कामात स्वीकारलेल्या स्वामित्वाचा, आमची ग्राहकाबद्दल आणि गुंतवणुकदाराबद्दल असलेल्या बांधिलकीची जाण ठेवणाऱ्या आमच्या प्रत्येक व्यवसायिक भागीदारांचा, आमच्यावर अतुट विश्वास असणाऱ्या लाखो गुंतवणुकदारांचा हा सन्मान आहे. ही सर्व मंडळी म्हणजे आमच्या कंपन्यांचे आधारस्तंभ आहेत, ते आमच्या मोठ्या कुटुंबाचे अविभाज्य घटक आहेत. आमच्या उपलब्धींचे शिल्पकार आहेत. मला मिळालेला सन्मान हा खऱ्याअर्थी ह्यातील प्रत्येकाचाच गौरव आहे. मला ह्या सर्वांबद्दल अत्यंत अभिमान आहे. अतिशय नम्रतेने मी हा गौरव त्यांच्यावतीने स्वीकारतो आहे.''

'' हा सन्मान माझ्या सारख्या शालेय शिक्षकाच्या मुलाला एकच संदेश देऊन जातो आणि तो म्हणजे जी माणसे स्वप्ने बघण्याची हिम्मत दाखवतात त्यांना संपूर्ण जग जिंकण्याची संधी उपलब्ध होते.''

''मला आपल्याला एक साधा संदेश द्यायचा आहे. कुणालाही तुम्हाला दुर्बल बनवू देऊ नका. कुणालाही तुम्हाला नाउमेद बनवू देऊ नका. अडचणींची तमा न बाळगता आपल्या ध्येयाकडे वाटचाल करीत राहा. समोरील अडचणीचे संधीत रूपांतर करा. अपयशातली आपली नितीमत्ता उच्च दर्जाची असू द्या. अंतीम विजय आपलाच आहे ही अतूट श्रद्धा जोपासा.''

''मला माझे असंख्य चाहते विचारतात, तुम्हाला हवे ते मिळाले का? माझे त्याला उत्तर असते 'नाही' (आश्चर्य वाटले ना?) मला अजून कितीतरी उद्दिष्टे गाठायची आहेत. जे मिळवले तो तर आता इतिहास झाला. माझी दृष्टी सतत भविष्याकडे लागलेली आहे. माझ्या हृदयात अजून किती तरी स्वप्ने आहेत. भारतातील आपल्या प्रत्येक खेड्याला पाणी पुरवठा व्हायला हवा, आपल्या शेतमालाची उत्पादकता वाढायला हवी. आपले प्रत्येक खेडे जगातील सर्व गावांशी जोडायची आहेत. आपल्या मुलांना जागतिक दर्जाचे शिक्षण मिळायला हवे. कोट्यावधी गरजूंना

रोजगार मिळायला हवा. रोगराईचा प्रतिकार करता आला पाहिजे. भुकेलेल्यांना अन्न देता यायला हवे. आपल्या सर्व भारतीय बांधवाना शास्त्र आणि तंत्रज्ञानाचा वापर करता यायला हवा. थोडक्यात, आपला भारत ही जगातली एक महासत्ता व्हायला हवी. आहे ना हे स्वप्न अपुरे.

यासाठी काय करायला हवे

- ज्ञान संपादन करायला हवे. कारण ज्ञान ही यशाची गुरूकिल्ली आहे.
- संपत्ती निर्माण करणाऱ्यांचा आदर केला पाहिजे. दुर्दैवाने आपण त्यांची प्रतारणाच करतो.
- शेतकऱ्यांकडे एक 'अडाणी' म्हणून बघतो. तो मतदार असल्यामुळे त्यांच्यापुढे फक्त घोषणांचाच पाऊस पाडतो. त्यांचा आदर करून आवश्यक त्या सुविधा द्यायला हव्यात.
- कामगारांकडे फक्त एक जाचक व्यक्ती म्हणून बघतो. त्याचेकडे एक उत्पादक व्यक्ती म्हणून बघा.
- व्यापाऱ्याकडे फक्त एक लबाड आणि लुच्च्या म्हणून बघितले जाते.
- संपत्ती उत्पन्न करणाऱ्यांना दुय्यम स्थान दिलं जातं त्याऐवजी त्यांचा आदर करा.

ह्या दृष्टिकोनांमुळे उत्पादकतेचं चैतन्यच मारलं जातं संपत्ती उत्पन्न करणाऱ्यांचा दुःस्वास करणाऱ्या समाजाच्या नशिबी दारिद्र्य आणि दुःखच येतं. ज्ञान आणि संपत्ती संपादन करणं हा तर आपल्या संस्कृतीचा एक महत्त्वाचा भाग आहे आणि म्हणूनच आपण सरस्वती आणि लक्ष्मी या दोघींची पूजा करतो.

आपण परस्परांवर विश्वास, श्रद्धा ठेवायला शिकलं पाहिजे. शतकानुशतके आपल्याला परकीयांनी भारतीयांवर अविश्वास दाखवायला शिकवलं आहे. त्यामुळे राष्ट्रीय शक्तीचा ऱ्हास होतो आहे आणि त्यामुळे स्वकर्तृत्व, पुढाकार मारले जातात. अविश्वास माणसाला कुरघोडी आणि कारस्थाने करायला लावतो. पारदर्शकता आणि विश्वास उद्योजकता वाढवतात.

माझी अशी प्रामाणिक श्रद्धा आहे की, भारताला जर एक महान देश बनवावयाचे असेल तर आपण परस्पर विश्वासाचे धैर्य दाखवले पाहिजे. आपल्याला गुन्हा आणि चूक ह्यातील फरक जाणता आला पाहिजे. आपल्याला चुका सुधारण्याचे आणि प्रोत्साहन देण्याचं धैर्य दाखविता आले पाहिजे. आपण भारतातीलच नव्हे तर जगातील उत्कृष्टाची अपेक्षा करायला हवी. कोणत्याही बाबतीत दर्जाशी तडजोड करता कामा नये. कमी दर्जाचे त्याज्य ठरवा, नाकारा.

तरूणांच्या सुप्त कार्यक्षमतेवर त्यांचा प्रचंड विश्वास होता. ते म्हणत ''तरुणांसाठी योग्य वातावरण तयार करून द्या. त्यांना प्रोत्साहन द्या. त्यांना हवी असलेली सर्व मदत करा. त्यांच्यातील प्रत्येकात ऊर्जेचा न संपणार स्त्रोत आहे. आपल्या त्यांच्याकडून असलेल्या सर्व अपेक्षा, आकांक्षा ते पुऱ्या करतील ''

ते म्हणत

''मी आपल्या देशबांधवांवर विश्वास टाकला. लोकांनीही मला अतूट विश्चास दिला. मी तरुणांना प्रोत्साहन दिले. त्यांनीही मला कधी अपमानित केले नाही. मी माझ्या सहकाऱ्यांना धोके पत्करून पुढाकार घेण्यास शिकवले. त्याची उत्तम फळे आम्हाला मिळाली. मी उत्कृष्टतेवर भर दिला आणि दर्जात आणि व्यवसायातील प्रत्येक बाबीत आम्ही पुढारी ठरलो. ''

'' मला जगाला दाखवून द्यायचे होते की, आम्ही भारतीय स्पर्धेला घाबरत नाही. भारत अनेक यशाची शिखरे पादाक्रांत करण्यास समर्थ आहे. हा देश यशस्वी होणाऱ्यांचा आहे, यशवंताचा आहे.''

चेतवणारी जिद्द आणि दुर्दम्य साहस श्री. धीरूभाई अंबानी यांचेकडे होते. आपण निश्चयाने आणि अचूकतेने काम केले म्हणजे यश आपोआपच आपल्या मागे येते ह्यावर त्यांची अढळ श्रद्धा होती.

■■

नारायण मूर्ती

भांडवलशाही मनाचा तर समाजवादी हृदयाचा उद्योजक

अशक्याला शक्य करतो तोच सगळ्यात चांगला नेता. स्वच्छ सद्विवेकबुद्धीची जाणीव ही माझी सर्वाधिक मौल्यवान चीजवस्तू आहे.

जगाला एक मूल्यावर्धित संगणकीय प्रणाली, सल्लागार आणि माहिती व तंत्रज्ञान क्षेत्रात काम करणारी नामवंत कंपनी देणारे भारतीय म्हणजे श्री.एन.आर.नारायणमूर्ती. एकोणीसशे एक्याऐंशी साली केवळ दोनशे पन्नास डॉलर्स भांडवलावर त्यांनी सुरू केलेली संगणकीय क्षेत्रातली 'इन्फोसिस' ही कंपनी आज जगातील एक अग्रगण्य कंपनी म्हणून ओळखली जाते. देशाबाहेरही त्यांनी आपला पाय रोवून भक्कम केला आहे. इन्फोसिसने आपल्या अनेक कामगारांना आणि भागधारकांना दशलक्षाधीश बनविले आहे. ह्या कंपनीचे भाग (Shares) जगांतील अनेक गुंतवणुकदारांचे आकर्षण ठरले आहेत. श्री.नारायणमूर्तींची कामगिरी आपणा भारतीयांची छाती अभिमानाने फुगवणारी व जगात भारताची मान उंचावणारी आहे. त्यांचा जन्म २० ऑगस्ट १९४६ रोजी मूल्यांची शिकवण देणाऱ्या एका चारित्र्यवान शिक्षकाच्या घरी झाला. आपल्या पित्याची ही शिकवण त्यांनी आयुष्यभर जपली आणि तिचा प्रचारही केला. म्हैसूर विद्यापीठातून इलेक्ट्रिकल इंजिनियरिंगची पदवी तर आयआयटी कानपूर येथून संगणाकातील उच्च पदवी त्यांनी संपादन केली. काही दिवस आयआयएम अहमदाबाद येथे प्राध्यापक म्हणून व नंतर अनेक नामांकित संगणकीय कंपन्यात काम करून व्यवसायासाठी लागणारे कौशल्य त्यांनी संपादन केले.

सुधा कुलकर्णी ह्या संगणक शिक्षित विदुषीशी त्यांचा प्रेमविवाह झाला. एक जगप्रसिद्ध संगणक आणि माहिती व तंत्रज्ञानातील कंपनी निर्माण करणारेच नाही तर, साधेपणा आणि दातृत्व ह्याबद्दलही हे दांपत्य प्रसिद्ध आहे. श्री. नारायणमुर्ती इन्फोसिस या मोठ्या उद्योगाचे शिल्पकार, मार्गदर्शक आणि प्रमुख सल्लागार, तर सौ. सुधा मूर्ती ह्या इन्फोसिस फाऊंडेशन ह्या ५०० लाख रुपये धर्मादाय कामासाठी उपयोगात आणणाऱ्या संस्थेच्या प्रमुख आहेत. एवढे प्रचंड यश मिळवूनही त्यांचे पाय जमिनीवर आहेत. दोघांचेही राहणीमान अगदी साधे आहे. मूर्तींना अजूनही गाडी चालवता येत नाही. चालकाच्या सुट्टीत हे काम सुधा मूर्ती करतात. अनेकवेळा नारायण मूर्ती कंपनीच्या

बसनेही प्रवास करतात. आपली संपत्ती समाजातील गरजू लोकांना उपयोगी पडावी अशी सुंदर विचारसरणी त्यांच्याकडे आहे. मोठी कंपनी निर्माण करण्यापेक्षाही संपूर्ण भारतातील भावी उद्योजकांसाठी एक मोठं स्वप्न निर्माण करण्याचे श्रेय त्यांच्याकडे जाते. श्री. नारायण मूर्तींनी मिळवलेले यश त्यांच्या कोणत्या विचारावर आधारलेले आहे ते आपण पाहू या.

विचार आणि कार्य :

भावी काळाची पावले ओळखून योग्य मार्ग अवलंबणारं राजकीय नेतृत्त्व, सुसंस्कृत नोकरशाही आणि सामाजिक बांधीलकीची जाण ठेऊन देशासमोर असणाऱ्या समस्यांची सोडवणूक करणाऱ्या संयुक्त नेतृत्त्वाची देशाला गरज आहे असे श्री. नारायण मूर्तींचे मत आहे. भारतातील दारिद्र्य दूर करून तळागाळातील बहुजन समाजाला सुशिक्षित करणं आणि गरीब, श्रीमंतातील दरी कमी करणं यात त्यांना अतिशय रूची आहे. आता राजकारणात पडण्याची त्यांची इच्छा नाही. मी जेथे आहे तेथेच बरा आहे. परंतु परमेश्वर हा सर्वज्ञानी व सर्वशक्तीमान आहे. त्याच्या मनांत काय आहे कोणास ठाऊक ? असेच त्यांना वाटते.

माहिती आणि तंत्रज्ञान क्षेत्रात अनेक तरूण स्त्री, पुरूषांना रोजगार मिळवून देण्यासाठी अमर्याद संधी आपल्याला उपलब्ध आहेत. आपण जगातल्या उत्तमातील उत्तम बाजारपेठेशी स्पर्धा करण्यासाठी सक्षम आहोत हे आपण जगाला दाखवून दिले आहे. उत्तम दर्जाचा ग्राहकांना योग्य मूल्य देणारा माल किंवा सेवा वाजवी वेळात आणि किमतीत आपण देऊ शकतो. आपल्याला नोकरशाहीतील लाल फितीमुळे होणाऱ्या विलंबावर मात्र नियंत्रण मिळवायला हवे. मला अशी आशा आहे की येणाऱ्या काही वर्षात आपण हे करून सुधारणांची योग्य गती गाठू शकू. जागतिक परिस्थितीशी मिळतीजुळती विचारधारा असणारा राज्यकारभार आपण निर्माण केला पाहिजे. जुन्या विचारधारा आणि कार्यपद्धती लागू पडत नसतील, तर नवीन निर्माण करावयास हव्यात. जागतिकीकरणामुळे ह्या संधी आपल्याला निर्माण झाल्या आहेत. व्यवसायात चढउतार हे येणारच. मनाची एकाग्रता न घालवता ह्या गोष्टी आपण सहन करायला हव्यात. गुडी पाडव्याला कडूलिंब आणि गुळ आपण खातोच ना? शिक्षणसंस्थातून बाहेर पडणाऱ्या तरुणांना भारतीय मूल्ये उंचावण्याचा सल्ला त्यांनी दिला आहे. आदर, मान्यता आणि बक्षीस हे उत्तम कार्यापाठोपाठ आपोआपच येतात. आपल्या स्वप्नाच सौदर्य बघणाऱ्यांचा भविष्यकाल नेहमीच उज्ज्वल असतो.

देशाच्या सीमांच्या मर्यादा न राहाता, स्वस्तात भांडवल उपलब्ध होणं. रास्त किंमतीत उत्पादन करणं आणि योग्य ठिकाणी फायद्याने विकणं हे फायदे

जागतिकीकरणाने झाले आहेत असे त्यांना वाटते ते म्हणतात, ‘‘हेच मार्गदर्शक तत्त्व आम्ही आपल्या कंपनीच्या कार्यपद्धतीत आणि विस्तारात वापरलं आहे की आम्ही व्यवसायिकांची, व्यवसायिकांनी चालवलेली आणि व्यवसायिकांसाठी असणारी कंपनी निर्माण केली. माणसांचा आदर आणि प्रतिष्ठा जोपासली. टेलिफोन कनेक्शन मिळण्यास एक वर्ष, संगणक खरेदीसाठी दोन वर्षे आणि प्रवासासाठी विदेशी मुद्रा मिळण्यास लागणारे दोन आठवडे, ह्या वातावरणात कंपनी चालवणे हे एक मोठे आव्हान आमच्यापुढे होते. त्यात आम्ही यशस्वी झालो. नवीन कल्पना, नवीन विचार आणि नवीन नेतृत्त्व हा आमचा नारा होता. ह्यातूनच नवीन परंपरा सुरू झाल्या.

बिल गेट्स ह्या यशस्वी आणि जगत्‌विख्यात अमेरिकन उद्योजकाचा आदर्श डोळ्यापुढे ठेवून नवीन रक्ताला संधी देण्यासाठी वीस वर्षाच्या समृद्ध कारकिर्दीनंतर इन्फोसिस ह्या जागतिक कंपनीचे प्रमुख कार्यकारी अधिकारी (C.E.O.) हे पद सोडून ते अध्यक्ष आणि प्रमुख समुपदेशक झाले.

मानसन्मान :

देदीप्यमान कार्यानंतर मानसन्मान हे आपल्या नंतर आपल्या सावलीचे आगमन व्हावे इतके स्वाभाविक व अटळ आहेत. श्री. नारायण मूर्तींना पण जागतिक पातळीवर अनेक मानसन्मान मिळाले. काही मानसन्मान व त्यावर त्यांच्या प्रतिक्रिया उद्‌बोधक ठरतील.

‘‘यंग एंटरप्रन्युअर ऑफ द इयर’’ हा किताब त्यांना २००३ साली मिळाला. हा किताब त्यांनी भा.ज.पा. चे त्यावेळचे कायदा मंत्री श्री. अरूण जेटली यांच्या हस्ते स्वीकारला. हा किताब म्हणजे ‘‘मी समाजाला जे दिले त्यापेक्षा किती तरी जास्त मला समाजाकडून मिळाले आहे ह्या विश्वासाचे एक प्रतीकच आहे’’ असे भावपूर्ण उद्‌गार त्यांनी ह्या सत्काराला उत्तर देताना काढले.

राष्ट्रपती भवनात, राष्ट्रपती अब्दुल कलाम आझाद यांच्या हस्ते श्री.राहुल बजाज ह्यांच्या अध्यक्षतेखालील समितीने निवडलेल्या २००१ चा लालबहादूर शास्त्री पुरस्कार त्यांना देण्यात आला. त्यातील मानपत्रात ‘‘उच्च प्रतीचा उद्योजक असाधारण, व्यवस्थापक द्रष्टा, लोकहितवादी आणि अनुकरण करण्याच्या योग्यतेचा उद्योजक’’ असा त्यांचा उल्लेख आहे.

हे पारितोषिक मिळाल्याबद्दल आनंद व्यक्त करताना ते म्हणाले, ‘‘हा पुरस्कार स्वीकारताना मला विशेष आनंद बहुमान आणि अभिमान वाटतो कारण लाल बहादूर शास्त्री हे विलक्षण प्रामाणिक, अतिशय साधे, तत्काल निर्णय घेणारे आणि अव्दितीय नेतृत्त्व लाभलेले असामान्य व्यक्तिमत्त्व होते.’’

‘मी निवड समितीचा माझ्या सर्व सहकाऱ्यांचा ऋणी आहे. आम्ही

आमच्याबद्दल व्यक्त केलेल्या अपेक्षांपेक्षा उत्तम कामगिरी करून दाखवू अशी मी ग्वाही देतो.' असे उद्गार त्यांनी ह्या पारितोषिक वितरणाच्यावेळी काढले.

अनेक प्रतिष्ठेच्या पारितोषिकातील महत्त्वाचे :

- आय टी मॅन ऑफ द इयर - १९९६
- जे आर डी टाटा कार्पोरेट लिडरशीप अॅवार्ड फॉर १९९६-९७
- दि स्टार ऑफ आशिया - १९९८ ते २००० लागोपाठ तीन वर्षे
- बिझीनेस मॅन ऑफ द इयर - १९९९ बिझीनेस इंडिया
- दि आय टी बिझिनेस पर्सन ऑफ दि इयर - २००० - २००१
- लिबर्टी २००१
- पर्सन ऑफ इयर २००१

त्यांच्या पत्नी सौ.सुधा मूर्ती, स्वतः संगणक तज्ज्ञ असूनसुद्धा पतीच्या इच्छेस मान देऊन एका आगळ्या वेगळ्या क्षेत्रात त्यांनी आपले कर्तृत्व करून दाखवले. समाजातील दुर्लक्षित आणि गरजूंचे अश्रू त्यांनी 'इन्फोसिस फौंडेशन' ह्या सामाजिक संस्थेमार्फत पुसले. अशा उपयुक्त संस्थेची स्थापना व प्रत्यक्ष कार्य करून त्यांनी भारतीय समाजजीवनात एक स्वतंत्र प्रतिमा उमटवली आहे. लाखो डॉलर्सच्या रूपाने प्रत्यक्ष लक्ष्मी घरात पाणी भरीत असूनसुद्धा साधी राहाणी आणि उच्च विचारसरणीने त्यांनी आपल्या देशवासीयांना प्रभावित केले.समाजसेवेचे त्यांचे कार्यक्षेत्र आदिवासींसाठी आरोग्य, सामाजिक पुनर्वसन, शिक्षण, प्रशिक्षण आणि कला असे आहे.

''कॉर्पोरेट सिटिझन्स अॅवार्डने'' त्यांना सन्मानित केले आहे.

इन्फोसिस एक आदर्श कंपनी:

१९८१ साली २५० डॉलर्स ह्या भांडवलावर स्थापन झालेली कंपनी आज भारतातली सर्वात मोठी तर जगातली अग्रगण्य कंपनी झाली आहे. ही नेत्रदीपक वाटचाल ते कशी करू शकले हे पाहाणे अनेक उद्योजकांना मार्गदर्शक ठरेल.

इन्फोसिसची प्रमुख मूल्ये

- जागतिकरण.
- व्यवसायिकता आणि
- उत्पादकता

श्री. नारायण मूर्ती यांच्या मते यशस्वी कंपनी नेहमीच बाजारपेठेत गंभीरतेने घेतल्या जाणाऱ्या कल्पनेवर उभारलेली असते. त्यासाठी ह्या कल्पनेचा उपयोग करून खालील एक किंवा अनेक गोष्टींमध्ये सुधारणा व्हायला हवी. ग्राहकाचे समाधान,

किमतीत घट, उत्पादन वेळेत घट, उत्पादकेत वाढ, ग्राहकांच्या सुखसोईच्या पातळीत वाढ आणि ग्राहकांच्या संख्येत वाढ.

धोरण

ग्राहकपेठेत नजरेत भरणारे नाविन्य कंपनीच्या उत्पादनांत किंवा सेवेत हवे. ह्याला देशाच्या सीमेची बंधने नसावीत.

कामगारांसंबंधी धोरणे

कामगारांसंबंधीच्या धोरणात कंपनीच्या प्रमुख मूल्यांचे प्रतिबिंब दिसते. आमची अशी श्रद्धा आहे की, कामगारांबद्दलचा आदर आणि त्यांच्या अधिकारांची जपणूक करणे हे कंपनीचे प्रथम कर्तव्य आहे.

बदल हा आयुष्याचा स्थायीभाव आहे. आता जग हे फारच गतीमान झाले आहे. आपण एखादी गोष्ट अशक्य आहे असे म्हटलं तर ते दुसरा माणूस आपल्या कामाने खोटे ठरवतो. तेव्हा बदलाचा सुगावा घेऊन त्यासाठी आपली यंत्रणा लवकरात लवकर तयार करणे व्यवसायात यश देणारे ठरते. यासाठी लवकर शिकण्याची क्षमता फारच उपयुक्त ठरते. शिक्षणाची क्षमता जास्त असणाऱ्या लोकांचीच येथे निवड केली जाते. आपल्या अवतीभोवती आपल्यापेक्षा अधिक चुणचुणीत माणसे हवीत.

श्री.नारायण मूर्तींचे विचार अनुभवसिद्ध, व्यवहारी, प्रगल्भ व राष्ट्राची उन्नती करणारे आहेत. उपलब्ध आणि सतत सुधारणाऱ्या तंत्रज्ञानाचा उपयोग करून राष्ट्राला सर्वात मोठी सत्ता बनविण्याची व्यवहार्य स्वप्ने ते पाहात आहेत आणि ती प्रत्यक्षात उतरवण्यासाठी ते कटिबद्ध आहेत. त्याच्या या कामगिरीचा उचित गौरव भारत सरकारने त्यांना २६ जानेवारी २००८ ला पद्मविभूषण हा मानाचा किताब बहाल करून केला आहे.

■■

अझिम प्रेमजी

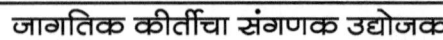

जागतिक कीर्तीचा संगणक उद्योजक

'स्वातंत्र्यातूनच आकांक्षांची निर्मिती होते'

अझिम प्रेमजी हे नाव ऐकले की, भारतीयांची छाती अभिमानाने फुलणार नाही असे अशक्यच. जगातील श्रीमंत माणसांच्या यादीत भारतीयांना स्थान मिळवून देण्याचे श्रेय त्यांना आहेच पण आपल्या वडिलांच्या आकस्मिक निधनामुळे पडलेल्या कौटुंबिक व्यवसायाची जबाबदारी कोवळ्या वयात स्वीकारून त्याला आगळीवेगळी दिशा देऊन त्याचा लौकिक साता समुद्रापलीकडे नेऊन अग्रगण्य स्थान मिळवण्याचे मोठे श्रेय त्यांना आहे. त्याचबरोबर त्यांची शुद्ध चारित्र्य आणि साधी राहाणी माणसांना आकर्षून घेते. विविध समारंभातून त्यांनी केलेली भाषणे तरुणांना दिलेले व्यवसायाचे बाळकडू अतिशय स्फूर्तीदायक, उपयुक्त आणि दीर्घकाल स्मरणात राहणारे आहे. विमान प्रवासातून आल्यावर विमानतळावर घ्यायला गाडी आलेली नाही म्हणून कार्यालयात रिक्षाने जाणारा 'सीईओ' आपण पाहिला आहे का ? एखाद्या कंपनीच्या अधिकाऱ्याला भेटण्यासाठी घ्यायच्या पासच्या रांगेत उभा असणारा हा जगातला सर्वांत श्रीमंत माणूस बघायला काय भाग्य लाभले असणार नाही ? हा सहजपणा, ही नम्रता आणि हे मार्दव इतक्या मोठ्या माणसांमध्ये अभावानेच पाहायला मिळते. सर्व सुख समृद्धी पायाशी लोळण घेत असताना हा साधेपणा आवाक करणारा आहे.

या अद्‌भुत माणसाचा जन्म २४ जुलै १९४५ साली महाराष्ट्रात झाला. संताच्या या पवित्र भूमीत जागतिक कीर्तीचे महान उद्योजकही जन्मू लागले आहेत. त्यांच्या जन्माच्या वेळीच त्यांच्या वडिलांनी महाराष्ट्रातच वनस्पती तेल तयार करणारी कंपनी सुरू केली होती. इलेक्ट्रिकल इंजिनिअरिंगची पदवी घेतल्यावर अमेरिकेतील स्टॅनफोर्ट विद्यापीठातून शिक्षण घेऊन जागतिक बँकेत काम करण्याचा त्यांचा मानस होता. वडिलांच्या आकस्मिक निधनामुळे १९६६ साली वयाच्या २१ व्या वर्षी आपल्या कौटुंबिक व्यवसायाची धुरा त्यांना स्वत:च्या खांद्यावर घ्यावी लागली. आपले वैयक्तिक मनसुबे, योजना आणि स्वप्ने सर्व बाजूला सारावे लागले. अचानक पडलेला व्यवसायाचा हा भार अझिम प्रेमजीनी समर्थपणे पेलला आणि आपल्या कल्पक बुद्धीने त्याला

जागतिक बाजारपेठेत प्रचंड लौकिक यश मिळवून दिले आणि स्वत: या क्षेत्रातला एक दीपस्तंभ बनले. त्यातूनच त्यांनी महाराष्ट्राच्या नकाशावरही अंधुक वाटणारे त्यांचे अंमळनेर हे गाव जगाच्या नकाशावर चमकवले. सॉफ्टवेअर व्यवसायाला त्यांनी 'कस्टमर-इन' या संकल्पनेने एक वेगळेच परिमाण दिले. त्यांनी त्यांचे उत्पादन आणि सेवा यांना ग्राहकांच्या आवाजाचे आणि अपेक्षांचे रूप दिले. त्यांची बांधणी केली. ग्राहकांना त्यांच्या पैशाचा योग्य मोबदला देण्यासाठी हा माणूस वेडा होतो. त्यासाठी व्यवसाय आणि फायदा याचा बळी देण्यास तो कचरत नाही. ग्राहकांना पैशाचा मोबदला ही आपली 'वचनबद्धता' आहे हा त्यांचा दृष्टिकोन भारतातील सर्व उत्पादने आणि सेवामध्ये आला, तर भारताचा कायापालट झाल्याशिवाय राहणार नाही.

उत्कृष्टता तर त्यांच्या रक्तातील कणाकणात भिनली आहे. त्यामुळेच सुधारणा, सतत सुधारणा त्यातून ग्राहकांच्या अपेक्षा वाढवायच्या आणि ह्या वाढलेल्या अपेक्षांच्यापुढे जाऊन उत्पादन आणि सेवा द्यायच्या हा तर त्यांचा सततचाच उद्योग होऊन बसला आहे. ह्या ध्यासामुळेच ते असे अद्वितीय यशही संपादन करू शकले. नारायण मूर्ती बरोबर अझिम प्रेमजी यांची तुलना होणे अपरिहार्यच आहे. नारायण मूर्तींनी शून्यातून व्यवसाय उभा केला तर प्रेमजींनी आपल्या जुन्या व्यवसायाचे रूपांतर उच्च तंत्रज्ञान लागणाऱ्या व्यवसायात केले. हे काम जगावेगळे आणि जास्त कठीण नाही का ? ८१-८२ च्या वर्षात त्यांनी २० लाख रुपये किमतीचा संगणक खरेदी केला. किती धाडसी निर्णय होता तो त्यावेळी याची कल्पनाच केलेली बरी. व्यवसायाच्या सुरुवातीच्या काळात त्यांना आपल्या उत्पादनाबरोबरच आपल्या देशाचीही प्रतिमा निर्माण करण्याचे अवघड पण आनंद देणारे काम करावे लागत असे. विप्रोच्या व्यवसायात अनेक कठीण परीक्षा घेणारे प्रसंगही आले पण प्रेमजींनी त्यांचा उपयोग व्यवसायातली कार्यक्षमता वाढविण्यासाठी केला.

व्यवसायाच्या वृद्धीबरोबरच प्रेमजी यांनी आपली सामाजिक जबाबदारीही मोठ्या कौशल्याने पार पाडली. दहा हजार लाख इतका प्रचंड निधी त्यांनी 'विप्रो केअर' या सामाजिक कामासाठी दिला. 'विप्रो केअर'च्या माध्यमातून आपल्या कामगारांत कल्पकता, उत्साह आणि सामाजिक जबाबदारी यांची ताकद निर्माण करून भारतातल्या ३५०० मुलांचे शिक्षण केले जाणार आहे. वाचनालये, संगणकीय प्रशिक्षण आणि गरजू मुलांना शिष्यवृत्ती यातून या संस्थेने अनेक गरजू मुलांच्या जीवनाला स्पर्श करून त्याच्या आयुष्यात आनंद तर निर्माण केलाच पण विप्रो कामगारांना दातृत्वाचे सौख्यही चाखवले. आपल्या व्यक्तिगत मालमत्तेतूनही ते दरवर्षी २० कोटी रुपये प्राथमिक शिक्षणाच्या सुविधा वाढविण्यासाठी. देतात त्याचा फायदा १३ राज्यातील २,५०,०००

मुलांना होतो. प्रेमजींच्या कामाचे वैशिष्ट्य म्हणजे तंत्रज्ञानाच्या वापराला संशोधनाची बळकटी देऊन ग्राहकांना भेडसावीत असणाऱ्या समस्या, अडचणी सोडविणे आणि आपला भविष्यकाळ उज्ज्वल करील अशा काही संधी शोधीत असतात. ते आपल्या सेवांमुळे ग्राहकांचे उद्योग जास्त ताकदवान कसे होतील, आत्मनिर्भर कसे होतील याचा प्रयत्न करतात. ते उत्कृष्ट माणसे आणि उत्तम परिणाम यांना नवीन तंत्रज्ञानाची जोड देऊन सतत उत्तम परिणाम मिळवत असतात आणि त्याचा फायदा त्यांच्या ग्राहकांनाही मिळवून देतात.

न्यूयॉर्कमधील त्यांचा एक ग्राहक त्यांच्याबद्दल म्हणतो, ''विप्रोची सर्वात प्रभाव पाडणारी गोष्ट म्हणजे त्यांचा 'निर्धार'. मी त्यांना जेव्हा काही कठीण कामे सांगतो तेव्हा ते ती सहजपणे स्वीकारतात आणि करून दाखवितात. आपण स्वीकारलेले काम करण्यासाठी ते आकाशपाताळ एक करताना दिसतात ग्राहकांचा केवढा प्रचंड विश्वास विप्रोने मिळवला आहे. ह्याचा हा बोलका पुरावा नाही ?

'बुद्धिमान, उत्साही आणि प्रचंड कार्यमग्नता अंगी असणारी विविध यांत्रिकी आणि व्यवस्थापकीय पार्श्वभूमी असणारी १५ हजारच्या आसपास जबाबदारीने वागणारी माणसे हीच माझी खरी ओळख आहे' असे अझिम प्रेमजी मानतात. इतकी विविध पैलूंनी सजलेली आणि दैदिप्यमान कारकीर्द असताना तिला काही पुरस्कार आणि गौरव लाभले नसते तरच नवल झालं असतं. राष्ट्रीय आणि आंतरराष्ट्रीय ख्यातीचे अनेक पुरस्कार श्री. अझिम प्रेमजी यांना लाभले आहेत. 'फॅरडे'च्या नावाने १९२२ सालापासून विद्युत अभियंत्याला दिल्या जाणाऱ्या पदकाचे ते पहिले भारतीय मानकरी २००५ साली ठरले आहेत. भारत आणि पाकिस्तान यातील अणुयुद्ध त्यांनी थांबवले असे मी म्हटलं तर आपल्याला आश्चर्य वाटेल. पण त्यांनी माहिती आणि तंत्रज्ञान क्षेत्रात मिळवलेल्या लौकिकाचा आणि अनेक देशांशी निर्माण केलेल्या व्यावसायिक संबंधाचा परिणाम दोन्ही देशांना आपली रणनीती बदलायला लावणारा ठरला. विशेषत: भारताला हे पाऊल उचलण्या आधी अनेकदा विचार करणारा ठरला.

''बोले तैसा चाले'' हा महाराष्ट्रीय संतानी दिलेला उपदेश श्री. प्रेमजींनी तंतोतंत पाळून आपण महाराष्ट्रीय असल्याचे सिद्ध केले आहे. त्यांना 'उत्कृष्टतेची उत्कृष्टता, निर्माण करणारी सात तत्त्वे विषद केली होती. मला ती स्टिफन कोवे यांच्या गाजलेल्या 'परिणामकारकतेच्या सात सवयी' इतकीच महत्त्वाची वाटतात. त्यांना वाटते जोपर्यंत आपण आपले ध्येय, इतरांच्या अपेक्षा पार करून पलीकडे जाणारे ठेवतो तोपर्यंत उत्कृष्टतेचे नेतृत्त्व आपल्याकडेच राहते. उत्कृष्टतेची तहान बाहेरून नाही तर आतून लागली पाहिजे. ही स्वत:शीच स्वत:ने लढलेली लढाई आहे. यावर ते ठाम दिसतात.

त्यामुळेच, उत्कृष्टतेचा प्रवास हा आत्मसंतोष, समाधान देणारा आहे असा दावा ते करतात. उत्कृष्टतेसाठी त्यांनी सांगितलेली सात तत्त्वे अशी

* उत्कृष्टता हे आत्मसमाधान आहे यावर श्रद्धा ठेवा.

* उत्कृष्टता हा खरा सांघिक विश्वास असायला हवा.

* उत्कृष्टतेचा खरा गाभा वेळ हा आहे.

* आपण सर्वच गोष्टीत उत्कृष्ट असू शकणार नाही. आपण कशात उत्कृष्ट आहोत हे ओळखा इतर उत्कृष्ट कामगिरी करणाऱ्यांना पण आपल्यात समावून घ्या.

* उत्कृष्टता निर्माण करणाऱ्या कार्यपद्धती तयार करा त्यासाठी आधुनिक तंत्राचा वापर करा.

* एकसंघ कामाच्या संस्कृतीतच उत्कृष्टता निर्माण होते आणि भविष्यासाठी उत्कृष्टतेत गुंतवणूक करा.

धोका पत्करल्याशिवाय यश मिळत नाही याची नेमकी जाणीव श्री. प्रेमजी यांना आहे. त्यामुळेच विप्रो कंपनीत धोका घेण्यासाठी नेहमीच प्रोत्साहन दिले जाते. आपल्या यशाचं रहस्य उलगडताना ते सहा पायऱ्यांचा उल्लेख करतात. त्या अशा

*ग्राहक केंद्रितता * आपल्या ताकदीवर एकाग्रता * जागतिक उत्कृष्टता * जागतिक संवेदनशीलता, * जागतिक संघ निर्मिती आणि जागतिक नेतृत्वाची तळमळ

नारायण मूर्ती आणि अझिम प्रेमजी एकदा एका परिषदेच्या निमित्ताने एकाच व्यासपीठावर आले असताना तेव्हा इन्फोसिस आणि विप्रो यांच्या युनियन बँकेला माहिती आणि तंत्रज्ञान देताना केलेल्या सहकार्याबद्दल ते म्हणाले होते ''आमचे हे एकत्र काम म्हणजे स्पर्धात्मक सहकार्य आहे. विप्रोचा हार्डवेअर मधला अनुभव दांडगा आहे आणि आम्हीच बँकींग क्षेत्रात सर्वोत्कृष्ट सॉफ्टवेअर तयार केलेले आहे आणि म्हणून गेली दोन वर्षे बँकेसाठी आम्ही एकत्र काम करीत आहोत. एका पातळीवर आमची तीव्र स्पर्धा आहे तर दुसऱ्या पातळीवर आम्ही उत्तम सहकारी आहोत.'' भारतात सर्वच क्षेत्रात असे व्यावसायिक तयार झाले तर जगात सर्वश्रेष्ठ व्हायला आपल्याला अधिक सोपं नाही का होणार ?

जागतिक श्रेष्ठता मिळवण्याच्या आपल्या प्रयत्नात प्रेमजी कोणतीही कसर बाकी ठेवीत नाही. आपल्या सर्व कार्यपद्धती निर्दोष करण्याचा त्यांचा सतत प्रयत्न असतो आणि त्यासाठी नवीन तंत्रज्ञानाचा शोध आणि पाठपुरावा ते करीत असतात. त्याचाच एक भाग म्हणून १९९७ साली त्यांनी 'मोटारोला' या जगप्रसिद्ध कंपनीने विकसित केलेले 'सिक्स सिग्मा' हे तंत्र वापरायला सुरुवात केली आणि आपल्या दहा लाखातील ६६८०७ दोषांचे प्रमाण २३३ वर आणले असा त्यांचा गुणवत्तेचा प्रवास आहे. या

यशानंतर त्यांनी 'सिक्स सिग्मा' च्या उपयोगासाठी मार्गदर्शन देणेही सुरू केले आहे. आकडे शास्त्रावर आधारित या प्रणालीचा व्यवहारात वापर करणे तसे कठीण पण उत्तम परिणाम देणारे आहे. व्यवहारात ग्राहकांच्या दृष्टिकोनातून समस्येला भिडणारे आहे. गुणवत्ता, सचोटी आणि अतिव ग्राहक सेवा या मूलभूत तत्त्वाचा आधार असल्यामुळे विप्रोने जागतिक मंदीच्या काळात सुद्धा आपली ३० ते ३५ टक्के विकासाची गती कायम ठेवली होती.

व्यवसायात कितीही उलथापालथ झाली तरी आपल्या मनाची शांती ढळून देणे हे प्रेमजींचे स्वभाव वैशिष्ट्य अनुकरणीय आहे. फेब्रुवारी २००० मध्ये जागतिक स्तरावर असलेल्या मंदीमुळे प्रेमजी यांची संपत्ती ४० अब्ज (billion) डॉलर्स वरून ६.५ अब्ज डॉलर इतकी कोसळली. तेव्हाही त्यांचे मन शांत आणि प्रसन्न होते. ''शेअर्सचे भाव आणि वैयक्तिक संपत्ती कमी-जास्त होते, या चढउताराची मला अजिबात चिंता नाही असेच ते म्हणत. प्रेमजी हे तसे बुजरे, एकांतप्रिय आणि जुन्या विचाराचे गृहस्थ आहेत. त्यामुळे लोकांच्यापुढे जाण्याचे आणि बोलण्याचे काम त्यांचे उपाध्यक्ष श्री. विवेक पॉल यांनाच करावे लागते. विवेक पॉल हे 'जनरल इलेक्ट्रिकल्स' या कंपनीतून 'विप्रोत' आले आहेत ते अझिम प्रेमजींबद्दल म्हणतात. 'आम्ही दोघे अगदी वेगळे आहोत म्हणूनच आम्ही एकत्र छान काम करू शकतो. प्रेमजी हे उत्कृष्ट अध्यक्ष आहेत तर मी उत्तम कार्यकारी अधिकारी आहे. प्रेमजींच्या रूपाने स्वत:ला घडवलेले एक उत्तुंग व्यक्तिमत्त्व मी पाहिले आहे. त्यांनी आपल्या अंमळनेर येथल्या कौटुंबिक व्यवसायाचे रूपांतर जागतिक व्यवसायात केले आणि ते जगाचे भारतातील राजदूत ठरले. त्यांचे कौतुक करावे तितके कमीच आहे.'

प्रेमजींच्या मते भारतीय माहिती तंत्रज्ञानाची कामगिरी, कथा ही फक्त पैशापुरतीच सीमित नाही तर त्यात दर्जा, सातत्य आणि ठरलेल्या वेळात संपवलेली कामे यांचाही समावेश आहे. आपण अगदी पहिल्यांदाच आणि प्रत्येक वेळी उत्तम कामगिरी करतो. याची इतर देशात खात्री देता येत नाही. या कामगिरीत भारताला प्रतिस्पर्धी नाहीच. त्यांना असेही वाटते की, भारतातली माणसंच हा फरक घडवतात आणि त्यांच्यात सातत्यही असतेच. भारतीय माणसं या बाबतीत अजोड आहेत. भारतीय माणसांची वागणूक अतिशय विनयशील आहे. त्यांच्यात तंत्रज्ञानाची लालसा, हावरटपणा आहे. आंतरराष्ट्रीय मत बाजूला सारून ते कामे मिळवतात. आधुनिक तंत्रज्ञान, भारतीय माणसासारखे कष्टाळू कामगार श्री. अझिम प्रेमजी सारखे धेयवादी आणि महत्त्वाकांक्षी उद्योजक व मार्गदर्शक यामुळेच जगातील अत्युच्च यशासाठी हे माहिती आणि तंत्रज्ञान क्षेत्र आपल्याला खुणावत आहे.

■■

किरण मुजुमदार -शॉ

भारताची 'बायोटेक सम्राज्ञी'

नाविन्यपूर्ण कल्पकता तुमच्याकडे असेल आणि नवीन गोष्टीचा शोध लावण्याचे सामर्थ्य तुमच्याकडे असेल तरच तुम्ही ज्ञानसंस्था आहात.

आपल्या देशात एका सर्वसाधारण कुटुंबात जन्मलेली मुलगी स्वतःच्या कर्तृत्वाने आणि श्रमाने भारतात फारशा माहीत नसलेल्या बायोटेक या अभिनव उद्योगात अद्वितीय कामगिरी करून भारतातली सर्वांत श्रीमंत महिला ठरली, असे मी सांगितले तर आपण विश्वास ठेवाल? ही अशक्य वाटणारी कामगिरी सौ. किरण मुजुमदार – शॉ या महिलेने करून दाखविली आहे. एवढेच नाही तर जैवतंत्रज्ञान या उच्चतंत्र क्षेत्रातल्या या मूलभूत क्षेत्रातील कार्यासाठी 'पद्मश्री' हा भारतातील 'नागरी सन्मान' मिळविणाऱ्या त्या पहिल्याच महिला ठरल्या, तेही वयाच्या छत्तीसाव्या वर्षी.

बायोटेक या आधुनिक युगात अत्यंत महत्त्वाच्या उद्योगात आपल्या कर्तृत्वाचा आगळा वेगळा ठसा उमटविणाऱ्या या भारतकन्येचा जन्म बंगलोर येथे २३ मार्च १९५३ रोजी झाला. बंगलोर विद्यापीठातूनच त्यांनी बी.एस्सी. ही पदवी प्राणीशास्त्र विषय घेऊ न संपादन केली. पुढे ऑस्ट्रेलियातील बॅलॅरट या मेलबर्न येथील विद्यापीठातून 'मास्टर ब्लुअर' ही पात्रता मिळविली. महाविद्यालयात एकट्याच महिला असूनही नेहमीच प्रथम क्रमांकावर असत. नंतर त्यांनी 'कार्टन ॲण्ड कॉटन ब्रिव्हरेज' या कंपनीत चार वर्षे ब्र्युवर म्हणून प्रशिक्षण घेतले. १९७८ मध्ये 'बायोकॉन' त्या आयलंडमधील कारखान्यात व्यवस्थापक म्हणून रूजू झाल्या. त्याच वर्षी त्यांची कामातील धडाडी, अभ्यास आणि आत्मविश्वास बघून या कंपनीने आपल्या तांत्रिक सहकार्याने बायकॉन इंडिया या कंपनीची स्थापना करण्याची संधी दिली. त्यावेळी या कंपनीचे भाग भांडवल होते फक्त दहा हजार रुपये. सुरुवातीस पैसा उभा करण्यासाठी त्यांना अनेक समस्यांना तोंड द्यावे लागले. हे क्षेत्र भारताला अगदीच नवीन होते आणि महिला उद्योजक असल्यामुळे हाताखाली काम करण्यास पुरुष तयार होणे जिकिरीचे ठरत असे. वयाच्या २५ व्या वर्षी काढलेल्या या कारखान्याने १९८७ साली विक्रीचाच दहा कोटी रुपयांचा टप्पा गाठला. गुणवत्तेबद्दलही त्या अत्यंत जागृत असत, त्यामुळेच १९९३ मध्ये त्यांनी जर्मनीच्या आर. डब्ल्यू. टी. यू.व्ही. कडून आय.एस.ओ. हे प्रत्येकाला हवंहवंसं वाटणारं

प्रमाणपत्र मिळवलं. हे अत्यंत प्रतिष्ठेचे प्रमाणपत्र मिळविणारी 'बायोकॉन' इंडिया ही जगातली पहिली विकर (Enzyme) कंपनी ठरली. 'बायोकॉन' कंपनीने केलेली आर्थिक कामगिरी आणि उत्पादनातील गुणवत्ता थक्क करणारी आहे. या अपूर्व विकर उत्पादक (Enzyme making) कंपनीच्या विकासाची आणि किरण मुजुमदार यांची ऐतिहासिक कामगिरी मोठी स्फूर्तीदायक आहे.

जैवतंत्र क्षेत्रातली अद्‌भुत कामगिरी

बायोकॉन ही कंपनी अद्‌भुत का ठरली? त्याचे मुख्य कारण म्हणजे त्यांनी तीन प्रमुख व्यूहरचनात्मक कार्यावर लक्ष केंद्रित केले. एक म्हणजे विकर, दुसरे कार्यक्षम औषधी घटक आणि तिसरे संशोधन आणि विकास. आपल्याला हवा तो अंतिम परिणाम साध्य करण्यासाठी काळजीपूर्वक घडवलेला विकास, परस्पर संबंधित गोष्टींची वृद्धी, कणखर संघटन आणि योजनांची धडाडीने अंमलबजावणी ही त्यांची वैशिष्ट्ये म्हणता येतील. हा समूह अन्नपदार्थांपासून पेयांपर्यंत वस्त्रोद्योगापासून औषधोत्पादनापर्यंत विस्तृत उद्योगधंद्यांना आवश्यक घटक पुरवतो. खाद्य आणि अखाद्य औद्योगिक विकर हायड्रोकोलाईड्स आणि अन्नघटकांच्या विस्तृत श्रेणीची उत्पादन निर्मिती आणि विक्री करते. औद्योगिक विकरं मद्यनिर्मिती (Brewing) आणि वस्त्रोद्योग या क्षेत्रात हा समूह निर्विवाद आघाडीवर आहे. या क्षेत्रातील विविध अंगांचा विकास, त्यातील सजगता, सृजनशीलता, मनुष्यबळाचा धूर्त वापर, कार्यातील धडाडी या सर्वांचे श्रेय एकट्या किरण मुजुमदार यांचेच. या उद्योगसमूहाच्या उत्पादनांच्या मालिकेत मद्यनिर्मिती (Brewing) अर्कनिर्मिती (Distilling) फळ आणि भाजी प्रक्रिया, पिष्ठमय पदार्थ प्रक्रिया, वस्त्रोद्योग, कागद आणि फळांचा गर, (Pulp), बेकरी उत्पादने आणि मिठाई, डेअरी आणि औषध निर्मिती एवढा प्रचंड पसारा आहे. यात गुणवत्ता किती महत्त्वाची आहे हे वेगळे सांगायला नकोच. कंपनी आपल्या क्षेत्रात संशोधने तयार केलेली अनेक उत्पादने युरोप आणि अमेरिकेतील महत्त्वाच्या कारखान्यांना पुरवीत असते.

प्रेरणा वडिलांची

किरण मुजुमदार यांच्या कार्याची प्रेरणा आहे त्यांचे वडील श्री. आर. आय. मुजुमदार. हे भारतातले पहिले तज्ज्ञ 'ब्रूमास्टर' होते. किरण या वडिलांच्या अप्रचलित करिअरकडे आकर्षित झाल्या होत्या आणि त्यांच्या पाऊलखुणा गिरवीतच त्यांनी स्वतःचा अलौकिक विकास केला.

तुमच्या वडिलांची तुमच्या करिअरबद्दल काय मते होती, याचे उत्तर किरणजींनी असे दिले आहे, ''माझ्या वडिलांना करिअर घडविणाऱ्या स्त्रियांबद्दल आदर होता. यासाठी त्यांनी मला भरपूर प्रोत्साहन दिले. ते म्हणजे खरोखर काळाच्या पुढे असणारी

आणि स्त्री–पुरुष भेदाभेद न मानणारी व्यक्ती होती. माझ्यात खोलवर मुरलेली नैतिक मूल्यं आणि सचोटी हे गुण मी त्यांच्याकडून मिळविले. माझ्यातील स्पष्टवक्तेपणामुळे लोक दुखावत असले तरी त्यांच्याशी माझे दृढ विश्वासपूर्ण भावबंध निर्माण झाले आहेत. याच नैतिक मूल्यांची जाणीव आणि सचोटीची भावना माझ्या सगळया संस्थांत रुजविण्याची मी पराकाष्ठा केली आहे. योग्य माणसास योग्य काम हा त्यांनी दिलेला यशाचा मंत्र. मी अगदी खात्रीने सांगते की,'' आमच्या संस्थेत अतिशय उत्तम माणसे आहेत आणि आम्हाला एक परिणामकारक उपाय सापडलाय, त्याद्वारे आम्ही सामान्य लोकांकडून असामान्य कार्य करवून घेऊ शकतो आणि सामान्य गोष्टी असामान्य वाटाव्यात इतक्या उत्तम करवून घेऊ शकतो. माझे वडिल युनायटेड ब्रेवरीजमध्ये असताना कधीही संप झाला नव्हता.''

किरण मुजुमदार या प्रवर्तक आहेत. त्यांनी अतिशय व्यावसायिक आणि उदार दृष्टिकोन ठेवला, त्यामुळे विकरांसारख्या जैवतंत्रज्ञानातल्या प्रमुख क्षेत्रात त्या ज्ञानसंस्था स्थापन करू शकल्या. आयारिश आणि स्कॉटिश अशा देशांच्या संबंधामुळे त्यांच्या व्यक्तिमत्त्वाचं रसायन विशेष गोंडस वाटतं. त्यांचे पती जॉन शॉ स्कॉटिश गृहस्थ आहेत. आपल्या पतीविषयी त्या म्हणतात, '' जॉन समस्यांची उकल करताना व्यवहारज्ञानाचा प्रभावी वापर करतात. कामगार आणि व्यवस्थापक संबंध यात तर त्यांचा हातखंडा आहे. कामगार संघटनांशी त्यांचे नेहमीच जिव्हाळयाचे संबंध प्रस्थापित होतात. लोकांना समजावून घेण्याची मोठी क्षमता त्यांच्यात आहे. अनेकविध प्रश्नांना तोंड देताना जॉन यांचे फार मोठे बळ आणि पाठिंबा मला लाभला आहे. भारतातील उच्चस्तरीय वर्तुळात आपल्या पत्नीचं फार मोठं मानाचं स्थान आहे या वस्तुस्थितीचा त्यांना न्यूनगंड नाही.''

प्रभावी 'सामान्यज्ञान' हे जॉन शॉचे प्रमुख वैशिष्ट्य. साध्या सरळ शब्दात आणि सामान्य व्यवहारावर आधारित स्पष्टीकरणे लोकांना सहज समजतात. या जाणिवेतूनच किरणजींची व्यासपीठावरील भाषणे साधी सरळ आणि खुसखुशीत असतात. जॉन हिंदुस्थानप्रेमी आहेत. त्यांना भारतीय बुद्धिमत्तेचे अतिशय कौतुक आहे. भारतातील बायोकॉन आंतरराष्ट्रीय उद्योग विकास विभागाचे कार्यकारी संचालकपद त्यांनी सहजपणे निभावलं. बायोकॉनमध्ये उद्योजगशीलता, उत्तेजन आणि वैज्ञानिक बुद्धिमत्ता विपुल प्रमाणात आहे, त्याला या दांपत्यांनी खतपाणी देऊन काळजीपूर्वक जोपासलं आहे.

किरण मुजुमदार यांनी मधुमक्षिकेच्या वृत्तीने आपल्या संबंधात आलेली माणसं गोळा केली, त्यांच्यातील असामान्य गुण हेरले आणि त्यांना प्रोत्साहन देऊन आपल्या उद्योगसमूहात सामील करून घेतले. पुढाकार घेऊन काम करण्याची वृत्ती दिसली की किरण त्यांना नोकरी देत. त्यांच्यात असणारा प्रचंड थरार आणि उत्साह, नवीन शोध

लावण्याची उत्कट इच्छा,अथक प्रयत्न, सर्जनशीलता हे सर्व खूपच रोमांचक वाटतं नाही? लोकांची निवड करताना त्या अंतःप्रेरणेचा उपयोग करतात. सचोटी हा गुण माणसाच्या चेहऱ्यावर लिहिलेला असतो. त्याच्या डोळ्यात तो वाचता येतो. त्यांना माणसातील आत्मविश्वास, सर्जनशीलता, नवउपक्रमशीलता हे गुण महत्त्वाचे वाटतात. परस्परांसमवेत एकत्र काम करणाऱ्या समविचारी लोकांचा समूह तयार करणं हे त्यांना भावतं असं दिसतं. थोडक्यात ऑचिन्क्लॉस यांच्या भेटीची परिणती 'बायोकॉन' चा जन्म होण्यात, कूनी यांच्या भेटीने करार-संशोधनाचा जन्म होण्यात, वाघूळ यांच्या भेटीने अर्थसाहाय्य मिळविण्यात तर जॉन शॉ यांच्या भेटीने आंतरराष्ट्रीय उद्योग विकासाशी लग्नगाठ बांधण्यात किरण यशस्वी ठरल्या. यात योगायोगाचा मोठाच वाटा आहे, तसाच किरण यांच्या सुयोग्य व्यक्तींना आकर्षित करून आपलसं करण्याच्या गुणाचा, कसबाचाही मोठा वाटा आहे. त्यांनी बायोकॉनचं स्वप्न आणि त्यांचं स्वतःच व्यक्तिमत्त्व त्यांच्या सर्व सहकाऱ्यांना पटवून दिले हे मात्र नक्की. आपली प्रेरकशक्ती कोणती? या प्रश्नाला उत्तर देताना त्या म्हणतात, ''बहुधा हा माझ्या सळसळत्या व्यक्तिमत्त्वाचा परिणाम असावा. मी लोकांच्या यशात आणि फलप्राप्तीच्या आनंदात सहभागी होते. मी नव्या कल्पना अतिशय चटकन स्वीकारते आणि त्या कल्पना वास्तवात यशस्वीपणे उतरवते, हीच माझी प्रेरकशक्ती आहे.''

भारताचे नाव जगाच्या नकाशावर नेण्यासाठी किरण मुजुमदार यांनी अमेरिका,कॅनडा आणि युरोपचे दौरे केले. १९८५ साली तीन महिने त्यांनी आपल्या कामगारांशी मोठाच लढा दिला. स्थानिक आणि अशिक्षित कामगारांना आपल्या कारखान्यात समावून घेण्याच्या त्यांच्या धोरणांची मोठी किंमतही त्यांना द्यावी लागली असावी. कम्युनिस्ट कामगार संघटनेशी लढा देत त्यांनी आपला स्वयंचलित कारखाना उभारला. त्या काळात कामगारांनी त्यांच्या पुतळ्याचे दहनही केले होते. कामगारांबद्दल कितीही चांगली ध्येय-धोरणे असली तरी या गोष्टी टाळता येत नाहीत हेच यावरून स्पष्ट होते, किंबहुना अशा घटनांमुळेच ही ध्येयवादी माणसे जास्त कणखर होत असतील असे वाटते.

बंगलोर शहराबद्दल किरणजींना अत्यंत जिव्हाळा आहे. आपल्या कर्तव्यकठोर वाटचालीतही त्यांनी बंगलोर शहर उत्तम बनावं म्हणून अनेक योजना तयार केल्या. शहरात रस्ते, स्वच्छता अशा अनेक सुविधा उपलब्ध करून देण्यात त्यांनी पुढाकार घेतला. Banglore Agenda Task Force (BATR) मध्ये पहिल्या सदस्या म्हणून त्यांची निवड केली गेली होती. त्यासाठी त्यांनी एक कोटी रुपयांचे अर्थसाहाय्य दिले होते. त्यातून 'स्वच्छ बंगलोर' हा घराघरातून कचरा गोळा करणारा प्रकल्प हाती घेतला

गेला. त्यांना लेखनाचाही छंद आहे. 'Ale and Arty ' हे त्यांचे पुस्तक प्रसिद्ध झाले आहे. त्याच पुस्तकात श्री. एस.जी. वासुदेव, युसुफ अरकल, अनुराधा नलपत, टी.एम.अझीझ, गुरुनाथ शेणॉय, व्यंगचित्रकार पोमाण्णा यांची काही चित्रे प्रकाशित करण्यात आली आहेत. पुढे त्यांना लेखनातून जागतिक कीर्तीच्या उत्पादनाचा आणि तंत्रज्ञानाचा शोध घेण्याची इच्छा आहे.

एस.एम. कृष्णा यांच्या सरकारात स्थापन झालेल्या 'व्हिजन ग्रुप' या 'बायोटेक्नालॉजी' गटाच्या त्या अध्यक्षा झाल्या. त्या गटात त्यांनी 'बायोटेक्नॉलॉजी ' ची ध्येय-धोरणे तयार केली. भारताचा हा पहिलाच प्रयत्न होता. त्याचे अनुकरण पुढे हैदराबादमध्येही झाले.

नोबेल पारितोषिक विजेते सुविख्यात शास्त्रज्ञ जेम्स वॅटसन एकदा बायोकॉन इंडियाचा प्लँट पाहायला आले होते. जैवतंत्रक्षेत्राचा पाया रचणाऱ्या किरण यांचं कार्य पाहून ते खूपच प्रभावित झाले होते. त्यावेळी अभिप्राय पुस्तिकेत त्यांनी लिहिले होते, ''तुमचं स्वप्न आणि सळसळतं चैतन्य पाहून मी प्रभावित झालो आहे.''

वयाच्या पस्तिशीत 'पद्मश्री' मिळवणं ही जशी अविस्मरणीय गोष्ट आहे, तसंच नोबेल सन्मानप्राप्त व्यक्तीकडून प्रशंसा लाभणं हा सुद्धा मोठा पुरस्कारच आहे. यावरून किरण यांची भव्य दिव्य आणि सर्जनशील कामगिरी किती स्पृहणीय आहे हेच सिद्ध होते.

आदर्श आणि सर्वोत्तम

किरण मुजुमदार या निश्चयी आणि उत्कट बांधिलकीने झपाटलेल्या आदर्श आणि सर्वोत्तम महिला उद्योजक आहेत. भारतात हजारो स्त्री-पुरुष संशोधन कार्य करीत आहेत. या मंडळींमध्ये जर किरण मुजुमदार यांच्यातील उद्योजकता आणि व्यापारचातुर्य रुजले तर आपल्याकडे कित्येक यशस्वी आणि सर्जनशील उद्योजक घडतील. किरण मुजुमदार यांचा जीवनपट अभ्यासा, त्यांची कार्यपद्धती आत्मसात करा. तुम्हाला समृद्ध आयुष्य लाभेल. ज्वलंत इच्छा, दृढ निश्चय आणि प्रचंड तळमळीने केलेले कार्य हिमालयाइतके उच्चतम यश मिळवून देऊ शकते हेच किरण मुजुमदार यांचे चरित्र सिद्ध करून देते.

■■

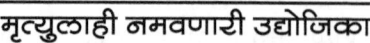

अनु आगा

मृत्युलाही नमवणारी उद्योजिका

आपल्या प्रत्येकास दोन अंगे असतात.
एक सामान्य दुसरे असामान्य.

अनु आगा यांचे पती रोहिंग्टन यांनी त्यांच्या भवितव्याला आकार दिला. अनुंच्या अंगभूत सामर्थ्याचे अचूक मापन करून रोहिंग्टन यांनी त्यांचा व्यक्ती म्हणून, त्याच बरोबर कार्यक्षम कार्यकारी अधिकारी म्हणून विकास होण्यास उद्युक्त केले. त्यांनीच अनु आगा यांना ढ. अ. या संकल्पनेचा परिचय घडवला. आपल्याला व्यावसायिका सहचरीची गरज आहे असे रोहिंग्टन यांनी अनुंना भावनिक पातळीवर आवाहन करून त्यांचा पाठिंबा मिळवला. संकल्पनात्मक ज्ञान मिळवून देण्यासाठी परिषदांच माध्यम वापरले व मौल्यवान अनुभव मिळवण्यासाठी प्रत्यक्ष कार्याची ओळख घडवली. त्यामुळेच अनु आगांचे अनुभव आणि कौशल्य वाढले. मनुष्यबळ विकास विभागात काम करून व्यक्ती म्हणून त्यांनी आपला विकास साधला.

अनु आगा मजेत जगणाऱ्या आहेत. त्या आपले सर्जनशील पती रोहिंग्टन आगा यांची गृहिणी आणि व्यावसायिक सहचरी या दोन्हीही भूमिका भरभरून निभावत होत्या. त्या नंतर त्यांच्या आयुष्यात ती काळीकुट्ट शोकांतिका आली. १९९६ च्या फेब्रुवारी महिन्यात रोहिंग्टन आगा यांचे अचानक हृदयविकाराच्या झटक्याने निधन झाले. जोडीदाराचा अंत ही आयुष्य बदलून टाकणारी घटना असते. पतीनिधनानंतर अवघ्या १४ महिन्यांनी अनुजींच्या जीवनात आणखी एक दुर्घटना घडली. त्यांच्या मुलाचे-कुरूषचे मोटार अपघातात निधन झाले. त्यापाठोपाठ त्यांच्या सासूबाई निवर्तल्या आणि त्यांच्या लाडक्या कुत्र्याचेही निधन झाले. खऱ्या आयुष्यात बॉम्बस्फोटाची मालिका घडावी किंवा एखाद्या भयपटात एखादे भयसूत्र घडावे तसे हे होते. या आघातांनी सुखाच्या अत्युच्च शिखरावर असणाऱ्या अनुजी निराशेच्या खोल गर्तेत बुडाल्या. मनोभंगातून सावरून जीवनाचा त्यांनी शोधलेला अर्थ मोठा गहन आहे. अनुजी म्हणतात, "मृत्यू फार चांगला समतोल साधतो आणि परमेश्वर या विषयात कुणाच्याही बाबतीत पक्षपात करीत नाही. माणसं जिवंत असतांना त्यांच्याशी न पटण आणि त्यांच्याशी भावबंध न गुंतवणं ही मृत्युपेक्षाही मोठी शोकांतिका आहे. त्यामुळे आपला भावनिक

आणि आध्यात्मिक विकास खुंटवणं हे महाभयंकर आहे. स्वत:ची कीव करीत बसणं किंवा दु:ख गोंजारत बसणं फार छान वाटू शकतं, पण अशा वेळी आपली ध्येय बळकट करण्याची संधी कुणी सोडता कामा नये.'' रोहिंग्टन यांच्या निधनानंतर अनुजींनी मृत्यू या विषयावर विस्तृत वाचन केलं. त्यांच्या मृत्यूनंतर दोनच दिवसांनी त्यांना थरमॅक्सच्या अध्यक्ष आणि व्यवस्थापकीय संचालक पदाची सूत्रे हातात घ्यावी लागली. अनुजींनी या स्थित्यंतराला धीराने तोंड दिले. आपला उद्योग समूहही कठीण काळातून जात असतांना तो विखरू किंवा फुटू दिला नाही तर तो अतिशय आपुलकीने आणि कौशल्याने एकत्र बांधून यशाच्या शिखरावर नेऊन पोहोचवला आणि नंतर आपल्या कन्येकडे सुपूर्द केला.

माणसांनी गजबजलेले घर एकदम पोकळी निर्माण करून रिकामे झाले. मृत्यूच्या धाग्यानी त्यांचे जीवन विणल्याचीच जाणीव होते. यातूनच त्यांना माणसातील दोन बाजू, एक सामान्य आणि दुसरी असामान्य यांचे दर्शन झाल्याचे जाणवते. दु:खाचा अतीतीव्र वैयक्तिक अनुभव घेताना स्वत:ला दयेचे, करूणेचे केन्द्र न बनवता उर्जेचा स्रोत कसे बनवता येते याचे उत्तम उदाहरण म्हणजे अनुजी आगा. विपश्यना या अद्वितीय तंत्राचा फायदा त्यांना या स्थित्यंतरातून उभे राहण्यासाठी झाला असे त्या मानतात. कटुता आणि दु:ख पचवून कार्यासाठी लागणारी मनाची अखंड शांती त्यांनी विपश्यना ध्यान तंत्राचा उपयोग करून मिळवली. सामान्य माणूस खचून जाईल अशा परिस्थितीत एक उत्तुंग कर्तृत्त्व आणि व्यक्तिमत्त्व त्यांनी उभारून दाखवले हीच तर त्यांची खासियत. प्रचंड धक्क्यातही त्यांनी जीवनाचं सत्य ओळखले आणि मनाचा तोल न जाऊ देता त्याला धीराने तोंड देत जीवनातील उत्कृष्टता साधली. या बद्दल आपली प्रतिक्रिया व्यक्त करतांना त्या म्हणतात,''मृत्यू ही शोकांतिका नाही तर मृत्यू हे जीवनातले एक प्रखर सत्य आहे. ते सूर्यास्तासारखे आहे. आपण सूर्यास्ताला शोकांतिका समजत नाही, खरं ना? मला मोठी संधी असतांना मी आयुष्यात तिच्याकडे पाठ फिरवली तर मात्र ती शोकांतिका होईल. मी जर माझी साधनसामग्री, माझ्या क्षमता यांचा योग्य वापर या संधीचा आणि ऊर्जेचा वापर करण्यासाठी केला नाही तर ती शोकांतिका ठरेल. माझे एकांतवासावर प्रेम आहे. माझ्यावर ओढवलेल्या कठीण प्रसंगातून मी खूप काही शिकले आहे. बऱ्याच वेळा कठीण प्रसंगातून काही चांगल्या गोष्टींचाही जन्म होतो.

नुसत्या व्यवसायातच नाही तर वैयक्तिक आयुष्यातही अत्यंत प्रतिकूल परिस्थितीतून जात असतांना मनाचा समतोल बिघडून न देता अंतर्मनाची प्रचंड ऊर्जा उत्पन्न करून अभियांत्रिकी क्षेत्रातल्या कंपनीत प्रचंड बदल घडवीत अत्युच्च यश

संपादन करणारी अद्वितीय महिला म्हणून अनु आगा यांचे नाव घेता येईल.

अर्नवाज आगा या थरमॅक्स या उद्योग समूहाच्या अध्यक्ष होत्या. आता त्यांनी ही जबाबदारी आपली कन्या परवेझ पदमजी यांच्याकडे सोपवली आहे. त्यादेखील ती जबाबदारी त्याच तोलामोलाने संभाळीत आहेत.

अर्थशास्त्रातील पदवी संपादन केल्यावर त्यांनी वैद्यकीय आणि मानसशास्त्र सोशल वर्क मध्ये पदव्युत्तर शिक्षण 'टाटा इन्स्टिट्यूट ऑफ सोशल सायन्स' या संस्थेतून घेतले. त्यांना 'ट्रॅन्झॅक्शनल एनॅलिसिस' या विषयात विशेष रूची आहे. भारतीय आणि परदेशी तज्ज्ञाकडून याचे ज्ञान प्राप्त केले आहे. स्थानिक आणि भारतीय अनेक संस्थातून त्यांनी मोलाची कामगिरी केली आहे आणि खास पदेही भूषवली आहेत. त्यात Confederation of Indian C11, MCCI & A आणि Bombay Managment Accociation अशा संस्थांचा समावेश आहे. शिक्षणात त्यांना विशेष रूची आहे. झोपडपट्टीतील आणि दुर्लक्षित मुलांसाठी त्या काम करतात. आकांक्षा या मुंबईतील संस्थेतर्फे त्यांनी झोपडपट्टीतील मुलांसाठी शाळा काढली आहे.

अंतर्मनातून स्फुरलेली शांती त्यांच्या आजूबाजूला नांदताना जाणवते. भारतातील सर्वात श्रीमंत महिलांमध्ये त्यांचा समावेश होतो. महिलांच्या अत्युच्च कामगिरीची परंपरा निर्माण केल्याचे श्रेय त्यांच्याकडे जाते. शौर्य स्त्री-पुरुष भेदांपलीकडे असते हेच त्यांनी प्रभावीपणे दाखवून दिले. एखाद्या माणसाबद्दल नकारात्मक दृष्टिकोन घेण्यापेक्षा सकारात्मक पैलूंकडे त्या अधिक सखोलपणे बघतात. स्वत:च्या जाणिवात घडलेल्या घटनांचा स्वाभाविक परिणाम स्वप्रयत्नाने बदलून जीवनाचा गहन अर्थ त्यांनी शोधला आहे.

■■

लक्ष्मी निवास मित्तल

लोखंडाचा सम्राट

प्रत्येकाला कठीण काळातून जावे लागते. आपण त्याचा सामना किती निर्धाराने आणि समर्पणाने करता हेच आपल्या प्रभावीपणाचे मोजमाप आहे.

भारतात जन्मलेल्या पण लंडनमध्ये वास्तव्यास असणाऱ्या या स्टील सम्राटाचा जन्म १५ जून १९५० मध्ये राजस्थान मधील सादुलपूर या गावी झाला. जगातील सर्वात श्रीमंतांच्या यादीत त्यांचे नाव बऱ्याच वरच्या क्रमांकामध्ये असते. फायनांशियल टाइम्स ने त्यांना २००६ साली ''पर्सन ऑफ दि इयर'' हा किताब बहाल केला. कलकत्यातील सेंट झेवियर महाविद्यालयातून त्यांनी बी. कॉम् ही पदवी संपादन केली. त्यानंतर त्यांनी आपल्या व्यावसायिक जीवनाची सुरुवात त्यांच्याच कुटुंबाच्या स्टील तयार करण्याच्या कारखान्यात केली आणि सुमारे ३२ वर्षांचा व्यावसायिक अनुभव त्यांच्या खात्यावर जमा आहे. श्री. लक्ष्मी यांनी १९७६ साली मित्तल स्टील या कंपनीची स्थापना केली. तेव्हापासूनच ते या कंपनीच्या विस्तारासाठी आणि विकासासाठी झटताहेत. मित्तल स्टील ही एक जागतिक संस्था असून तिचा विस्तार जवळजवळ १५ देशात आहे. लक्ष्मी हे इंटिग्रेड मिनी मिल्स आणि डायरेक्ट रिड्यूस्ड आयर्न (D R I) या कार्यपद्धतीचे जनक आहेत. त्यामुळे जागतिक स्टील उत्पादनाचे एकत्रीकरण घडून आले. मित्तल स्टील ही जगातली सर्वात मोठी स्टील उत्पादन करणारी कंपनी ठरली आहे. त्यांच्या ह्या नेत्रदीपक कामगिरीबद्दल जगातील बहुतेक नामवंत संस्थांकडून त्यांच्या कार्याचा गौरवही झाला आहे.

मित्तल यांनी आपल्या आंतरराष्ट्रीय कारकिर्दीची सुरुवात इंडोनेशिया पासून केली. तेथील मोडकळीस आलेले स्टीलचे कारखाने त्यांनी विकत घेतले. त्यानंतर एक सावकारकन्या उषा यांचे बरोबर त्यांचा विवाह झाला. १९९४ साली वडील आणि भाऊ यांच्यात काही मतभेद झाल्यामुळे त्यांनी त्यांच्या व्यवसायातून वेगळे व्हायचे ठरवले आणि आंतरराष्ट्रीय व्यवसायावर लक्ष केंद्रित करायचे ठरवले. मतभेदांचे कारण मात्र गुलदस्त्यातच राहिले. मागील सतत तीन वर्षे ते इंग्लडमधील सर्वात श्रीमंत व्यक्ती म्हणून निवडले गेले. सध्या ते आर्सेलर स्टील या कंपनीचे अध्यक्ष आणि प्रमुख कार्यकारी अधिकारी आहेत. ही कंपनी लो आणि मिड ग्रेड स्टील तयार करणारी जगातील सर्वात

मोठी कंपनी आहे.

केवळ १९८० साली सुरू केलेल्या कंपनीचे रूपांतर लक्ष्मी मित्तल यांनी वार्षिक उलाढाल सहा मिलीयन डॉलर्स आणि ८०,००० हजाराहून अधिक कामगार असणाऱ्या जगातील सर्वात मोठ्या स्टील उत्पादक कंपनीत केले. त्यांच्या कंपनीची क्षमता २० मिलियन टन स्टील उत्पादनाची आहे. लक्ष्मी मित्तल यांचे कौशल्य अनेक देशातून आजारी स्टील उद्योग स्वस्तात विकत घेऊन त्यांचे रूपांतर उत्तम उत्पादक कारखान्यात करणे हे आहे. दूरदृष्टी आणि प्रचंड कष्टाची तयारी यामुळेच हे शक्य झाले आहे. जगातील स्टील उद्योग आजारी असतांना त्यांच्या सर्व कंपन्या मात्र भरपूर फायद्यात चालतात हे त्यांच्या कर्तृत्वाचे दृश्य स्वरूप आहे.

लक्ष्मी मित्तल यांना राजेशाही आयुष्य जगायला आवडते. त्यांचे घरही जगातील सर्वात महागडे घर आहे. आपल्या मुलीच्या लग्नासाठी त्यांनी २००४ साली ६५ मिलियन डॉलर्स एवढा खर्च केला. त्यांचा मुलगा आदित्य हा त्यांच्याच कंपनीत अर्थ विभागाचा प्रमुख आहे. त्यांनी आपल्या घरातील चित्रांसाठी एम. एफ. हुसेन यांना सहा महिने लंडनला ठेऊन घेतले होते.

■■

नवलमल फिरोदिया

गांधीजींचा वारसा जपणारा उद्योजक

जोपर्यंत शिक्षण आणि उद्योगसंस्था एकत्र येणार नाहीत
तोपर्यंत खरे शिक्षण निर्माण होणार नाही.

श्री. नवलमलजी फिरोदिया यांचे जीवन स्वतंत्र भारताच्या पहिल्या पिढीच्या व्यक्तिमत्त्वाचे एक रेखीव प्रतिबिंब आहे. असहकार-आंदोलनातील राष्ट्रीय शिक्षणाचे प्रभावी संस्कार घेऊन त्यांचे विद्यार्थीजीवन सुरू झाले. जवाहरलाल नेहरू आणि सुभाषचंद्र बोस यांच्या आर्थिक आणि सामाजिक आदर्शांची छाप त्यांच्या मनोवृत्तीवर पडली. समाजजीवनाला आणि व्यक्तिमत्त्वाला शाश्वत नैतिक मूल्यांचा आधार अत्यंत आवश्यक आहे, ही महात्मा गांधींची जीवननिष्ठा त्यांना लाभली. काँग्रेसच्या राष्ट्रीय चळवळीत, सत्याग्रहात आणि देशव्यापी आंदोलनात त्यांनी हिरिरीने भाग घेतला. त्यामुळे कारावासही त्यांना भोगावा लागला. स्वतंत्र भारताला नवनिर्मितीच्या उद्योगपर्वात लागणाऱ्या मोलाच्या कर्तृत्वाची ओळख त्यांना याच काळी राष्ट्रीय नेत्यांच्या निकटवर्ती सहवासामुळे झाली. आपले वडील भाऊसाहेब फिरोदिया आणि जमनालाल बजाज यांचेकडून देशभक्ती आणि समाजसेवेचा वारसा त्यांना लाभला होता. नवलमलजींच्या अंगभूत कर्तृत्वाला इतकी अनुकूल भूमिका पुरेशी होती.

कारखानदारीच्या नव्या क्षेत्रात त्यांच्या व्यक्तिमत्त्वाचे नवनवीन पैलू चमकू लागले. त्यांच्या भौतिक यशात त्यांच्या बंधूंचा हस्तिमलजी फिरोदिया यांचा लक्षणीय वाटा आहे. स्वातंत्र्योत्तर काळात या देशाला जशा गुणवत्तेची आवश्यकता आहे त्या गुणांचा एकत्रितपणा नवलमलजींमध्ये बघायला मिळतो. श्रेष्ठ कर्तृत्वाच्या जोडीला निरलसपणे आपला व्यवसाय चालविण्याची दक्षता आणि समाजहिताची आस्था या दृष्टिकोनातून पुण्याच्या औद्योगिक लौकिकाला त्यांनी एक मंगल संस्कार दिला. नवलमलजी उद्योगक्षेत्रात आले ते उद्योगपती बनून द्रव्य गोळा करण्याच्या बुद्धीने, हेतूने नव्हे तर आपला देश या क्षेत्री संपन्न व्हावा, उंच व्हावा, आत्मनिर्भर व्हावा, असंख्यांना रोजगाराची संधी उपलब्ध करून देणारा व्हावा, अशाच थोर उद्देशाने!

नवलमलजींचा जन्म सप्टेंबर १९१० चा. इंजिनियर व्हायच्या इच्छेने ते पुण्याच्या फर्ग्युसन महाविद्यालयात दाखल झाले. राष्ट्रीय चळवळीत भाग घेण्यासाठी पुढे त्यांनी हे

कॉलेज सोडले. त्यानंतर त्यांना तुरुंगवास झाला. राष्ट्रकार्यात भाग घ्यायचा म्हणून त्यांनी इंजिनियर होण्याच्या स्वप्नावर पाणी सोडले आणि बी. एस्सी. होऊन एल. एल. बी. ही पदवी संपादन केली. येरवड्याच्या तुरुंगात असतांनाच त्यांनी उद्योगधंदा करण्याची प्रतिज्ञा केली.

तुरुंगात असतांना आपल्या बरोबरीच्या मित्रांबरोबर आपले मन मोकळे करताना नवलमलजी म्हणतात, 'भारत स्वतंत्र झाल्यावर स्वतंत्र भारताची नव्याने उभारणी करण्याचे काम हाती घ्यायला हवे. आपल्या सारख्या वैश्यवृत्तीच्या मंडळींनी काही तरी उत्पादन करून देशाची समृद्धी वाढवायला हवी. देशाला आत्मनिर्भर करायला हवे. आपण बहुतेकजण व्यापारी आहोत. ही केवळ दलाली आहे. निव्वळ वितरणाचे काम आहे. ही वैश्यवृत्ती नव्हे. वैश्याचे खरे काम नवीन उत्पादन करणे हे आहे. मग तो शेतकरी असो वा कारखानदार असो. त्याचे काम उत्पादन करण्याचे आहे. मी वकिली सोडून काही तरी उत्पादन करण्यासाठी उद्योगधंद्यामध्ये भाग घेईन.'

तुरुंगातून सुटल्यावर नवलमलजींनी खूप भ्रमंती करून काय उद्योग करता येईल याचा शोध केलेला दिसतो. त्यात अनेक कारखानदार त्यांचे कारखाने संबंधित ज्ञान मिळून त्यांचा अनुभव समृद्ध होत होता. अर्थात कधी कधी मित्रमंडळीत तो थट्टेचा विषयही होत असे. पुढे टाईपरायटर्स विकण्यासाठी त्यांनी 'जयहिंद इंडस्ट्रीज लिमिटेड' ही कंपनी रजिस्टर केली. नगर येथील एक फौंड्री नवलमलजींनी विकत घेऊन नांगराचा फाळ आणि इतर काही वस्तूंच्या उत्पादनास सुरुवात केली. पुढे 'व्हेस्पा' गांधीलमाशी या स्कूटरचे उत्पादन त्यांनी सुरू केले. त्याच दरम्यान त्यांनी रिक्षाच्या उत्पादनासही सुरुवात केली. १९५८ साली बजाज-टेंपो ही कंपनी अस्तित्वात आली आणि बच्छराज ट्रेडिंग कार्पोरेशनचे रूपांतर 'बजाज ऑटो' या कंपनीत झाले. गोरेगावला जागा घेऊन तिथे बजाज टेंपो या नावाने तीन चाकी टेंपोचे उत्पादन चालू केले. या कारखान्याची सर्व तांत्रिक बाजू नवलमलजींचे धाकटे बंधू हस्तिमलजी पाहू लागले. हस्तिमलजी हे एक निष्णात अनुभवी इंजिनियर होते. 'बजाज टेंपो' आणि पुढे 'बजाज ऑटो' च्या दोन्हीही कारखान्यांच्या तांत्रिक उभारणीत आणि दर्जेदार निर्मितीत हस्तिमलजींचा खूप महत्त्वाचा सहभाग होता. दापोडी येथील स्टेट ट्रान्सपोर्टच्या वर्कशॉपमध्ये ते मोठ्या अधिकाराच्या पदावर होते. १९५९ सालच्या एप्रिलमध्ये स्कूटर आणि ऑटोरिक्षा बनविण्यासाठी लागणारा परवाना त्यांना मिळाला. नवलजींनी अतोनात प्रयत्न करून स्कूटर आणि टेंपो निर्मितीसाठी पियाज्जो कंपनीचे सहकार्य मिळवले. यात नवलमलजींची इच्छाशक्ती, चिकाटी, जिद्द आणि कौशल्य दिसते. उत्पादनातील सर्व तांत्रिक बाजू हस्तिमलजी तर इतर बाजू नवलमलजी पाहात असत. त्यामुळे दोघांनाही कामात संपूर्ण

लक्ष केंद्रित करता येत असे.

थ्री-व्हिलर टेंपो, ऑटोरिक्षा आणि स्कूटर या वाहनांची निर्मिती आपण आपल्या देशात करून लोकांची गरज भागवायची, काही लोकांना व्यवसाय उपलब्ध करून द्यायचा आणि देशाच्या संपत्तीत भर घालायची हे उराशी बाळगलेले स्वप्न त्यांनी अनेक अडीअडचणी आणि संकटांवर मात करून मोठ्या शर्थीने साकार केले होते, प्रत्यक्षात आणले होते. वैयक्तिक प्रतिष्ठा किंवा मोठेपणा या लौकिक गोष्टींपासून ते अलिप्त होते. बरेच दूर होते. ते फारच साधेसुधे होते. हे लावलेले रोपटे चांगले कसे रूजेल,कसे वाढेल आणि हा वाढलेला वेल गगनावेरी कसा जाईल याचाच ध्यास त्यावेळी त्यांना होता. पुणे, ग्वाल्हेर, नागपूर, इंदोर, आग्रा आणि बडोदा या पर्यायातून पूर्ण अभ्यासांती पुण्यालाच कारखाना काढायचा निर्णय त्यांनी घेतला. त्यासाठी ३०० एकर जागाही मिळविली. आणि ९ मार्च १९६१ रोजी जमनालाल बजाज यांच्या पत्नी जानकीदेवी यांच्या हस्ते कारखान्याच्या भूमिपूजनाचा कार्यक्रमही पार पडला. आणि बजाज ऑटो हा कारखाना अस्तित्वात आला. त्यानंतर १९६२-६४ या काळात बजाज टेंपोची उभारणी झाली.

नवलजींनी आयुष्यात अनेक माणसे जोडली त्याप्रमाणे जोडलेल्या माणसांतील गुणांची कदरही केली. योग्य पद्धतीने काम करणाऱ्यांच्या गुणांची वाखाणणीही ते करीत. अनेकांना आपले लहान उद्योग उभारण्यास त्यांनी मदत केली. १९६४ साली राहुल बजाज अमेरिकेतून एम. बी. ए. होऊन आल्यावर त्यांची नेमणूक बजाज टेंपोत डेप्युटी मॅनेजर म्हणून झाली. तेव्हा हस्तिमल जनरल मॅनेजर तर नवलमलजी मॅनेजिंग डायरेक्टर होते. १९६६ साली बजाज टेंपोने चार चाकी व्हायकिंग गाड्यांचे उत्पादन सुरू केले. पुढे कमलनयनजी बजाज खासदार म्हणून निवडून आले. निवडणुकीसाठी देणयाच्या देणगीवरून काही वाद निर्माण झाले. हस्तिमलजींनी राहुल बजाज यांना बजाज ऑटोमध्ये स्थिर होण्यास मदत केली. आणि फिरोदियांनी १ ऑक्टोबर १९६८ पासून बजाज ऑटो सोडली.

१९६४ साली हस्तिमलजी यांनी स्वत: नॉनफेरस, प्रेशर डायकास्टिंग तयार करण्याचा परवाना मिळवून ॲल्युमिनियम कास्टिंग्ज बनवण्याचा प्रकल्प सुरू केला. १९६८ सालापासून नवलजींनी बजाज टेंपो लि. या कंपनीकडे आपले लक्ष केंद्रित केले. अवघड परिस्थितीतून तिला वर काढणे आवश्यक होते. त्यासाठी त्यांनी प्रयत्न सुरू केले. त्याचाच परिणाम म्हणून डिझेलवर चालणाऱ्या चार चाकी टेंपोची निर्मिती या कारखान्यात 'मॅटॅडोर' या नावाने होऊ लागली. योगायोगाने पुढे मॅटॅडोरला लागणारी सर्व यंत्रसामग्री फिरोदियांना मोफत मिळाली. आणि बजाज टेंपो हा कारखाना

भरभराटीला आला. सुदृढ झाला! स्थिरावला! यावर नवलभाऊ म्हणतात, "ती यंत्रसामग्री मिळाल्यामुळेच आम्ही आमचा व्याप पुढे वाढवू शकलो आणि स्थिरावलो. मी याला परमेश्वरी वरदहस्त मानतो."

१९६८ साली नवलभाऊंचे चिरंजीव अभय फिरोदिया आपले शिक्षण पूर्ण करून उद्योगात आले आणि 'जयहिंद फाउंड्री'कडे लक्ष देऊ लागले. फिरोदिया यांनी १९७० साली संपूर्ण भारतीय बनावटीची मोपेड बाजारात आणली आणि खूप लोकप्रियही केली. १९७१ साली हस्तिमलजींचे चिरंजीव अरुण फिरोदिया अमेरिकेतून उच्च शिक्षण घेऊन भारतात परतले. सियाकी वेल्डिंग मशिनचे उत्पादन अरुणजींच्या देखरेखीखाली सुरू झाले.

जयहिंद इंडस्ट्रिजची जागा अपुरी पडायला लागली त्यामुळे मोपेड बनविण्याच्या 'कायनेटिक इंजिनियरिंग' या कंपनीची स्थापना अहमदनगर येथे करण्यात आली. हा वेल्डिंगचा आणि कायनेटिकचा नगर येथील कारखाना अरुण फिरोदिया बघू लागले. औद्योगिक विश्वात नवलमल आणि हस्तिमल यांना 'राम-लक्ष्मण' म्हणून ओळखले जाते आणि तेही सर्वार्थाने खरेच आहे. ९ सप्टेंबर १९७५ रोजी नवलमलजी आपला कर्तबगार भाऊ हस्तीमलजी याला संधी देण्यासाठी दैनंदिन कामातून निवृत्त झाले. पुढे अरूण फिरोदियांनी होंडा मोटार्स जपान यांच्याशी करार करून त्यांच्या सहकार्याने स्कूटर्सच्या उत्पादनाला सुरुवात केली.

१ जुलै १९८७ रोजी हस्तिमलजीही निवृत्त झाले. त्यानंतर पुन्हा कामाची विभागणी करावी लागली. त्यानुसार 'बजाज टेंपो' आणि 'जयहिंद इंडस्ट्रिज'चा कारभार अभय फिरोदिया यांचेकडे आला तर कायनेटिक इंजिनियरिंग, कायनेटिक होंडा आणि जयहिंद सियाकी या तीन कंपन्यांचा भार अरुण फिरोदियांनी उचलला.

२६ मार्च १९९७ साली वयाच्या ८७ व्या वर्षी नवलमलजींनी अत्यंत शांतपणे या जगाचा निरोप घेतला.

■■

किर्लोस्कर

महाराष्ट्राला उद्योगी करणारे उद्योगी कुटुंब

दान घेऊन कुणालाही आत्मसन्मान मिळत नाही
पण कामाने नक्कीच मिळतो. फक्त उद्योगच
मोठ्या प्रमाणावर कामाची निर्मिती करतात.

१८१८ साली किर्लोस्कर उद्योग समुहाला सुरुवात झाली. त्यांची ही जवळ जवळ सव्वा शतकांची वाटचाल अतिशय रोचक आणि साहसपूर्ण आहे. हा इतिहास कोणत्याही नवीन उद्योजकाला मार्गदर्शक होईल आणि होतकरू तरुणांना त्यातून स्फूर्ती मिळेल असे वाटते. कोणताही उद्योग म्हटला म्हणजे साहस आलेच. मनातील जिद्द, अमर्याद कष्ट करण्याची कुवत, धोका आणि जबाबदारी स्वीकारण्याची आणि निभावण्याची तयारी आणि चतुर व्यवहारीपणा असल्याखेरीज अशी साहसे यशस्वी होत नाहीत.

किर्लोस्कर म्हणजे महाराष्ट्रातील एक आद्य उद्योग समूह. किर्लोस्करवाडीच्या माळरानावर त्यांनी आपल्या उद्योगाचे रोपटे लावले. अनेक संकटातून त्याचे रक्षण करून ते रोपटे वाढविले. त्याचे मोठ्या डेरेदार वृक्षात रुपांतर केले. दोनशे वर्षांचा काळ म्हणजे फार मोठा काळ आहे. त्यामुळेच या वृक्षाने अनेक पावसाळे, उन्हाळे पाहिले आहेत. वातावरणातील बदलामुळेही या वृक्षाचा डौल कमी–जास्त झाला आहे. महाराष्ट्र, कर्नाटक आणि मध्यप्रदेश येथेही त्यांच्या अनेक शाखा पसरल्या आहेत. त्यांच्या अनेक कंपन्या प. जर्मनी, केनिया, फिलिपाईन्स, मलेशिया या देशात काम करीत आहेत. त्यापैकी जर्मनीत फ्रे शुले हा कारखाना असून इतर ठिकाणी विक्री करणाऱ्या कंपन्या आहेत. माझ्या माहितीप्रमाणे भारतातच त्यांच्या तीसच्या वर कंपन्या आहेत. पापडापासून तर व्यावसायिक वाहनांपर्यंत अनेक उत्पादने त्यातून बाहेर पडत आहेत. किर्लोस्कर मंडळींचे औद्योगिक जीवन, व्यवस्थापन, त्यातील बारकावे, त्यांना आलेल्या अडचणी, त्यावर त्यांनी केलेली मात, अनेक प्रकल्पांची कार्यवाही करण्यातील त्यांची व्यवस्थापकीय कर्तबगारी अभ्यासकांना शिकण्याच्या दृष्टीने खूप मोठे कुरण आहे. आपल्या बरोबरच अनेक उद्योजकांची वाढ कशी होईल आणि आपण त्यांना काय मदत करू शकू हाच त्यांचा प्रयत्न असे. महाराष्ट्रातील शेकडो तरुण उद्योजकांना त्यांनी औद्योगिक संस्कार दिला त्यामुळे त्याला औद्योगिक विद्यापीठाचे स्थान मिळाले. अनेक विद्यार्थी या विद्यापीठातून संस्कार घेऊन बाहेर पडले.

लक्ष्मणराव किर्लोस्करांनी ड्रॉइंग शिक्षक म्हणून कामाला सुरुवात केली. पुढे ते सायकल शिकवीत. त्यातूनच त्यांनी परदेशातून सायकली आयात करून विकण्याचा व्यवसायही सुरू केला. कडबा कापण्याची यंत्रे त्यांनी बनवली. शेतीसाठी वापरल्या जाणाऱ्या लाकडी नांगराला त्यांनी लोखंडी रूप दिले आणि किर्लोस्करवाडी येथे कारखाना सुरू झाला. अशा प्रकारे किर्लोस्करांच्या इतिहासाचे नवे पान तयार झाले. त्याच काळात त्यांचे डॉक्टर बंधू वासुदेवराव यांनीही शिवाजी वर्कस् या कारखान्याला सोलापूर येथे सुरुवात केली. १९२० साली किर्लोस्कर ब्रदर्स या कंपनीची सुरुवात झाली. १९२२ साली त्यांनी आपले चिरंजीव शंतनु आणि पुतण्या माधव यांना उच्च शिक्षणासाठी अमेरिकेत पाठविले. त्यांचे शिक्षण होईपर्यंत वेळ न घालवता काही लोकांच्या मदतीने लक्ष्मणरावांनी शेतकऱ्यांना उपयोगी पडेल असे ऑईल इंजिन विकसित केले. याचवेळी त्यांनी किर्लोस्कर खबर हे प्रकाशन सुरू केले. पुढे त्याचाच विकास किर्लोस्कर, स्त्री आणि मनोहर या मासिकात झाला. या प्रकाशनांनी महाराष्ट्राला सामाजिक आणि वैचारिक व्यासपीठच दिले. कारखान्याचा विकास होत असतांनाच लक्ष्मणरावांचा व्यक्ती विकासावरही विशेष जोर असे. त्यांनी अनेक माणसांतील सुप्त गुण ओळखले. त्यांचा विकास करून त्या माणसांकडून अधिक मोठी कामे करून घेतली. त्यांना संधी दिली. लागणारी साधनसामग्री मुक्त हस्ताने उपलब्ध करून दिली. त्यातूनच माणसांची आणि कारखान्याची प्रगती साध्य केली. अमेरिकेतील साडेचार वर्षांचा अभ्यासक्रम संपवून शंतनुराव किर्लोस्करवाडीला आले. आणि कामगाराच्या वेषातच त्यांनी कामगारांत मिळून मिसळून किर्लोस्करवाडीतील आपल्या कारखान्यात कामाला सुरुवात केली. मंदीशी मुकाबला करणे आणि कारखान्याच्या तंत्रज्ञानात भर घालणे ही दोन कामे प्रामुख्याने शंतनुरावांपुढे होती. शंतनुरावांनीही खूप कष्टाने या अपेक्षा पुऱ्या केल्या आणि आपल्या कारखान्याला पुनर्जन्म दिला.

७ एप्रिल १९४१ रोजी म्हैसूर किर्लोस्कर या संस्थेची सुरुवात झाली आणि ७ डिसेंबर १९४१ मध्ये या कारख्यान्यातून पहिले लेथ मशीन बाहेर पडले. पहिल्याच वर्षी कारखान्याची विक्री दोन लाखांची झाली. भारतातील मशीन टूल्स या उद्योगाचा पाया म्हैसूर-किर्लोस्कर या कंपनीने घातला. युद्धकाळात सरकारला मदत करीत पण दूरदृष्टीने त्यांनी कारखान्याचीही प्रगती साध्य केली. १९४६ साली पुणे येथे किर्लोस्कर ऑइल इंजिन्स कंपनी आणि बंगलोर येथे किर्लोस्कर इलेक्ट्रिकल कंपनी या दोन कंपन्या काढायचे त्यांनी ठरविले. शंतनुरावांनी स्वत: ऑइल इंजिन्सची जबाबदारी स्वीकारली तर आपला धाकटा भाऊ रवींद्र आणि नानासाहेब गुर्जर यांच्यावर इलेक्ट्रिकल कंपनी बंगलोरची जबाबदारी दिली. या कारखान्यात पुढे किर्लोस्कर बेअरींग्ज आणि किर्लोस्कर न्युमॅटिक

यांची भर पडली. १९६२ साली किर्लोस्कर कमिन्स या कारखान्याला सुरुवात केली गेली. अशा प्रकारे किर्लोस्कर ब्रदर्स, किर्लोस्कर इलेक्ट्रिक, म्हैसूर किर्लोस्कर, किर्लोस्कर ऑइल इंजिन्स, किर्लोस्कर कमिन्स, किर्लोस्कर न्युमॅटिक या किर्लोस्कर समुहातील सर्वात मोठ्या आणि महत्त्वाच्या कंपन्या स्थापन झाल्या.

अगदी सुरुवातीपासून लहान कारखानदारांना प्रोत्साहन देण्याचे किर्लोस्कर यांचे धोरण होते. अनेक लोकांना कारखानदार व्हायला त्यांनी मदत केली. ही मदतही सर्वंकष होती. ओगले काच कारखाना, न्यू बेम्को इंजिनियरींग कं. भारत मेटल वर्कस् अशी अनेक उदाहरणे देता येतील. 'शंतनुरावांच्या मदतीने आम्हाला परमेश्वरच भेटला' अशी भावना अनेक छोटच्या उद्योजकांमध्ये आजही आहे. जो माल आपण लहान कारखानदारांकडून किफायतशीरपणे विकत घेऊ शकतो, तो स्वत: तयार करायचा नाही हे किर्लोस्करांचे धोरण होते. किर्लोस्करांनी महाराष्ट्राला उद्योग संस्कार दिले आणि उद्योग प्रवण केले. 'किर्लोस्कर फाऊंडेशन' या संस्थेची स्थापना त्यासाठी झाली होती.उद्योग स्थापण्यासाठी आणि त्यांच्या वाढीसाठी उद्योजकांना उत्तेजन देणे आणि त्यासाठी आवश्यक असणारे तांत्रिक शिक्षण, माहिती, सल्ला नि साहाय्य देणे हेच या फौंडेशनचे उद्देश आहेत. डॉ. पेंडसे यांना खेड शिवापूर येथे ज्ञान प्रबोधिनीच्या मदतीसाठी कारखाना किर्लोस्करांनीच काढून दिला. सामाजिक कार्य करणाऱ्या संस्थांना आत्मनिर्भर बनवण्याचा हा अभिनव प्रयोगच होता.

शंतनुराव हे जागतिक विचारवंत आणि हाडाचा उद्योजक होते. स्वातंत्र्यपूर्वीही त्यांचा आपल्या कार्यक्षमतेवर आणि धैर्यावर अतूट विश्वास होता. ते नेहमी म्हणत, सैन्याच्या तयारी इतकेच महत्त्व स्पर्धेच्या तयारीला आहे. भारत हा जगाचाच एक हिस्सा आहे. हा विचार करूनच भारताला जागतिक स्पर्धेला तयार करा असा त्यांचा सल्ला होता.

ज्याच्या स्पर्शाने कल्याण होते तो शंतनू- सातवळेकर यांचे भविष्य होते की या परम भाग्यशाली मुलाच्या हाताखाली हजारो माणसे काम करतील. आणि याच्या दारात हत्ती-घोडे झुलतील.

किर्लोस्कर हे इतर उद्योगपतींपेक्षा फार वेगळे आहेत. किर्लोस्कर कुटुंबाचे मुकुटमणी श्री. शंतनुराव किर्लोस्कर हे माणूस म्हणूनही ज्या आदर्शांची कल्पना करावी त्याच्या जवळपास पोहोचणारे होते.

शंतनुराव यांनी विश्वसंचार केला असला तरी सुरुवातीस एका संपाच्या वेळी किर्लोस्करवाडीस स्टेशनपासून हातगाडीवर माल ढकलीत नेताना अनेकांनी त्यांना बघितले आहे. डझनभर कारखान्यांच्या भवितव्याची चिंता वाहताना कोणत्याही सामान्य

कामगारांच्या अडचणीकडे त्यांनी सहृदयतेने लक्ष पुरवले आहे. व्यवहारात अत्यंत दक्ष आणि परखड अशा या गृहस्थामधील माणुसकीचे दर्शन अनेकांना घडले आहे. विशेष म्हणजे केवळ आपला परिवार व उद्योगसमूह यातच गुरफटून न राहता या थोर पुरुषाने शेकडो व्यक्ती, संस्था आणि आपले राष्ट्र यांच्या उन्नतीसाठी अविश्रांत प्रयत्न केले आहेत. शिवाय हे सारे करीत असताना त्यांनी आपली निरागसता, उमदेपणा आणि चारित्र्य यांचीही जपणूक केली आहे. वडिलांनी निर्माण केलेली थोर परंपरा श्री. शंतनुरावांनी जोपासली, नव्हे ती वृद्धिंगत केली. इतकेच नव्हे तर त्यात सातत्य राहील, राखले जाईल अशी व्यवस्थाही तितक्याच कौशल्याने करून ठेवली आहे.

प्रामाणिकपणे, नेकीने धंदा करून भरपूर पैसा मिळवावा आणि त्याचा सर्वांनी उपभोग घ्यावा या राजयोगी वृत्तीचे शंतनुराव प्रतिनिधी आहेत. भरपूर नफा मिळवणे कमीपणाचे नाही. उलट ते यशस्वी धंद्याचे द्योतक आहे असे ते नेहमीच सांगत.

रवी, श्रीकांत आणि चंद्रकांत किर्लोस्कर यांच्या अचानक निधनामुळे असे वाटले होते की किर्लोस्करांच्या नेतृत्वात फार मोठी पोकळी निर्माण झाली आहे. पण त्यातूनही हा उद्योगसमूह सावरला आहे. शंतनुरावाचे नातू अतुल, संजय आणि विक्रम यांनी ही धुरा समर्थपणे पेलली. हा वारसा पुढेही टिकून राहिला आहे. नवीन उत्पादने, नवीन तांत्रिक करार होत आहेत. कार्यक्षम अधिकारी आणि योग्य गुंतवणूक असलेले कामगार अहोरात्र मेहनत घेत आहेत तेव्हा या शतकातही अशीच प्रगती हा उद्योगसमूह करेल अशी खात्री वाटते.

किर्लोस्कर उद्योगसमूहाच्या १२० वर्षांहून अधिक अशा प्रदीर्घ वाटचालीत अनेक कर्तबगार व्यक्तींनी उल्लेखनीय कामगिरी बजावली आहे. किर्लोस्करांना आपल्या कुटुंबातूनही अनेक कर्तबगार माणसे निवडता आली. नंतर गरज वाढल्यावर निरनिराळ्या विषयातील तज्ज्ञ माणसे निवडली गेली. त्यांनी जबाबदारी घेतली. नवीन कल्पना दिल्या व किर्लोस्कर कंपनीच्या प्रगतीला हातभार लावला. अशा अनेकांच्या उद्योजकतेतून हा उद्योगसमूह फुलला आहे, वाढला आहे, नावारुपाला आला आहे.

किर्लोस्कर उद्योगसमूहाचे शिल्पकार

लक्ष्मणराव किर्लोस्कर	शंतनुराव किर्लोस्कर	शंभुअण्णा जांभेकर
अनंतराव फळणीकर	नानासाहेब गुर्जर	शंकरराव किर्लोस्कर
राजारामपंत किर्लोस्कर	रवी किर्लोस्कर	मेजर जनरल मोहिते
चंद्रकांत किर्लोस्कर	प्रभाकरपंत किर्लोस्कर	श्रीकांत किर्लोस्कर
विजय किर्लोस्कर	अतुल किर्लोस्कर	संजय किर्लोस्कर
विक्रम किर्लोस्कर		

■■

आदी गोदरेज

मध्यम वर्गातील कोट्याधीश

व्यवसायात्मकता ही काही कोणाची खास मक्तेदारी नाही.

गोदरेज हे नाव परिचित नाही असा माणूस निदान महाराष्ट्रात सापडणे अशक्यच वाटते. आदी गोदरेज यांचा जन्म एका उद्योजक कुटुंबातच झाला. शतकाहूनही अधिक काळ गोदरेज हे कुलपे आणि साबण तयार करण्याबद्दल सुप्रसिद्ध आहेत. परदेशी उत्पादकांशी स्पर्धा करून त्यांना मायदेशी परत पाठविण्याचे श्रेयही गोदरेज यांचेच. ही उत्पादने भारतात प्रथम त्यांनीच सुरू केलीत.

आदी गोदरेज यांनी वयाच्या १७ व्या वर्षी भारत सोडून अमेरिकेची वाट धरली आणि एम. आय. टी. या सुप्रसिद्ध संस्थेत ते दाखल झाले. त्यांना खरे तर इंजिनियर व्हायचे होते; परंतु त्यांनी आपला मोर्चा व्यवस्थापनाकडे वळवला. भारतात परतल्यावर ते आपल्या कुटुंबाच्या व्यवसायात रूजू झाले. त्यांनी आपल्या संपूर्ण व्यवसायाचे आधुनिकीकरण केले आणि सर्व कार्यपद्धतीत नीटनेटकेपणा आणला. व्यवस्थापनाचा संपूर्ण ढाच्याच बदलून टाकला आणि सर्व कार्यपद्धतीत सुधारणा केल्या. नियंत्रित अर्थशास्त्राच्या युगात त्यांनी गोदरेज ह्या कंपनीला अतिशय उच्च स्थान मिळवून दिले.

जागतिकीकरण आणि उदात्तीकरणामुळे भारतातील उद्योगक्षेत्र संपूर्णपणे बदलत असतांनाच हे आव्हान पेलण्यासाठी त्यांनी गोदरेज उद्योगाची संपूर्ण पुनर्बांधणी केली. त्यांच्या प्रत्येक उद्योगांना स्वायत्तता देऊन गोदरेज कुटुंबाबाहेरील माणसांकडे त्या सुपूर्त केल्या. आदी गोदरेज यांनी अनेक सामाजिक कामांमध्ये पुढाकार घेतला. ते वर्ल्ड वाईल्ड फंडचे प्रमुख आश्रयदाते आहेत. मुंबईच्या विक्रोळी भागात त्यांनी संपूर्ण हरीत क्रांती घडवून आणली. संपूर्ण १५० एकराची काया त्यांनी पालटून टाकली. कामगारांच्या मुलांसाठी उत्तम शाळा सुरू केल्या.

व्यवसायातील अध्यक्षपदाबरोबरच अनेक गोष्टी त्यांच्या खात्यावर जमा आहेत. त्यांनी ७० हून अधिक अधिक देशांत प्रवास केला आहे आणि अनेक चित्तथरारक खेळांमध्ये उत्साह भरला आहे. ते अतिशय वक्तशीर आहेत. त्यांचे कार्यालयीन टेबल अतिशय नीटनेटके असते. त्यावर कागदांचा किंवा फाईलींचा ढीग कधीच साचत

नाही. त्यांचे विचार अगदी स्वच्छ आहेत. ते प्रचंड वेगाने आणि अचूक निर्णय घेतात आणि इतरांच्या प्रतिक्रियांची अपेक्षाही करतात, त्यावर तत्परतेने विचारही करतात. इतका प्रचंड लौकिक मिळवला असला तरी अजूनही सतत शिकण्याची त्यांची ओढ वाखाणण्यासारखी आहे. ज्येष्ठांची मोठी परंपरा त्यांच्या पाठीशी आहेच. आपण नेहमीच मोठ्या माणसांकडून शिकत असतोच. पण आदी गोदरेज हे लहान मुलांकडूनच नाही तर आपल्या नातवांकडूनही आयुष्यातील सत्यांचा स्वीकार करतात, त्यांच्यापासून नवनवीन गोष्टी शिकतात. आपल्या दोन्हीही मुलींकडून त्यांनी नव्या युगाचे महत्त्व पटवून घेतले. गटाची बांधणी कशी करायची? त्यांच्या भावनांचे नियोजन कसे करायचे? याचे धडे घेतले. ते म्हणतात, ''आपल्या लहान आणि नव्या पिढीकडून आपण खूप काही शिकू शकतो. मला कबूल केलेच पाहिजे की, माझ्या नातवांने मला संयम कसा पाळायचा, धीर कसा धरायचा हे शिकविले. त्यामुळेच मी माझ्या कामातही तशा सुधारणा करू शकलो. व्यवस्थापनातील अनेक गोष्टी त्याने मला शिकविल्या की, ज्या कोणत्याही व्यवस्थापनाच्या महाविद्यालयातही शिकवल्या जात नाहीत.''

आदी गोदरेज स्वत: आपली सर्व उत्पादनेच वापरतात आणि इतरांनाही तसा प्रेमाचा सल्लाही देतात. कारण आपली उत्पादने ही जागतिक दर्जाची आहेत आणि ती सर्वोत्तमही आहेत असा त्यांचा विश्वास आहे. त्यांच्या घरातील सर्व फर्निचर म्हणजे कपाटे, कुलूपे किल्ल्या आणि सेफ्टी व्हॉल्टही गोदरेजचीच आहेत आणि ती पूर्वापार चालत आलेली आहेत. गोदरेजची ही उत्पादने उत्तम असतीलही पण ५५०० कोटी मालमत्ता असणाऱ्यानेही ती वापरावीत या बद्दल आश्चर्य वाटून एकदा त्यांना तसा प्रश्नही विचारला गेला होता. त्यावर ते म्हणाले, ''आम्ही जागतिक दर्जा प्राप्त केला आहे आणि नसला तर तो आम्हाला लौकरच मिळवायला हवा.''

गोदरेज कुटुंबाची मूल्ये ही मध्यम वर्गातील आहेत. अर्थातच ती त्यांच्या शाळेत शिक्षिका असणाऱ्या आईकडून शिकवली गेलेली आहेत. त्यातील सर्वांत महत्त्वाचे मूल्य म्हणजे त्यांची नम्रता. साधी राहणी आणि उच्च विचारसरणी ही म्हण इथे लागू पडते. वयाच्या ६० व्या वर्षी १९,००० फूट उंचीवरील ४२ मैलाचा कैलास पर्वत ते एका दिवसात चढून आले होते. आपला रविवार ते अरेबियन समुद्रात आपल्या नातवांबरोबर आणि अनिल अंबानींच्या मुलांबरोबर घालवतात. त्यांना चालायला आवडते. त्यांना तरुणांबरोबर मिसळायला आवडते. म्हणूनच कंपनीच्या तरुण आणि हुशार व्यवस्थापकांबरोबर चहा घेण्याची प्रथा त्यांनी सुरु केली आहे. त्यावेळी कंपनीपुढे असणाऱ्या अनेक समस्यांवर ते चर्चाही करतात. खूप काही शिकण्याची ही संधीच असते. मुलांबरोबर न्याहारी केल्यानंतर बरोबर आठ वाजता ते कामावर हजर असतात.

'व्यावसायिकता ही काही कुणाची मक्तेदारी नाही.' हे त्यांचो प्रामाणिक मत. कारण बहुद्देशीय कंपन्याही नोकरशाही पद्धतीने कारभार करतातच की? खरा फरक पडतो तो उत्तम गुणवत्ता असणाऱ्या शिक्षणाने आणि म्हणूनच त्यांनी एम. आय. टी. येथून शिक्षण घेतले आणि मुलांनाही त्या दर्जाचे शिक्षण दिले. त्यांच्या दुसऱ्या मुलीने हारवर्डमधून शिक्षण घेतले तर एकुलता एक मुलगा परदेशातून व्यवस्थापनाचे शिक्षण घेऊन 'गोदरेज प्रॉपर्टीज'मध्ये कामाला लागला. प्रशिक्षणही त्यांना तितकेच महत्त्वाचे वाटते आणि म्हणूनच त्यांनी आपल्या मुलांना कंपनीच्या व्यवस्थापकांबरोबरच अनेक कठोर प्रशिक्षणात सामील व्हायला लावले. त्यांची मोठी मुलगी 'गोदरेज इंडस्ट्रिज'मध्ये अध्यक्ष आणि व्यवस्थापकीय संचालक या पदावर पोहोचली. तिच्या भाबड्या पित्याची खात्री होती की हे पद तिने आपल्या कर्तबगारीवर मिळवलेले आहे. गोदरेज यांनी आपल्या मुलांना ठरावीक पैसे देऊन पैशाचे मूल्य शिकवले होते. त्यांच्याकडे मुबलक पैसा होता पण मुलांना आपल्याला मिळालेल्या पैशात आपला खर्च भागवण्याची शिकवण देणे आवश्यक होते. ही त्यांच्या आईची शिकवण होती. नोकरी न करताही त्या आपले आयुष्य ऐश आरामात घालवू शकल्या असत्या; परंतु त्यांनी शिक्षिकेची नोकरी सुरुच ठेवली होती. आदी गोदरेजांनाही आईने दिलेल्या पैशातच आपला संपूर्ण खर्च भागवावा लागे. त्यामुळे पैसा वाया घालवू नये ही महत्त्वाची शिकवण त्यांना मिळाली.

आपले पाय अजून अनेक देशात रोवण्याचा त्यांचा विचार आहे. त्यांनी प्रायोजित केलेल्या 'बुनियाद' या मालिकेमुळे त्यांना पाकिस्तानात आपल्या उत्पादनांचा चांगला जम बसविता आला.

आदी गोदरेज यांनी देशातील तसेच परदेशातील अनेक संस्थामध्ये मानाची पदे भूषवली. जागतिक तंत्रज्ञान आणि विकासाने त्यांच्या कामात अधिक कटीबद्धता आलेली दिसते. ते म्हणत, ''आपली प्रतिमा आणि यश लक्षात घेऊन आपण ही आव्हाने पेलायला हवीत. त्याचबरोबर आधुनिक आणि कार्यक्षम तरुणांना आणि ग्राहकांना केंद्रस्थानी घेऊन विकास करणाऱ्या संस्था उभ्या करायला हव्यात.'' त्यांचा नारा होता, विक्री हा पोकळपणा आहे, फायदा हा शहाणपणा आहे तर हातातील पैसा हे सत्य आहे.

ब्रिटनच्या पंतप्रधान मार्गारेट थॅचर, जनरल इलेक्ट्रिकल्सचे मुख्याधिकारी जॅक वेल्थ, सुप्रसिद्ध उद्योगपती जे. आर. डी. टाटा आणि धीरुभाई अंबानी ही व्यक्तिमत्त्वे आपल्याला फार आवडतात असे आदीजी म्हणतात. ''मला वेल्थ यांना भेटून त्यांच्या कामाची पद्धत अभ्यासण्याची संधी मिळाली. मार्गारेट थॅचर यांनी ज्या पद्धतीने ब्रिटनचा

कायापालट केला त्याने तर मी भारावून जातो. जे. आर. डी. तर व्यक्तिमत्त्व नव्हे तर ती एक आदर्श संस्थाच होती. धीरूभाई अंबानी तर माझे शेजारीच होते. दीर्घकाल टिकणारे अनेक संस्कार त्यांनी मला दिले.''

मनाला विरंगुळा म्हणून चित्तथरारक खेळ त्यांना भुरळ घालतात. त्यात पाण्यातील खेळ, विंड सर्फिंग, वॉटर स्किईंग आणि समुद्र स्नान त्यांना आवडते. कुटुंबासमवेत त्याचा आनंद मुंबईच्या समुद्र किनाऱ्यावर घेणे ते पसंत करतात. पॅराग्लायडींग आणि ब्रिजही ते पसंत करतात. सुमारे ७० देशांत त्यांचा व्यवसाय पसरला असल्यामुळे अनेक देशांचे दौरे तर त्यांना अपरिहार्य आहेत. त्यामुळे संधी मिळेल तेथील शहरांमध्ये पायी भटकणे त्यांना आवडते. परंतु घर ते घरच! त्याची मौज काही वेगळीच! अशी प्रामाणिक कबुलीही ते देतात. त्यांनी देशोदेशीचे अनेक मित्र जोडले आहेत. नवनवीन संस्कृतींचा अभ्यास केला आहे आणि त्यांच्या खाद्यपदार्थांचा आस्वादही घेतला आहे. मानसरोवर आणि कैलास पर्वतावर केलेली मित्रांबरोबरची भटकंती त्यांच्या विशेष लक्षात राहिली आहे. इतके असूनही दैनंदिन कामातलं साहस ते अधिक पसंत करतात. कधी एकदा सोमवार उगवतो असं त्यांना वाटते. कामातील प्रत्येक दिवसाची मजा मी लुटतो असे ते मानतात.

■■

शेठ वालचंद हिराचंद

देशाभिमानी आणि अष्टपैलू उद्योजक

विजय विनयाने घ्यावा आणि पराजय धैर्याने पचवावा.

महाराष्ट्रात उद्योजकतेची सुरुवात करणाऱ्यांत शेठ वालचंद हिराचंद यांचे नाव प्रामुख्याने घ्यायला लागेल. त्यांचे चरित्र हे एका झुंजार वीरपुरुषाचे चरित्र होते हे खरे. त्यांचा जन्म १८८२ साली सोलापूर येथे झाला. दोशी घराणे मूळचे गुजराथचे. परंतु अनेक वर्षांपासून त्यांचे कुटुंब सोलापूरला स्थायिक झाले होते. महाराष्ट्रीय जीवन पद्धतीशी समरस झालेले तरीही त्यांनी व्यापारी क्षेत्रात चांगलाच लौकिक प्राप्त केला होता. गुजराथी खानदानातून उचललेला हा गुण असावा. शेठ वालचंद हे हिराचंद यांचे तृतीय चिरंजीव होत. लहान वयातच त्यांना त्यांच्या आईला मुकावे लागल्यामुळे त्यांच्या पोषणासाठी शेळीचे दूध वापरले गेले. त्यांचे शिक्षण औरंगाबाद, सोलापूर पुणे आणि मुंबई येथे झाले. अर्थातच महाविद्यालयीन शिक्षण सोडले तर बाकी शिक्षण मराठीतूनच झाले होते. त्यामुळे गुजराथमधून आलेली व्यापारी वृत्ती आणि महाराष्ट्राचा झुंजार बाणा यांचा सुरेख संगम त्यांच्या व्यक्तिमत्त्वात झाला होता. वालचंदजींची गणना हुशार विद्यार्थ्यांत होत असे. त्यांचे महाविद्यालयीन शिक्षण पुण्याच्या डेक्कन कॉलेज आणि मुंबईच्या सेंट झेवियर कॉलेज मधून झाले. महाविद्यालयीन पदवीने मात्र त्यांना चकवले. कारण अचानक आलेल्या प्लेगच्या साथीने त्यांच्या दोनही भावांचा बळी घेतला. त्यामुळे त्यांना महाविद्यालयीन शिक्षण अर्धवट सोडून वडिलांना व्यापारात मदत करणे अपरिहार्य ठरले. त्यांच्या समकालीन विद्यार्थ्यात सर होमी मोदी, सर बयरामजी जिजीभाई, न्या. वासुदेव यांसारख्या मातबरांचा समावेश आहे.

त्यांच्या वडिलांचा पिढीजात धंदा सूत-कापडाचा घाऊक व्यापार आणि सावकारी हा होता आणि तोच आपल्या मुलाने पुढे चालू ठेवावा अशीच वडिलांची इच्छा होती; परंतु शेठ वालचंद यांच्या साहसी अष्टपैलू आणि देशभक्तीने ओतप्रोत भरलेल्या व्यक्तिमत्त्वाला हे क्षेत्र तोटके होते. त्यामुळे संधी सापडेल तेव्हा त्यांनी निरनिराळ्या धंद्यात मोठ्या हिकमतीने प्रवेश केला. काही वेळा असा बदल करतांना प्रस्थापित हितसंबंधांशी झगडाही द्यावा लागला. त्यामुळेच महाराष्ट्रातच नव्हे तर

भारताच्या उद्योगक्षेत्रातही त्यांचे नाव अजरामर झाले.

श्री. लक्ष्मणराव फाटक यांच्या भागीदारीने त्यांनी बांधकामाच्या व्यवसायात प्रवेश केला. श्री. लक्ष्मणराव हे खरे बार्शी येथील लाईट रेल्वेच्या इंजिनिअरींग खात्यातील कारकून; परंतु रेल्वेचे कॉन्ट्रक्टर होण्याची त्यांची मनापासून इच्छा होती आणि म्हणून त्यांनी आपली नोकरी सोडली. बार्शी रेल्वेतील येडशी ते तळवड हा सात मैलाचा मार्ग बांधण्याचे कॉन्ट्रक्ट त्यांनी मिळवले. लागणाऱ्या भांडवलासाठी त्यांनी शेठ वालचंद यांची गाठ घेतली. वालचंदजींना आपल्या या कामात भागी पण देऊ केली. आपल्या नेहमीच्या सवयीप्रमाणे वालचंदजींनी या प्रकल्पाचा पूर्ण अभ्यास केला आणि मगच श्री. लक्ष्मणरावांबरोबरची भागीदारी स्वीकारली. हा प्रकल्प खूपच फायदेशीर ठरला. या कामाच्या संबंधांचे रुपांतर फाटक वालचंद लि. या उद्योगात झाले. वालचंदजींना आपली कर्तबगारी आणि हुशारी दाखवण्याची मोठीच संधी उपलब्ध झाली. आपल्या चौकस बुद्धीने आणि धडाडीने त्यांनी टाटा समूहाचेही लक्ष वेधून घेतले. टाटांनी जेव्हा कन्स्ट्रक्शन कंपनी काढायचे ठरविले तेव्हा त्याचे संचालकत्व त्यांनी वालचंदजींना द्यायचे ठरविले. टाटांसारख्या नामांकित लोकांचे संबंध आले तर आपल्या कक्षा अधिक रुंदावतील याची खात्री असल्यामुळे त्यांनीही ही जबाबदारी आनंदाने स्वीकारली. या कंपनीचे रूपांतर पुढे प्रिमियर कंपनी या प्रथितयश कंपनीत झाले आणि त्यांनी कोट्यवधी रुपयांची बांधकामे यशस्वीपणे पार पाडली. याच कंपनीतून इंडियन ह्युम पाईप आणि वालचंदनगर इंडस्ट्रीजचा पाया रचला गेला.

शेठजींची कर्तबगारी बांधकामाच्या कामात सिद्ध झाली. त्यात त्यांना भरपूर पैसा आणि नावही मिळाले. परंतु त्यांना भारताच्या उद्योगक्षेत्रात जे मानाचे स्थान मिळाले ते त्यांच्या मोठ्या धाडसाने आणि ब्रिटिश सरकारच्या विरोधाला न जुमानता आपल्या व्यवसायात परिवर्तन करून उभारलेल्या नौकानयन, नौका बांधणी, विमान बांधणी आणि मोटार निर्मिती क्षेत्रात दाखवलेल्या अजोड कर्तबगारीमुळेच. या कामी आलेल्या संकटांना यशस्वीपणे तोंड देऊन जे साहस आणि दूरदृष्टी दाखवली त्यामुळेच. शेठ वालचंदजींची या अभिनव उद्योगात केलेली कामगिरी, पणास लावलेले कौशल्य नुसतेच थरारक नाही तर अतिशय रोमांचकारकही आहे. सिंदीया नॅव्हिगेशन कंपनीची स्थापना त्यांनीच केली. आज आपल्याला परदेशी स्पर्धा जरी जीवघेणी वाटत असली तरी त्यावेळीही त्यांना अनेक परदेशी कंपन्यांशी प्रखर झुंज देऊनच व्यावसायिक यश मिळवावे लागले होते. भारताच्या किनाऱ्यालगतची वाहतूक भारतीय कंपन्यांसाठी राखून ठेवली जावी यासाठी मध्यवर्ती विधिमंडळात त्यांनी प्रखर लढा दिला. त्याचप्रमाणे त्यासाठी देशात मोठी चळवळच उभारली. किनाऱ्यालगत काम करणाऱ्या अनेक कंपन्यांना

त्यांनी सिंदीया कंपनीच्या कक्षेत आणले आणि सागरी वाहतूक क्षेत्रात दिमाखाने प्रवेश केला. विशाखापट्टण येथे मोठी जहाजे बांधण्याचा कारखाना उभारला. बंगलोरचा विमानांचा आणि मुंबईचा प्रिमियर ऑटोमोबाईल्स हा मोटारीचा कारखाना ही देखील वालचंदजींच्याच उद्योगाला आलेली सुंदर फळे होत. या उत्पादनांनी भारतात एकेकाळी खूपच प्रसिद्धी मिळवली होती. या कारखान्यांशी वालचंदजींची बांधिलकी इतकी प्रचंड होती की, ते नेहमी विनोदाने म्हणत, 'हिंदुस्थानात जहाजे, विमाने आणि मोटारी यांची निर्मिती होत आहे हे पाहिल्याशिवाय मला मृत्यू येणार नाही.' खरोखरच वालचंदजींना चांगले आयुष्य लाभले. वयाच्या ७१ व्या वर्षी ८ एप्रिल १९५३ रोजी त्यांना मृत्यू आला. अर्थात भारत त्या वेळी मोठ्या स्थित्यंतरातून जात होता आणि त्यांच्या उपस्थितीत आपल्या पंचवार्षिक योजना जास्त समृद्ध झाल्या असत्या असे वाटल्याशिवाय राहात नाही.

साखर कारखान्यांना संरक्षणही त्यांच्या मुळेच लाभले. शेतीचे औद्योगिकीकरण करावे असे त्यांना फार प्रकर्षाने वाटायचे. त्यासाठी त्यांनी वालचंदनगर आणि नासिक जिल्ह्यातील रावळगाव येथे मोठ्या प्रमाणात उसाची लागवड केली. त्याबरोबरच साखर कारखान्यांच्या जोडीने अनेक उपधंद्यांचा विकास घडवून आणला. शेती सुधारण्यासाठी लागणारी यंत्रसामग्री आपल्या देशातच उत्पन्न व्हावी यासाठी त्यांनी कूपर इंजिनिअरींग वर्कस् हा कारखाना कूपर यांचेकडून आपल्याकडे घेतला आणि त्याचा उत्तम विकासही केला.

भारतीय उद्योगात परकीयांचा शिरकाव होऊ नये असा त्यांचा आग्रह असे. त्यांच्यातील सकारात्मक भाग म्हणजे त्यांनी त्यांच्याकडे युरोपियन तंत्रज्ञांना नोकरीस ठेवले. उद्योगधंद्यांच्या विकासासाठी त्यांची मदतही घेतली; परंतु आपल्या कारखान्याच्या व्यवस्थापनात, नियंत्रणात त्यांना सहकारी म्हणून त्यांनी घेतेलेले दिसत नाही. आपल्या सर्व उद्योगांची उभारणी आणि विकास त्यांनी स्वबळावरच केल्याचे दिसते.

फेडरेशन ऑफ इंडियन चेंबर्स ऑफ कॉमर्स आणि इंडस्ट्री या व्यापारी संघटनेचे ते अध्यक्ष होते. मुंबईच्या महाराष्ट्र चेंबर्स ऑफ कॉमर्सच्या संस्थापनेत त्यांनी पुढाकार घेतला. पहिली ११ वर्षे ते या संस्थेचे अध्यक्ष होते. अनेक आंतरराष्ट्रीय परिषदांत भारताच्यावतीने त्यांनी भाग घेतला. आणि भारताची बाजू समर्थपणे मांडली. स्वच्छ पांढरा पोशाख, मराठी पद्धतीचे धोतर आणि फेटा त्यांच्या उंच रुबाबदार अंगकाठीवर शोभून दिसे.

श्री. वालचंद हिराचंद यांचे चरित्र औद्योगिक क्षेत्रात प्रवेश करण्याची इच्छा बाळगणाऱ्या सर्व तरुणांना मार्गदर्शक आणि स्फूर्तीदायक आहे. आपल्यात जाज्वल्य देशाभिमान निर्माण करणारे आहे. त्यांच्याकडे अपयश पचवण्याचे धैर्य इतके प्रचंड

होते की, त्यामुळेच त्यांनी अनेक लढाया पराजयाच्या जबड्यातून खेचून जिंकलेल्या दिसतात. त्यांची प्रत्येक माघार ही भविष्यातील प्रचंड यशाची नांदीच ठरलेली दिसते. समुद्र, पृथ्वी आणि आकाश या तीनही प्रकारच्या वाहतुकीत वालचंद यांना प्रचंड रस होता. या तीनही गोष्टींची भारताच्या भविष्याला अत्यंत गरज आहे हे ओळखून त्यांची सुरुवात त्यांनी केली.

वालचंद हिराचंद यांनी सुरू केलेले उद्योग

१) कन्स्ट्रक्शन कंपन्या
- फाटक ॲण्ड वालचंद लि.
- दि. प्रिमियर कन्स्ट्रक्शन कं. लि.
- दि. हिंदुस्थान कन्स्ट्रक्शन कं. लि.

२) ह्यूम पाईप इंन्डस्ट्रीज
- दि. इंडियन ह्युम पाईप कं. लि.

३) ॲग्रीकल्चर कंपनी
- मार्शलँड प्राइज ॲण्ड कं. लि.
- दि. रावळगाव शुगर फार्म लि.

४) इंजिनिअरींग कंपनी
- कूपर इंजिनिअरींग लि.
- दि. ॲक्मे मॅन्युफॅक्चरींग कं. लि.

५) ट्रान्सपोर्ट इंडस्ट्रीज
- हिंदुस्थान एअरक्राफ्ट लि.
- दि ऑटोमोबॉइल इंडस्ट्रीज ऑफ इंडिया.
- दि सिंदिया स्टीम नॅवीगेशन कं. लि.
- विशाखापट्टणम शिपयार्ड
- हिंदुस्थान एरोनॉटिक्स लि.
- प्रिमियर ऑटो लि.

■■

बिर्ला

उद्योगाला धार्मिकतेची जोड देणारे उद्योजक कुटुंब

भारतात टाटा आणि बिर्ला ही नावे व्यक्तिगत नाहीत तर ती एक कौटुंबिक उद्योग परंपरा दाखविणारे शब्द झाले आहेत. त्यामुळे खरे तर भारतात ही नावे आणि त्यांची ऐतिहासिक कामगिरी सर्वांनाच माहीत आहे. बिर्ला कुटुंबाला तर दानशूर आणि सुंदर मंदिरांचे निर्माण करणारा, कोट्यावधी रुपयांचा दानधर्म करणारा, महात्मा गांधीसारख्या युगपुरुषाला आसरा देणारा उद्योजकसमूह म्हणूनच ओळखता येईल. त्यांच्याच वास्तुत महात्मा गांधींचा वध झाला. ही सर्व मंडळी राजस्थानमधील मारवाडी कुटुंबीय होत. व्यवसायात कोणत्याही प्रकारची तडजोड न करता प्रचंड सामाजिक काम करणारे म्हणूनच जी. डी. बिर्ला–घनश्याम दास बिर्ला हे सुप्रसिद्ध आहेत. या घराण्यात उद्योगाला सुरुवात शिवनारायण बिर्ला यांचे पुत्र राजा बलदेवदास बिर्ला यांच्यापासून झाली. खऱ्या अर्थी बिर्ला घराण्यात उद्योगास उभारणी त्यांचे पुत्र घनश्याम दास बिर्ला यांनी दिली. त्यांचे नातू आणि बी. के. बिर्ला यांचे चिरंजीव आदित्य विक्रम बिर्ला यांनी त्याचा विकास केला. आज कुमार मंगल बिर्ला हे या कुटुंबाचे नेतृत्व करीत आहेत. म्हणजे पणतू जी. डी. बिर्लांचे राज्य चालवितो आहे.

आदित्य बिर्ला ग्रुप ही बहुराष्ट्रीय संस्था आहे. त्यांचे मुख्य कार्यालय मुंबई येथे आहे. भारत धरून त्यांचे ऑस्ट्रेलिया, चीन, ब्रिटन, अमेरिका, इटली, फ्रान्स इ. वीस देशात कारखाने आहेत. बिर्लांचे हे उद्योग या प्रत्येक देशात आघाडीचे उद्योग म्हणून प्रसिद्ध आहेत. हेविट–इकॉनॉमिक टाइम्स आणि वॉल स्ट्रीट जर्नल या पत्रांनी बिर्ला उद्योगसमूहाची मुक्त कंठाने प्रशंसा केलेली आहे. ॲल्युमिनीयम आणि तांबे उत्पादनात कमी किमतीत उत्पादन हा त्यांचा जागतिक विक्रम आहे. त्यांची हिंडाल्को ही तर फॉर्चुन ५०० कंपनीतील एक आहे. ही सर्वात मोठी ॲल्युमिनीयम रोलींग कंपनी. खालील काही विक्रम त्यांच्या खात्यात आहेत.

- बिस्कस स्टॅपल फायबर मध्ये पहिला क्रमांक
- इन्शुलेटर उत्पादनात तिसरा क्रमांक
- कार्बन ब्लॅक उत्पादनात चौथा क्रमांक
- जगात सिमेंट उत्पादनात अकरावा क्रमांक तर भारतात दुसरा क्रमांक
- बी. पी. ओ. क्षेत्रातील जगातली पंधरावी तर भारतात पहिल्या तीन मध्ये
- कमी ऊर्जा वापरणाऱ्या खत उत्पादकात भारतातील सर्वोत्तमात एक प्रकल्प
- वस्त्र उद्योगात अग्रगण्य
- विस्कस फिलामेंट धाग्यात नंबर दोन
- क्लॉर-अल्कली क्षेत्रात दुसरा क्रमांक
- मोबाईल टेलीफोनमध्ये पहिल्या पाचात
- ॲसेट व्यवस्थापन आणि आयुर्विम्यात आघाडीवर

घनश्याम बिर्ला

आपल्याला संशयी वृत्ती सोडून सकारात्मक वृत्तीवर
लक्ष केंद्रीत करायला हवे.

घनश्याम दास बिर्ला यांचा जन्म १० एप्रिल १८९४ रोजी झाला. ते महात्मा गांधींचे निकटचे सहकारी म्हणून ओळखले जातात. आर्थिक धोरणाबद्दल ते महात्मा गांधींना सल्ला देत असत. त्यांचे आजोबा शिवनारायण बिर्ला यांना आपला पारंपरिक मारवाडी व्यवसाय बदलून नवीन व्यवसाय करण्याची इच्छा होती, म्हणून ते थोड्या भांडवलानिशी आपले राजस्थानातील पिलाई हे गाव सोडून मुंबईला आले. त्यांनी कापसाचा व्यापार करायचे ठरविले. या मिळालेल्या पैशावर त्यांनी मोठा वाडा बांधला. आजही हा वाडा पिलाईला बिर्ला हवेली म्हणून ओळखला जातो.

घनश्याम दास यांनी आपल्या या व्यापारात बदल करून त्यांनी ज्यूटचा व्यापार करायचे ठरवून कलकत्ता येथे स्थलांतर केले. कारण ही जगातली ज्यूटची फार मोठी व्यापार पेठ होती. ब्रिटिश सरकारचा आश्रय असणाऱ्या ब्रिटिश व्यावसायिकांशी स्पर्धा करणे तसे कौशल्याचेच होते. त्यात त्यांना अनेक अडचणींना, समस्यांना तोंड द्यावे लागले. अनीतीचा वापर करून इतर व्यापाऱ्यांनी त्यांना हुसकून लावण्याचा प्रयत्न केला, पण घनश्यामजी त्यांना पुरून उरले. त्यांची चिकाटी दांडगी होती. पहिल्या महायुद्धानंतर त्यांच्या व्यवसायाला खूपच चालना मिळाली. त्यानंतर मात्र त्यांच्या यशाचा आलेख वाढतच गेला. त्यांचे तीन मुलगे, पुतणे हे ताग व कापड गिरण्या, साखर कारखाने, विमान कंपन्या आणि अन्य व्यवसायात गुंतलेले होते. १९४३ साली त्यांचे पुत्र कृष्ण कुमार यांना मुलगा झाला. बिर्ला कुटुंबीयांचा हा पुढे एक चमकता तारा ठरला.

▪▪

आदित्य विक्रम बिर्ला

'आपले कलागुण आपण काहीतरी करीत आहोत याचा आनंद आपल्याला देतात.'

आदित्य बिर्ला यांचे बालपण बव्हंशी कलकत्त्यासच गेले. 'महादेवी बिर्ला शिशू विहार' ही शाळा खास त्यांच्यासाठीच स्थापन करण्यात आली होती. पुढे ते हिंदी हायस्कूलमध्ये दाखल झाले. शाळा सुटल्यावर त्यांचेसाठी विशेष शिकवणी होती. पुढे त्यांनी सेंट झेवियर्स कॉलेजातून विज्ञान विषयात पदवी संपादन केली. त्यानंतर शिक्षणासाठी परदेशी जाण्याची त्यांची इच्छा होती. परदेशी शिक्षणासाठी जाणारे बिर्ला घराण्यातील ते पहिले सदस्य होते. तेव्हा त्यांना समजावून सांगण्यात आले होते की, ''बिर्ला घराण्याला नाव, प्रतिष्ठा आहे, नीतीमूल्ये आहेत. ही परंपरा तुला पूर्णपणे राखावी लागेल. अभ्यास करणं हेच तुझं एकमेव उद्दिष्ट असलं पाहिजे. यशस्वी होऊनच मायदेशी परत ये.'' (एम. आय. डी.) मॅसॅच्युसेटस इन्स्टिट्यूट ऑफ टेक्नॉलॉजी या संस्थेतून ते केमिकल इंजिनियर झाले. तेथून आपल्या आजोबांना पाठविलेल्या एका पत्रात ते म्हणतात, ''अजून सात महिन्यांनी माझा अभ्यासक्रम संपेल आणि त्यानंतर कामाला जुंपून घ्यावं असा विचार माझ्या मनात तरळत असतो. शक्य तितक्या लवकर व्यवसायात शिरून काहीतरी मोठंह्न खूप काहीतरी मोठंह्न खरंखुरं मोठं काम करावं असं मला वाटतं. शिक्षणासाठी एम. आय. टी. त दाखल होणं, खूप अभ्यास करून पदवीधर होणं हे यापूर्वीचं माझं उद्दिष्ट होतं. आता उद्योग धंद्यात खूप मोठं, महत्त्वाचं बनायचं हे उद्दिष्ट आहे. महत्त्वाचं आणि मोठं केवळ उद्योग क्षेत्रातच नाही तर जीवनाच्या इतर पैलूंमध्ये पण! मला तुम्ही दिलेला सल्ला आठवतो. जीवनाच्या इतर अंगातही माणसानं कसं परिपूर्ण असायला हवं.''

पुढे पंचवीस वर्षांच्या कारकिर्दीत आदित्यजींनी सत्तर कारखाने उभे केले. कारखान्यांच्या बरोबर छोटी वीज निर्मिती केंद्रेही त्यांनी उभारली होती. जणू एक मानवी कारखाना उभारत होता हे कारखानेच कारखाने! त्यांच्या या कामगिरीबद्दल इतर उद्योगपती त्यांना आदराने 'अदित्य बाबू' असे म्हणत. वाढणारे वय आणि कॅन्सरसारखी क्लेशकारक व्याधी त्यांचा उत्साह रोखू शकली नाही. उलट यामुळे त्यांची उद्योजकता अधिकच तीव्र, प्रखर बनली. आपल्या जीवघेण्या आजाराचे वृत्त त्यांना डॉक्टरांकडून कळले तेव्हा त्यांची प्रतिक्रिया होती, ''आता आपण अधिकच आक्रमक बनायला हवं!'' ते आजारी असतांना

राजश्री बिर्ला म्हणाल्या होत्या, ''मौजमजेची खूप आवड आणि साहसाचे खूप वेड असणारे बिर्ला शेवटच्या तीन-चार वर्षात खूप काम करत राहिले. पूर्वी आम्ही नाटकाला जायचो, सिनेमा पाहायचो. त्यांना अमिताभ बच्चनचे चित्रपट खूप आवडायचे. परंतु अखेरच्या वर्षात हे सर्व सोडून ते फक्त काम एके कामच करत राहिले. त्यांच्या रुग्णशय्येवर आराखड्यांचा वर्षाव होत राहिला. भारतातील लाल फितीच्या कारभाराचा त्यांना कंटाळा आला होता. या नोकरशाहीला कंटाळून त्यांनी भारताबाहेर संधी शोधायला सुरुवात केली होती. भारतानंतर थायलंड हे बिर्ला समूहाने उत्पादनाचे दुसऱ्या क्रमांकाचे केंद्र बनविले होते.''

फावल्या वेळात चित्र काढण्याचा छंद आदित्य बिर्लांना होता. सप्टेंबर १९९० मध्ये त्यांच्या चित्रांचं प्रदर्शन भरवलं होतं. प्रख्यात चित्रकारांच्या कलाकृतींची नक्कल करायला त्यांना आवडे. प्रदर्शनातील चित्रे काढायला त्यांना सोळा वर्षे लागली होती. प्रदर्शनातील त्यांच्या कलाकृतीबाबत व्यक्त केलेल्या प्रतिक्रिया त्यांनाही आश्चर्यचकित करणाऱ्या होत्या. ''माझ्या कोट्यवधीच्या प्रकल्पांपेक्षा माझ्या चित्रप्रदर्शनाकडे अधिक लोक आकृष्ट झाले'' असे उद्गार त्यांनी काढले. ''मी आराम मिळावा म्हणून चित्र काढतो. जेव्हा तुम्ही चित्र काढत असता तेव्हा तुम्ही चित्राचाच विचार करता, व्यापाराचा विचार मनात येत नाही. मनाला शांती देणारे हे क्षण असतात. आपण काहीतरी निर्माण करीत आहोत याचा आनंद हे क्षण स्वत:ला देतात.'' त्यांना स्वत:चं एक चित्र काढायचं होतं. परंतु ही इच्छा अपूर्णच राहिलेली दिसते.

घरातील मंडळींसाठी घनश्याम बिर्लाजींनी कडक नियम घालून दिले होते आणि ते प्रत्येक बिर्ला कुटुंबीयांनी पाळावेत अशी त्यांची अपेक्षा होती. ते नियम असे. केवळ शाकाहारी पदार्थच खावेत, कधीही मद्यपान अथवा धूम्रपान करू नये, लवकर उठावे, तरुणपणी विवाह करावा, खोलीतून बाहेर पडतेवेळी दिवे मालवावे, नियमित सवयी असाव्यात. रोज पायी चालण्याचा व्यायाम करावा. कुटुंबीयांशी संपर्क राखावा आणि सर्वात महत्त्वाचे म्हणजे उधळपट्टी करू नये. एखाद दुसरा अपवाद वगळता हे नियम सर्वजण पाळीत. आदित्य बिर्लांनी हे नियम कसोशीने पाळलेत असे दिसते.

राजश्री बिर्लांनी आदित्यजींचा दिनक्रम असा सांगितला, ''ते सकाळी साधारणत: ७ वाजता उठत. वृत्तपत्र वाचतानाच मॉलीश करून घेत. स्नानानंतर काही मिनिटे प्रार्थना करत. त्यानंतर न्याहारी करून कार्यालयात जात. सर्वसाधारणपणे सात पर्यंत ते कार्यालयात असत. रात्री नऊ वाजता रात्रीचे भोजन घेत. आठवड्यातून तीनदा ते बॅडमिंटन खेळत. सर्वसाधारणत: कार्यालयातील काम घरी आणणे त्यांना पसंत नव्हते. सभा, समारंभात सामील व्हायला त्यांना वेळ नसे.''

आदित्यजींच्या प्रचंड उद्योगाचा वारसा कुमार मंगलम यांच्या खांद्यावर आला. बी. कें.च्या संपन्न अनुभवाचा पाठिंबा असला तरी १५,००० कोटी रुपयांचे साम्राज्य टिकवण्यासाठी त्यांना खऱ्या वाघाची तडफ दाखवावी लागणार आहे.

■■

कुमार मंगलम बिर्ला

'बुद्धिमान माणसे बहुदा संघर्ष उभा करतात कारण ती प्रभावीपणे आणि सतत आपली स्पष्ट मते मांडतात त्याने अस्वस्थता निर्माण होते.'

पद : अध्यक्ष, आदित्य बिर्ला गट, शिक्षण : C. A. (MBA London, Business School) वय : ४० वर्षे, आवडते वाक्य : ``Multy tasking is critica and the CEO need to know every business closely", ध्येय : ``To build a world class MNC"

१९९५ साली त्यांचे वडील आदित्य विक्रम बिर्ला यांच्या वयाच्या ५३ व्या वर्षी झालेल्या दुर्दैवी आणि अनपेक्षित मृत्यू नंतर त्यांच्या प्रचंड मोठ्या व्यवसायाची जबाबदारी त्यांच्यावर पडली. बिर्ला मंडळीचं सर्वसाधारण आयुष्य ७० वर्षांपेक्षाही आधिक आहे. गेली बारा वर्षे ते आपली जबाबदारी मोठ्या कौशल्याने पार पाडीत आहेत. निर्णय घेण्याची त्यांची क्षमता अजोड आहे. त्यांचे काही निर्णय चुकलेही असतील पण त्यातले त्यांचे सातत्य वाखाणण्यासारखे आहे, असे त्यांचे सहकारीही मानतात. वयाच्या पंचवीसाव्या वर्षी ८००० कोटी रुपयाचा टर्न ओव्हर असणाऱ्या, फक्त भारतातच नाही तर परदेशातही अनेक शाखा असणाऱ्या आणि व्यवसायात प्रचंड विविधता असणाऱ्या कंपनीच्या प्रमुख पदाची जबाबदारी, ही जगातली अपवादात्मक घटनाच असणार. नाही? कुमार मंगलम बिर्ला यांच्यासाठीही हा चित्तथरारक अनुभव असणार. एम. बी. ए. पदवी घेऊन नुकतेच ते विद्यापीठातून बाहेर पडले होते. परंतु हे आव्हान स्वीकारण्यावाचून त्यांच्यापुढे पर्यायच नव्हता. घनश्याम दास, बसंत कुमार आणि आदित्य विक्रम बिर्ला यांची यशस्वी परंपरा त्यांच्या मागे होती. त्यांचाच वारसा त्यांना पुढे चालवायचा होता. प्रचंड मोठे आव्हान होते हे. त्यांच्या कुटुंबीयांची, त्यांच्या कंपनीत काम करणाऱ्या आणि बाहेरच्या उद्योगात काम करणाऱ्यांची, विविध माध्यमांची प्रचंड टीका आणि शंका व्यक्त होत होत्या. प्रसंगी या टीका खूप कडवटही होत्या आणि बहुतेकजण त्यांच्या भवितव्याबद्दल शंका व्यक्त करीत होते. आपल्या वाडवडिलांकडून यशस्वी उद्योगासाठी लागणाऱ्या सर्व क्षमता त्यांनी आत्मसात केलेल्या होत्या. त्यांच्या कामगिरीवरून आज जाणवते की आपल्या

वडीलधाऱ्यांपेक्षा लोकांबरोबर काम करण्याची त्यांची क्षमता ही खूपच वेगळी होती.

आज आपल्या कामगिरीबद्दल बोलतांना "खूपच समाधान देणारा काळ" असेच उद्‌गार त्यांच्या तोंडातून बाहेर पडतात, हे जास्त प्रभावाने जाणवते. कारण त्यांच्या अनेक उद्योगात त्यांनी दर्जा, उद्योजक आणि उत्पादन यात जागतिक कामगिरी आणि उच्चांक नोंदविले आहेत. त्यात प्रामुख्याने जगातल्या सर्वात मोठ्या ॲल्युमिनियम रोलींग, आशियातील सर्वात मोठ्या ॲल्युमिनियम उत्पादक, व्हिस्कॉस स्टॅपल फायबर चे जागतिक नेतृत्व, एकाच ठिकाणाहून 'पाम तेल' उत्पादनाचा जागतिक विक्रम, जगातील चार नंबरची कार्बन ब्लॅक तयार करणारी, तिसऱ्या क्रमांकाची इन्शुलेटर, आठवी सिमेंट उत्पादक, अशा कंपन्याचा समावेश असणाऱ्या उद्योगांचे साम्राज्य, अशी अजून कितीतरी नावे घेता येतील. भारतातील प्रमुख वस्त्रोद्योगही त्यांच्या नावावरच आहे. खाजगी क्षेत्रातील विमा कंपन्याही त्यांच्याच आधिपत्याखाली प्रगती करीत आहेत. जगातली चार क्रमांकाची कंपनीही त्यांच्याकडेच आहे. जगात होणाऱ्या प्रचंड बदलाचा मुकाबला कुमार मंगलम यांनी उत्तम प्रकारे केला आहे. त्यांच्या उद्योगातील जुन्या आणि नव्या कंपन्यांचाही मिलाफ त्यांनी छान साधला आहे.

आदित्य विक्रम आणि कुमार मंगलम यांच्या कार्यपद्धतीत खूप मोठा फरक आहे. त्याचे मुख्य कारण देशी आणि परदेशी औद्योगिक वातावरणातही प्रचंड मोठा फरक पडला आहे. व्यवसाय जास्त स्वतंत्र आणि मोकळ्या वातावरणात कार्यरत आहेत. कुमार मंगलम यांनी आपल्या उद्योगाला जागतिक स्तर दिला आहे. त्यांच्या बोधचिन्हानेही नवे रूप घेतले आहे. त्यात उगवता सूर्य आला आहे. तो नवीन दिवसाची प्रभात दाखवतो आहे. नवीन होणाऱ्या बदलाची सुरुवात दाखवतो आहे. त्यांच्या पुढील महत्त्वाची कामगिरी आहे की, येणाऱ्या बदलासाठी आपल्या व्यवस्थापकांना आणि अधिकाऱ्यांना तयार करण्याची.

आपल्या हाताखालील अधिकाऱ्यांबद्दल बोलतांना ते म्हणतात, "लोक स्वायत्तपणे आपाआपले व्यवसाय सांभाळत असतात. ते सर्व स्वायत्त आहेत. ते आपल्या योजना राबवतात. स्वतंत्रपणे आपले निर्णय घेतात. ते सध्या आपले कौशल्य आणि हुशारी सेवाक्षेत्र, टेलिकॉम, रिटेल आणि अर्थिक Ventures यासाठी वापरत आहेत. आपल्या व्यवसायातील मार्गदर्शनासाठी ते भारतातील आणि बाहेरील व्यावसायिकांची मदत घेतात. नवीन माणसांना व्यवसायात सामील करतांना आपल्या जुन्या सहकाऱ्यांचाही विचार त्यांच्या मनात असतो. त्यांच्यावरही ते विश्वास ठेवतात."

तेल शुद्धीकरण क्षेत्रात त्यांचा सामना अंबानींशी आहे. स्पाँज आयर्न आणि हॉट रोल्ड स्टील क्षेत्रात रूईया यांच्याशी त्यांची स्पर्धा आहे. लंडन येथील मेटडिस्टचे

राज बागडी यांच्यापेक्षा अधिक वेगाने व अधिक चांगला कॉपर स्मेल्टर त्यांना उभारावा लागणार आहे. त्यांच्या व्यवसायाचे क्षेत्रच खूप व्यापक असल्यामुळे त्यांना अनेक प्रतिस्पर्धीही आहेतच. त्यांच्या खानदानातील अनेक कौटुंबिक कलहाचा त्यांना सामना करावा लागतो. सुरुवातीच्या एका मुलाखतीत कुमार मंगलम म्हणाल्याचे आठवते, ‘‘माझ्यापाशी अत्यंत तीक्ष्ण कान आणि डोळे आहेत. मी ते उघडे ठेवून माझ्या फायद्यासाठी वापरतो.’’

■■

आनंद महिंद्रा

जुन्या व्यवसायाला नवीन उभारी देणारा उद्योजक

मुलींच्या शिक्षणावर आमचा दृढ विश्वास आहे, त्यामुळेच आपल्या आयुष्याचा दर्जा वाढणार आहे.

गेली २६ वर्षे दिला जाणारा अत्यंत प्रतिष्ठेचा समजला जाणारा 'बिझनेस इंडियाचा' 'बिझनेस मॅन ऑफ द इअर' हा २००७ चा पुरस्कार आनंद महिंद्रा यांना देण्यात आला. या घोषणेबरोबरच हा प्रसिद्धी पासून दूर असणारा तडफदार आणि तरुण उद्योजक एकदम प्रकाशाच्या झोतात आला. तशी महिंद्रा ॲण्ड महिंद्राची उंचावलेली कामगिरी अनेकांना नजरेत भरत होतीच; परंतु या पाठीमागे नेमके कोण आहे हे मात्र फार थोड्यांनाच माहिती होते. ही निवड करण्यासाठी दर वर्षी नवीन समिती काम करते आणि त्यांचे निवडीचे निकषही अतिशय शास्त्रशुद्ध आणि काळजीपूर्वक तयार केलेले आहेत.

आनंद महिंद्रा यांना खरं तर आय. आय. टी. तून इंजिनिअर व्हायचं होतं, परंतु त्यांनी जे. जे. स्कूलमध्ये आर्किटेक्चरसाठी प्रवेश घेतला. सात आठ महिन्यातच संपामुळे हे कॉलेज बंद पडल्यामुळे अमेरिकेत जायचं ठरवलं; पण चित्रपट निर्मितीचा हार्वर्ड येथील अभ्यासक्रम निवडला. पुढे ते महिंद्रा ॲण्ड महिंद्रा मध्ये मॅनेजमेंट ट्रेनी म्हणून रूजू झाले. त्यांनी वेतनाची मागणी केली तेव्हा नातेवाईकांना येथे पगार दिला जात नाही असे उत्तर मिळाले. नंतर लोकलने प्रवास करून ते कामावर जात असत. त्यामुळे एक वेगळाच परिणाम झाला. १९७८ साली त्यांची प्रेयसी अनुराधा हिच्या बरोबर त्यांचा विवाह झाला आणि लवकरच ते पुन्हा एम. बी. ए. करण्यासाठी हार्वर्डला दाखल झाले. १९८१ मध्ये एम. बी. ए. झाल्यावर ते महिंद्रा युजिन स्टील कंपनीत अर्थ विभागात एक्झिक्युटिव्ह असिस्टंट म्हणून दाखल झाले. पुढे कंपनी काही कठीण परिस्थितीतून जात असतांना उच्च व्यवस्थापनाची नजर आनंदवर पडली आणि त्यांनी त्यांच्या हुशारीचा आणि शिक्षणाचा उपयोग करून घेतला. त्यांचे हे यश बघून पर्यायाने त्यांची निवड १९९१ साली महिंद्रा ॲण्ड महिंद्रा या कंपनीत प्रमुख उपव्यवस्थापकीय संचालक म्हणून झाली. व्यवस्थापनातील आपले कौशल्य दाखविण्याची नामी संधीच आनंदजींना मिळाली आणि तिचा पुरेपूर लाभ आनंदजींनी घेतला.

आनंदजींच्या चाणाक्ष बुद्धीने जाणले की आपल्या कंपनीपुढील खरे आव्हान उत्पादन विभागातील उत्पादकता वाढविणे हेच आहे. आपल्या कंपनीत वाद-तंटे कधी उद्‌भवले नसले तरी आपली उत्पादकता मात्र खूपच कमी आहे. आपल्या कंपनीला चांगली कामगिरी करायची असेल तर आपले बी. स्कूल मध्ये घेतलेले ज्ञान वापरायला हवे. हे त्यांनी ठरवले पण आपण नवीनच जबाबदारी घेतली आहे त्यामुळे सबुरीने काम करायचे असेही त्यांनी ठरवून टाकले आणि त्या दृष्टीने पावले टाकण्यास सुरुवात केली.

१९९४ मध्ये वाहन उद्योगासाठी नवीन धोरणे जाहीर झाली, त्यावेळी आनंदजींनी ही अनेक महत्त्वाचे बदल जाहीर केले. अर्थात हे सर्व काही सोपे नव्हते. 'मोस्ट' (Maynard Operating Sequence Technique) या सारखी तंत्रे वापरात आणली गेली. कारखान्यात मोठीच खांदेपालटही जाहीर करावी लागली. अर्थात याला आतून बराच विरोध झाला. इगतपुरी येथील कारखाना सहा महिने बंद होता. पण व्यवस्थापनाच्या खंबीर धोरणामुळे कामगार नमले आणि त्यांनी उत्पादकता वाढीस मंजुरी दिली. आनंदजींनीही दूरदृष्टीचा उपयोग करून काही गुंतवणुकी केल्या. सॅप सारखी नवी कार्यप्रणाली अस्तित्वात आणली. संशोधन विभाग जास्त अद्ययावत केला. रचना आणि उत्पादन विभागाचे सुसूत्रीकरण केले. या सर्वांचा परिणाम म्हणूनच महिंद्रा आणि महिंद्राला 'स्कॉर्पियो' सारखी उत्तम गाडी बनवता आली. क्रायस्लरच्या धर्तीवर एक नवीन संशोधन विभाग उभारायला त्यांनी चेन्नई जवळ 'महिंद्रा रिसर्च व्हॅली' नावाचा प्रकल्प हाती घेतला. त्याच्या कामाची सुरुवात २००९ मध्ये होणे अपेक्षित आहे. महिंद्राच्या वेगवेगळ्या केंद्रात काम करणारे सुमारे ३००० इंजिनिअर्स या केंद्रात सहभागी होणार आहेत. या बुद्धिवंताकडून भारतातल्या वाहन उद्योगात क्रांती घडवणारी कामगिरी अपेक्षित आहे.

आनंदजी कंपनीचे नाही तर स्वत:चे भवितव्य पणाला लावून काम करतात. साधेपणाने वागतात. कुठेही पदाचा किंवा कामगिरीचा गर्व दिसत नाही, जाणवत तर मुळीच नाही. ६०० कोटी एवढी मोठी रक्कम पणाला लावून त्यांनी शून्यातून 'स्कॉर्पिओ' निर्माण केली. या यशामुळेच 'महिंद्रा अॅण्ड महिंद्रा' खोल पाण्यातून बाहेर पडली. त्यांनी आपल्या कंपनीत मोठ्या कौशल्याने मजबूत व्यवस्थापकांचा संघ तयार केला आहे. त्यात जुन्या आणि नवीन लोकांचा उत्तम मिलाफ साधला आहे. त्यामुळे त्यांना नवीन दृष्टिकोन आणि क्षमता प्राप्त झाली. आनंद हे क्षमतेपेक्षा संस्कृतीला महत्त्व देणारे आहेत, त्यामुळे ते माणसांची पारखही अशीच करतात. त्यांना व्यवसायही अगदी स्वच्छ आणि सरळ करायला आवडतो. त्यामुळेच त्यांच्याकडे अनेक माणसेही आकृष्ट होतात. महिंद्राची परंपरा आणि मूल्ये आत्मसात करणे याला ते खूप महत्त्व देतात.

एक उच्च पदस्थ अधिकारी आपल्या मुलाखतीत म्हटल्याचे स्मरते की, मी अनेक ठिकाणी जबाबदारीच्या जागांवर काम केले आणि मला खूप ठिकाणांहून महिंद्रापेक्षा दुप्पट पगाराने बोलावणी येत होती. पण मी महिंद्राला प्राधान्य दिले. कारण इतरांपेक्षा येथे मिळणाऱ्या कामाच्या स्वातंत्र्याची मला माहिती होती, पुढे अनेक कंपन्या ताब्यात घेण्याच्या कामात त्यांचा पुढाकार होता. महिंद्रा यांची कामाची पद्धत एकाधिकारशाहीची नाही तर सार्वमताने कारभार पाहणारी आहे. एवढेच नाही तर ते कामाचे श्रेय आपल्याकडे नाही तर प्रत्यक्ष काम करणाऱ्याला मोकळ्या मनाने देतात. केशुब महिंद्रा कौतुकाने म्हणतात, ''आनंदचे नेतृत्व हे युद्धात पुढून लढणाऱ्या सेनापती सारखं आहे आणि त्याची कार्यपद्धती महिंद्राची परंपरा जपणारी आहे. आम्ही नातलगांना नोकरीस ठेवत नाही तर अधिकारी घडवतो. हा तरुण मुलगा आमच्या संगीत ताफ्याचा चालक आहे आणि ताफ्यातील प्रत्येकाला हुशारीने काम करू देण्याची जबाबदारी त्याच्यावरच आहे. त्याची त्याला चांगलीच जाण पण आहे. त्याचा जोर वार्षिक योजनांवर आहे. त्या सुरुवातीला जरी निरुपद्रवी वाटल्या तरी त्यातूनच कामाची ऊर्जा तयार होतांना दिसते त्यामुळेच योजनांचे युद्ध छेडले जाते. मागील कामगिरीचा मागोवा घेतला जातो आणि भविष्याची नीती ठरविली जाते. कामाच्या जबाबदाऱ्या दिल्या जातात. विभाग प्रमुखांना प्रत्यक्ष बाजारपेठेची पाहणी करता येते. यासाठी वेगळा विभाग आहे. डायरेक्टर बोर्डसारखी एक यंत्रणा आहे. त्यात ३५ वयाखालील अधिकाऱ्यांचीच नेमणूक होते. हे बोर्ड खऱ्या बोर्डास वर्षातून दोनदा आपला अहवाल सादर करतात.''

नवीन पद्धती, नवीन सुधारणांनी तर आनंदजींना पछाडलेलेच दिसते त्यामुळे नवीन कल्पना आणि कल्पक लोक त्यांच्याकडे खेचले जातात. सर्व कंपन्यांमध्ये अशी नावीन्याची गाठोडी असायलाच हवीत असे त्यांना वाटते. तीच कंपन्यांना कठीण काळातून तारून नेतील अशी त्यांची खात्रीच आहे. एकदा चॅसीजना तडे जात असल्याची समस्या गंभीर बनली होती आणि तंत्रज्ञांनी ही समस्या सोडविण्यासाठी ३० कोटी किमतीच्या नवीन प्रेसची मागणी केली होती. त्यावेळी एवढी प्रचंड गुंतवणूक त्यांना केवळ अशक्यच होती. तेव्हाच कंपनीतील एका इंजिनिअरने ट्युबच्या चॅसीज्ची कल्पना दिली आणि ही समस्या केवळ ११ लाख रुपये खर्चून दूर करता आली. त्यांचे नवे नवे प्रकल्प त्यांना शोधांचा पाठलाग करायला लावतात. आनंदजींना आकडेवारीत फारसा रस नाही. त्यांची सगळी मदार त्यांच्या आतल्या आवाजावर, त्यांच्या धडाडीवर असते.

महिंद्र कोटकची निर्मिती म्हणजे उद्योजक ओळखण्याच्या आनंदजींच्या क्षमतेचा एक अजोड नमुनाच आहे. १९८६ साली आनंद आणि त्यांचे वडील मुसकोत असतांना त्यांनी उदय कोटक नावाच्या तरुणाला मदत केली तेव्हा उदय कोटक बिल डिस्काउंटचा

एक छोटासा व्यवसाय करीत होते आणि त्यासाठी ग्राहक शोधण्यासाठी मुस्कोत आले होते. त्यावेळेसच महिंद्रा इन्व्हेस्टमेंटची भागीदारी झाली. आनंद महिंद्रा यांनी आपले वैयक्तिक भांडवल कोटक यांना दिले. परंतु त्याबद्दल भाग किंवा नियंत्रण यांची काहीही अट त्यांनी घातली नाही. जेव्हा जेव्हा गरज भासे तेव्हा ते कोटक यांना निरपेक्ष मदत करीत. आपला प्रभाव वापरीत. आपले नाव वापरण्याची परवानगीही त्यांनी कोटक यांना दिली होती. त्याची आठवण कोटक मोठ्या कृतज्ञतेने करतात. या प्रवासात व्यवसायातील त्यांचा भाग वाढवावा अशी साधी विचारणाही त्यांनी कधी केली नाही. याउलट सर्वसाधारण मूल्यवर्धनासाठी त्यांनी आपला वाटा कमीच ठेवला. त्यातूनच १९०० कोटीची महिंद्रा कोटक ही बँक आज उभी राहिलेली आहे.

आपल्या कंपनीतही आनंदजी हे मूल्यवर्धन करणारे अधिकारी आहेत. येथे टेक महिंद्राचे उदाहरण बघता येईल. १९८६ साली महिंद्रा ब्रिटीश टेलिकॉम हा ६० : ४० सहभागाचा व्यवसाय सुरू झाला. आनंदजींच्या मदतीने विनीत नायर यांच्या नेतृत्वाखालील व्यावसायिक गटाने त्या कंपनीला नवजीवन दिले आणि २००६ मध्ये ही कंपनी ६४०० कोटीची कंपनी ठरली. त्या कंपनीचे प्रमुख म्हणाले होते, 'महिंद्रा हे खूपच विश्वासू भागीदार आहेत. त्यांच्या नात्यात विश्वास हा तर परवलीचा शब्द आहे. ते अतिशय दृढविश्वास असणारे आहे. त्यांची भागीदारी म्हणजे आमच्यासाठी एक सुवर्णसंधीच आहे.''

सी आय आय़ मध्ये आनंद महिंद्रा उपाध्यक्ष आणि अध्यक्ष या पदावर होते. त्याच्या तेथील सहकाऱ्यांच्या मदतीला त्यानी महिंद्रा ॲण्ड महिंद्रा मधील गटही मदतीला दिला होता. त्या वेळचे सी. आय आय़ चे चीफ मेंटार श्री. तरुण दास त्यांच्याबद्दल म्हणाले होते ''आनंद महिंद्रा हे प्रत्येक गोष्टीचे मूल्यवर्धन करणारे गृहस्थ आहेत. त्यांच्याबरोबर काम करणे हा खूप आनंददायक अनुभव आहे. ते सतत नवनवीन कल्पना सुचवत असतात.''

आपल्या सर्व मित्रमंडळीत आणि सहकाऱ्यात आनंदजी खूप वेगळे व्यक्तिमत्त्व म्हणून प्रसिद्ध आहेत. हा जगावेगळा माणूस अतिशय प्रगल्भ विचार करणारा आहे. त्यांच्या व्यवसायाव्यतिरिक्त वेगवेगळ्या विषयात असणाऱ्या आवडीमुळे तर त्यांचे व्यक्तिमत्त्व अधिकच समृद्ध झाले आहे. खूप कल्पक, कोणत्याही कामात पटकन नेतृत्व घेणारा, पुढाकार घेणारा, मदत करणारा आहे. आता तर त्यांनी आपला मोर्चा आपल्या पहिल्या प्रेमाच्या व्यवसायाकडे वळवलेला आहे. महिंद्रा ॲण्ड महिंद्राने प्रसार आणि करमणूक व्यवसायातही रस घ्यायला सुरुवात केली आहे. लहान वयातच भरारी घेतलेल्या या उद्योजकाला प्रचंड झेप घेण्यासाठी अजून मोठे अवकाश उपलब्ध आहे.

■■

संजीव भिकचंदानी

नेट क्षेत्रातील सर्वात यशस्वी भारतीय उद्योजक

शिक्षणामुळेच भारत प्रगतीपथावर राहणार आहे, अशी माझी श्रद्धा आहे.

आठ वर्षांपूर्वी संजीव भिकचंदानी इंडियन इन्स्टिटयूट ऑफ मॅनेजमेंटमध्ये पदवी घेण्यासाठी झगडत होते. आज ते भारतातल्या श्रीमंत लोकांत मोडतात. त्यांची 'इन्फो-एज' ही शेअरबाजारात नोंदणी असणारी एकमेव कंपनी आहे. परंतु त्यांना इथेच थांबायचे नाही तर अजून मोठा पल्ला गाठायचा आहे आणि त्यासाठी त्यांची धडपडही सुरूच आहे. लौकरच त्यांना शिक्षा कॉम ही शैक्षणिक वेबसाईट सुरू करायची आहे. पुढच्या योजनांसाठी त्यांच्या कंपनीने बरीच मायाही गोळा केलेली आहे. आपली कंपनी सुधारणा करण्यासाठी कार्यक्षम आहे असा त्यांचा पूर्ण विश्वास आहे. आपण नुसतीच समृद्धी नाही तर संस्था उभी करतो याबद्दल त्यांना अभिमान आहे. नुकत्याच पार पडलेल्या दिल्लीतील उद्योजकांच्या संमेलनात तरुण आणि वृद्ध उद्योजकांना त्यांनी आकर्षित केले होते. आपल्या प्रभावामुळे एक जरी उद्योजक तयार झाला, तरी आपल्या प्रयत्नांचे चीज झाले असे त्यांना वाटते.

संजीवजींची ऊर्जा संसर्गजन्य आणि आश्चर्यकारक आहे. ते प्रांजलपणे कबूल करतात, की मी अगदी एकलकोंडा होतो पण उद्योजक झाल्यावर आणि व्यवस्थापन शिकवायला लागल्यावर माझ्यात हा बदल झाला. अवांतर खर्च करता यावा म्हणून त्यांनी शिकवण्याचे काम केले. त्यांनी त्यांच्या वडिलांच्या दिल्लीतील गॅरेजमध्ये आपल्या व्यवसायाला सुरुवात केली. आपली पत्नी सुरभी हिच्या पगारावर तीन वर्षे काढली. दोन छोट्या नोकऱ्याही केल्या. कामात त्यांची गुंतवणूक पगाराच्या पलीकडची होती.

१९९७ साली त्यांनी नोकरी कॉमला सुरुवात केली. हुषार माणसांची निवड करताना त्यांना आपल्याकडे टिकवून ठेवणे यात त्यांचा हातखंडा आहे. आपण केलेल्या कामामुळेच नशीब घडते पण त्याचे आपण पुढे काय करतो हेच महत्त्वाचे आहे, असे संजीव मानतात. त्यांच्या कल्पना स्वच्छ आहेत आणि ते अतिशय प्रामाणिकही आहेत. त्यांच्या बरोबर काम करणाऱ्यांना ते मार्गदर्शक, गुरू आणि मित्र वाटतात. सखोल ज्ञान

हे त्यांचे वैशिष्ट्य आहे असेच त्यांचे सहकारी मानतात.

आपण आपल्या स्पर्धकांच्याही पुढे कसे राहू असा प्रयत्न संजीवजींचा असतो. व्यवसायाची खोली वाढविण्यासाठी त्यांना काही कंपन्यांची खरेदी केली आहे. कंपन्यांची आर्थिक परिस्थिती उत्तम ठेवण्यासाठी अनेक योजनाही ते राबवत आहेत.

शिक्षणामुळेच भारत प्रगतिपथावर राहणार आहे अशी त्यांची श्रद्धा आहे. आणि त्यासाठी शिक्षणसंस्था काढण्याचा त्यांचा मानसही आहे. त्यांनी स्थापलेल्या कंपनीचे मार्केट कॅपिटल ४२०० कोटी रुपये आहे.

■■

प्रमोद चौधरी

व्यवस्थापनातून उद्योजकतेकडे

**माझ्या उद्योगक्षेत्रात माझ्या कल्पना,
मी शोधलेले मार्ग आणि माझा प्रकल्प
घेऊन ग्राहकांची भरभराट झालीच पाहिजे.**

प्रमोद चौधरी यांनी आयआयटी मुंबई येथून मेकॅनिकल इंजिनिअरिंगची पदवी घेतली. त्यानंतर १९७१ साली त्यांनी बजाज टेंम्पो या कंपनीत प्रशिक्षणार्थी म्हणून आपल्या कारकिर्दीला सुरुवात केली. इतर पर्याय असूनही हेतुपुरस्सर शॉप-फ्लोअरवर काम करायचे ठरवले. सर्वसाधारण इंजिनिअर हा पर्याय निवडत नाहीत कारण येथे शारीरिक मेहनत तर असतेच पण कामगारांच्याही जिकिरीच्या समस्यांना सामोरे जावे लागते. परंतु याबाबत चौधरींची प्रतिक्रिया अशी आहे. 'कामगार मंडळी आपल्या हातांनी कामे कशी करतात हे मला जवळून बघायचे होते आणि मलाही तशी कामे करून बघायची होती. मी ती केलीतही. मला त्यांचेबरोबर मिसळता आले. गप्पागोष्टी, विनोद त्यांच्या भाषेत करता आले. त्यांच्या भावना समजाववून घेता आल्या, त्यांच्या समस्या, त्यांची दु:खे समजावून घेता आली. माझ्या मते हे सारे खूप महत्त्वाचे होते. मला माझ्या पुढील भवितव्यासाठी काही महत्त्वाचे शिकण्याची ही छान संधी मिळाली.

प्रमोदजींनी स्वत:चे भवितव्य स्वत:च घडवले, स्वकर्तृत्वावरच ते पुढे आले. आपण त्यांच्या प्रगतीचे टप्पे कसे होते ते पाहू. त्यांना एकदम कारखान्याचे सर्वसाधारण व्यवस्थापक व्हायचे नव्हते. त्यासाठी कारखान्याच्या सर्व विभागांची उत्तम माहिती असायला हवी. प्रत्येक क्षेत्रातील कार्याचा अनुभव त्यांना घ्यायचा होता. त्या दृष्टीने उत्पादन, विक्री, मार्केटिंग आणि अर्थविभाग या विभागाचा उत्तम अनुभव मिळविणे त्यांच्या दृष्टीने महत्त्वाचे होते. म्हणून त्यांनी १९७५ साली बजाज टेम्पोची नोकरी सोडून 'विडीया इंडिया' या कटिंग टूल्स क्षेत्रात काम करणाऱ्या कंपनीत नोकरी स्वीकारली. तेथे त्यांना तांत्रिक विक्री आणि विक्रीपश्चात सेवा या क्षेत्रात काम करता आले. व्यवस्थापनक्षेत्रात एकदम प्रवेश न केल्याने त्यांना इंजिनिअरिंग क्षेत्रातील प्रत्यक्ष कामाचा उत्तम अनुभव मिळवता आला. त्यामुळे या प्रत्यक्ष अनुभवाचा त्यांना खूपच फायदा झाला. येथे सहा वर्षांतच ते विभागीय सेल्स मॅनेजर झाले. पुढे उच्च पदाचा

अनुभव घेण्यासाठी त्यांनी ही नोकरी सोडून 'रेपीकट' या कटिंग टूल्सच्याच दुसऱ्या कंपनीत उपाध्यक्ष म्हणून जबाबदारी पत्करली. ३३ वर्षाचा होईपर्यंत तीन कंपन्यांत काम करून स्वत:चा काहीतरी उद्योग चालू करायचा हे त्यांनी मनाशी पक्के ठरवले होते.

प्रमोद चौधरी हे काही उद्योजकाच्या घराण्यात जन्मलेले नव्हते किंवा तशी पार्श्वभूमीही त्यांना लाभली नव्हती. मध्यम वर्गात जन्म घेऊनही आपल्या पुढील कामाची स्वच्छ दिशा त्यांनी ठरवली होती. पैशाचे मोठे पाठबळ नसतानासुद्धा त्यांचा ठाम निर्णय झालेला होता. प्रमोद चौधरी यांच्या वडिलांनी त्यांच्या निर्णयाला पाठिंबा दिला. काहीतरी वेगळे करून दाखवायचे असेल तर स्वातंत्र्य हवेच असे त्यांचे मत होते. शेतीक्षेत्रात त्यांनी पदवी मिळवली होती आणि फलटण साखर कारखान्यात ते काम करीत होते. लहानपणापासून स्वत:च्या हातांनी काम करणारी माणसे त्यांनी पाहिली होती. त्यामुळेच त्यांना प्रत्यक्ष कामाचा अनुभव मिळवावासा वाटला असावा. आपल्या तांत्रिक ज्ञानामुळे आणि वाटाघाटीच्या कौशल्यामुळे 'सिडिया'साठी आपण टेल्को-सारख्या मोठ्या कंपनीचा पाठिंबा मिळवू शकलो असे ते अभिमानाने सांगतात. याच काळात 'टेल्को'च्या सर्व थरांतून आपण उत्तम संबंधही प्रस्थापित करू शकलो असे त्यांना वाटते. पुढे त्यांनी एका मध्यम कारखान्यात भागीदार म्हणून काम मिळवले पण त्यात ते फारसे रमले नाहीत. स्वतंत्र काहीतरी करण्याची जिद्द त्यांना खुणावीत होती. त्यातूनच 'प्राज' या कंपनीचा जन्म झाला.

स्वतंत्र प्रवासाला सुरुवात

घरातील वडीलधारी मंडळी थोडी साशंक असतानास प्रमोद चौधरी यांच्या पत्रकार पत्नी परिमल यांनी मात्र त्यांना पूर्ण पाठिंबा दिला. कार गॅरेजमध्ये बंद करून त्यांनी दुचाकीवरच भ्रमंती सुरू केली. त्यांनी Distillery या व्यवसायाचा अभ्यास सुरू केला. त्यासंबंधी माहिती गोळा करायला सुरुवात केली. पुणे, दिल्लीतील अधिकाऱ्यांकडून कोणतीही लाच न देता उत्तम साथ त्यांनी मिळवली ती कोणाचीही पूर्वीची ओळख किंवा शिफारस नसतानाही. स्वत:च्या प्रामाणिक प्रयत्नामुळे तरुण मुलं काहीतरी धडपड करताहेत म्हणून अधिकारी मदत करीत होते. 'मी त्यांना प्रत्यक्ष भेटलो आणि माझ्या प्रामाणिकपणामुळे आणि तांत्रिक ज्ञानामुळे त्यांना प्रभावित केले. माझ्या आय.आय.टी. मधील पार्श्वभूमीचीही मदत मला झालीच पण माझा प्रकल्पही पटकन भुरळ घालणारा होताच.' असा त्यांचा दावा आहे. पारंपरिक पद्धतीपेक्षा वेगळा आधुनिक तंत्रज्ञानाचा कमी गुंतवणुकीचा कमी खर्चाचा असे इतर अनेक फायदे देणारे प्रकल्प मी सुचवीत होतो. साधी राहाणी आणि मराठी, हिंदी भाषेचा वापर यांचाही फायदा मला मिळाला यामुळेच मला माझ्या प्रकल्पाला परवानगी मिळाली असा त्यांचा

दावा आहे. विक्रम सिंह घाटग्यांनीही त्यांच्या कारखान्यातील प्रदूषण (Pollution) कमी करण्यासाठी परदेशी तंत्रज्ञान मिळवण्यासाठी काही पैसेही आगावू दिले. माळेगाव सहकारी साखर कारखान्यातूनही त्यांना काही काँट्रॅक्ट्स मिळाली.

१९८० च्या दुसऱ्या खंडात आमच्या श्रमांचे चीज होते आहे अशी चिन्हे दिसू लागली आणि १९८८-९० च्या दरम्यान त्यांना 'अल्फा लावल' सारख्या कंपनीच्या बरोबरीने मान मिळू लागला. १९९२ साली त्यांनी काही क्षेत्रांत त्यांनाही मागे टाकले. मग त्यांना खूपच यश मिळाले. प्रमोदजींच्या व्यवसायाचा, एका उद्योजकाचा प्रवास खूपच साहसपूर्ण तर आहेच पण इतरांना खूप प्रेरकही आहे. दृढनिश्चय, स्वच्छ आणि स्पष्ट विचारसरणी, सहगामी निवड, ताकदवान दिशा पुढाकार आणि अथक प्रयत्न, सतत शिकणे, केंद्रित विचारसरणी आणि ग्राहकांना पटवून देण्याची क्षमता, नोकराच्या भूमिकेतून मालकाच्या भूमिकेत जाणे ह्या बदलेल्या विचारधारणेचे उत्तम उदाहरण म्हणजे प्रमोदजी हेच शिकण्यासारखे आहे.

प्रमोद यांच्या उदारणावरून हे सिद्ध होते की, भविष्याची अवास्तव चिंता केली नाही तर कौशल्य शिकता येतात. हा परिणाम स्पष्ट उद्दिष्टचे, जाणीवपूर्वक अनुभव, अनुभवावरून शिकण्याची वृत्ती, उत्तम सौदे करण्याची क्षमता, आपले म्हणणे पटवून सांगण्याचे कौशल्य आणि दुसऱ्याबद्दल कळकळ या गोष्टी उत्तम यश मिळवण्यास आवश्यक आहेत.

'प्राज'ही कंपनी म्हणजे ओसंडून वाहणारा उत्साह आणि प्रमोद चौधरी म्हणजे बोलण्यापेक्षा कृतीवर भर देणारा उद्योजक. ते म्हणतात, 'मी मोठ्या लोकांना नेहमीच महत्त्व देतो आणि त्यांच्याकडूनही मला उत्तम पाठिंबा मिळतो.'

या यशानंतरही त्यांची घोडदौड सुरूच आहे. प्रत्येक प्रकल्प त्यांनाच मिळणे अपेक्षित नाही पण प्रत्येक वेळी एक संदर्भ म्हणून 'प्राज' चे नाव घेतले जाते. आपल्या कंपनीत उच्च तंत्रज्ञान आणि अधिक मूल्यवर्धन प्रमोद चौधरींना अभिप्रेत आहे. त्यांच्यामागे यशाची एक शृंखलाच आहे.

'प्राज' हा आंतरिक ऊर्जा असणारा उद्योग म्हणून ओळखला जावा ही त्यांची आस आहे. त्यासाठी त्यांचे मन नवीन कल्पना, सूचना आणि विचार यांसाठी सदैव खुले असते, धडपडत असते.

■■

डॉ. करसन पटेल

निरमाचे निर्माते

दुसऱ्या उत्पादकांचा वाटा आपण मिळवण्यापेक्षा आम्ही नवीन बाजारपेठ तयार करणे पसंत करतो.

करसन पटेल यांचा जन्म १९४५ ला गुजरातमधील एका शेतकरी कुटुंबात झाला. त्यांनी वयाच्या ३१ व्या वर्षी शास्त्र विषयातील पदवी संपादन केली. त्यानंतर त्यांनी एका प्रयोगशाळेत मदतनीस म्हणून कामाला सुरुवात केली. पहिल्यांदा न्यू कॉटन मिल्स् आणि नंतर राज्य सरकारच्या प्रयोगशाळेत. १९६९ साली त्यांनी आपली कन्या निरमा हिच्या नावाने कपडे धुण्याची पावडर विकण्याच्या व्यवसायाला प्रारंभ केला. कार्यालय सुटल्यावर ते पावडरची विक्री आपल्या सायकलवर घरोघरी जाऊन करीत असत. एकट्या माणसाची कंपनी आणि जवळपासची वसाहत एवढाच हा व्यवसायाचा पसारा होता. त्यावेळी त्यांनी आपल्या पावडरची किंमत बाजारातील प्रसिद्ध पावडर कंपनींच्यापेक्षा जवळ जवळ एक तृतियांश एवढीच ठेवली होती. त्यामुळे त्यांना प्रचंड प्रतिसाद मिळत होता. तीन वर्षांतच नोकरी सोडण्याइतपत आत्मविश्वास त्यांनी जमा केला होता. त्यापूर्वी त्यांच्या घराण्यात कोणीही व्यवसाय केलेला नव्हता. त्यामुळे स्वाभाविक थोडी भीती त्यांच्या मनात होतीच. परंतु उत्तर गुजरातमधील शेतकरी व्यापारी वृत्तीचे होते. अहमदाबादच्या एका उपनगरात त्यांनी छोट्या प्रमाणात निरमा पावडरचे उत्पादन सुरू केले. लवकरच गुजरात आणि महाराष्ट्रात त्यांनी व्यवसायाचे चांगलेच बस्तान बसवले.

उत्कृष्ट दर्जा आणि कमी किंमत त्यामुळे ग्राहकांना त्यांची उत्पादने अधिकच मौल्यवान वाटू लागली. गृहिणींना सहज आकर्षित करतील अशा जाहिरातींचा वापर केल्यामुळे धुण्याच्या पावडर आणि साबण विश्वात त्यांनी क्रांतीच घडवली. त्यावेळी या उत्पादनात बहुउद्देशीय कंपन्यांची मक्तेदारीच होती. दहा वर्षांत निरमा हा भारतातील सर्वात मोठा उद्योग बनला. या उत्पादनात मनुष्यबळाचा जास्त वापर होत असल्यामुळे निरमातल्या कामगारांची संख्याही २००४ साली १४००० पर्यंत झाली. आपल्या उत्पादनात करसनभाईंनी फॉस्पेटचा वापर टाळल्यामुळे त्यांची उत्पादने पर्यावरणाच्या दृष्टीनेही सरस ठरली.

मिळालेल्या यशामुळे करसनभाईंनी आपल्या कक्षा वाढवायच्या ठरवल्या आणि त्यांनी आपला मोर्चा या उत्पादनातील प्रमुख बाजारपेठेकडे वळवला, वरच्या थरात प्रवेश केला. निरमा बाथ, निरमा सौदर्य साबण आणि सुपर निरमा कपडे धुण्याच्या पावडरचे उत्पादन चालू ठेवले. शाम्पू आणि टूथपेस्ट यांमध्ये ते फारसे यश मिळवू शकले नाहीत. 'शुद्ध' नावाचे खाण्याचे मीठ मात्र चांगलेच नावाजले. निरमा सौंदर्य साबणाने 'लाईफ बॉय'आणि 'लक्स' खालोखाल लोकप्रियता मिळवली. देशाबरोबर परदेशातही त्यांनी आपली उत्पादने पोहोचवली.

अशा प्रकारे एका माणसाने घरगुती स्वरूपात सुरू केलेला व्यवसाय सौंदर्य-प्रसाधने, साबण, धुण्याची पावडर आणि मीठ इतका विस्तारला. डॉ. करसन पटेल हे एक यशस्वी उद्योजक व्यावसायिक आणि लोकहितवादी तत्त्वाचिंतक बनले. २००४ मध्ये त्यांची वार्षिक उलाढाल २५०० कोटी रुपये होती आज तीच उलाढाल ३३०० कोटी इतकी आहे. त्यांच्याकडे १४०००हून अधिक कामगार काम करीत होते आणि त्यांची विक्री ८००००० इतके टन होती. या आकड्यांवरून त्यांच्या व्यवसायातील धडाडीचा अंदाज आपल्याला बांधता येईल. दुय्यम व्यवसाय म्हणून चालू केलेला हा व्यवसाय इतके मोठे स्वरूप घेऊ शकेल असा विचारही मला शिवला नव्हता, अशी प्रांजल कबुली निरमाचे अध्यक्ष डॉ. करसन पटेल हे देतात.

बाजारात जेव्हा निरमाचा प्रवेश झाला तेव्हा 'हिंदुस्थान लिव्हर' सारख्या कंपन्यांनी त्याची दखल घेण्याचीही जरूर नाही असा त्यांचा दृष्टिकोन होता, पण आज लहान किमतीच्या उत्पादनाचाही विचार करायला हवा, अशी त्यांची दृष्टी बदलली आहे. 'चांगले उत्पादन, चांगले मूल्य आणि चांगले आयुष्य' हाच निरमा कंपनीचा ध्यास आहे. त्यामुळेच ती मोठमोठ्या कंपन्यांच्या पुढे आव्हान उभे करू शकली. कमी किमतीच्या आणि मोठ्या प्रमाणात माल खपवून फायदा असे धोरण त्यांनी अमलात आणले.

१९९५ साली डॉ. पटेलांनी 'निरमा इन्स्टिट्यूट ऑफ टेक्नॉलॉजी' ची स्थापना केली.

'निरमा' चा प्रवास....

'निरमा' हे भारतातील एक सर्वात परिचित आणि लोकप्रिय नाव आहे. जीवघेण्या स्पर्धेचा सामना करत भारतीय उद्योजकाने मिळवलेल्या अतुलनीय यशाची ही एक कथाच आहे. निरमाने मोठ्या बहुराष्ट्रीय कंपन्यांचे आव्हान स्वीकारून भारताच्या औद्योगिक इतिहासात एक नवे प्रकरणच लिहिले आहे. १९६९ साली एका माणसाने या व्यवसायास एकट्याने सुरुवात केली. आज 'निरमा' कंपनीसाठी १४००० हून

अधिक कामगार काम करीत आहेत आणि त्यांची उलाढाल २५ कोटी रुपयांहूनही अधिक आहे.

शास्त्र या विषयात पदवी घेतलेल्या एका शेतकऱ्याच्या मुलाने म्हणजे डॉ. करसनभाई पटेल यांनी या कंपनीची सुरुवात केली. आपले दैनंदिन नोकरीचे काम संपल्यावर आपल्या घरातील मागच्या बाजूच्या १०० चौ.फुटाच्या खोलीत एका बादलीत स्वतःच्या हातानी त्यांनी धुण्याच्या पावडर उत्पादनाला सुरुवात केली. त्यावेळी धुण्याची पावडर फक्त उच्च वर्गातील लोकांसाठी काही थोड्या बहुराष्ट्रीय कंपन्याच तयार करीत होत्या. बाजारात या कंपन्यांचीच मक्तेदारी होती. आपली धुण्याची पावडर तयार करून प्लॅस्टिक पिशवीत भरून घरोघर हिंडून करसनभाई स्वतः विकत असत. बाजारात सर्वात स्वस्त पावडर १३ रु. किलो असतांना करसनभाई मात्र ती ३ रु. किलोने विकत असत. थोड्याच दिवसात 'निरमा'ने आपला मोठा आणि स्वतंत्र ग्राहकवर्गच तयार केला. भारतीय पद्धतीने तयार केलेले हे सर्वात स्वस्त असे उत्पादन होते. दैनंदिन गरजेच्या या उत्पादनाने बाजारपेठेचा ताबाच घेतला असे म्हणावे लागेल. 'निरमा'ने बाजारपेठेचे सगळे नियमच बदलून टाकले आणि औद्योगिक विश्वात एक नवी यशोगाथा तयार केली. जगातील सर्वच व्यवसायिक संस्थात हा चर्चेचा विषयच झाला होता.

१९८० साली हिंदुस्थान लिव्हर या कंपनीच्या सर्फ धुण्याच्या पावडरलाही 'निरमा'ने मागे टाकले आणि या क्षेत्रात पहिला क्रमांक मिळवला. १९९० साली त्यांनी साबणाच्या उत्पादनाला सुरुवात करून आज त्यात ते दुसऱ्या क्रमांकावर आहेत. जगात जास्त खप असलेली ती आज एक नंबरची कंपनी आहे.

■■

भारतातील तरुण उभरते नेतृत्व

नेतृत्व मिळणे हा एक स्वाभाविक बदल असतो की ती एक वैयक्तिक निवड असते, ह्या प्रश्नाचे नेमके उत्तर देणे तसे अवघडच. आपण खालील काही नेत्यांना हा प्रश्न विचारला तर मला वाटते ते नक्कीच उत्तर देतील की ही वैयक्तिक निवड आहे. ठरविले आणि तसे योग्य दिशेने प्रयत्न केले तर आपण हे मिळवू शकता. कदाचित् नशीब आपल्याला एखाद्या विशिष्ट ठिकाणी घेऊन जाऊ शकते. परंतु त्यापुढील प्रवासासाठी आवश्यक हुषारी, स्वच्छ दूरदृष्टी, आत्मविश्वास आणि दृढविश्वास आपल्याजवळ असला तरच त्यांचा योग्य फायदा घेऊनच आगेकूच करता येते. हाच नेते आणि इतरांमध्ये फरक आहे. नेते वरवर वाटणारे अशक्य ध्येय स्वीकारतात आणि आपल्या अवतीभोवतीच्या लोकांना ते मिळविण्यासाठी प्रवृत्त करतात, प्रेरणा देतात. हेन्री फोर्ड यांनी असेच व्ही इंजिनचे स्वप्न पाहिले. त्यांच्या सर्व इंजिनिअर्सनाही ही गोष्ट अशक्य वाटत होती. परंतु फोर्डनी त्याचा चांगलाच पाठपुरावा केला आणि ही गोष्ट प्रत्यक्षात उतरवली. उद्योजकही अशीच स्वप्ने पाहून देशासाठी समृद्धी निर्माण करतात.

२१ व्या शतकात भरीव कामगारीची अपेक्षा निर्माण केलेल्या काही नेत्यांचा परिचय आपल्याला करून द्यावासा वाटतो. हे सर्वजण तरुण तर आहेतच परंतु त्यांनी योग्य वेळी योग्य पावले उचलून स्वत:साठी आणि आपल्या देशातील इतरांसाठीही योग्य बदल घडवून आणले आहेत. हे भारताच्या पुढील भवितव्याच्या दृष्टीने महत्त्वाची कामगिरी करणार आहेत आणि भारताला प्रगतीचा मार्ग दाखविणार आहेत.

1) **Aditya Mittal :** CEO Arcelor Mittal - Bachelor's degree in Science & Economics
   F. Q. : Boldness changes everything
   Goal : To become the global metal and mining leader.
2) **Arvind Kejriwal :** Founder, Parivartan : B. Tech IIT Kharagpur
   F. Q. : Power resides in the people and it is entrusted for the time being to those whom they may choose as their representatives.
   Goal : Empower, people make goverance just transperent and accountable

3) **Ashish Dhawan :** Sr. M. D. Chrys Capitals- B. S. MBA Harward B School

4) **Glenn Saldhanha :** M. D. & CEO. Glenmark Pharmaceuticals : MBA from Leonard Stem School of Business NYU.
F. Q. : Want to be and innovation led Indian MNC.
Goal : Serve Humanity with low-cost medication and high end innovation

5) **Harish Hande:** MD Selco Solar Light - Ph. D. Rural Electrification from Massachusetts University USA
F. Q. : The maxim that has made him what he is : Solar is expensive for the rich aftordable for the poor.
Goal : To Create modules & solutions for the next generation to replicate Salco model in India.

6) **Jignesh Shah :**Chairman and Group CEO Financial Technologies. Electronics Engineer from University of Mumbai
F. Q. : "First deserve then desire in life"
Goal : Use technology & Innovaction to create next generation financial markets that will democratics the benefits of globalisation.

7) **Kumar Mangalam Birla** : Chairman Aditya Birla Group C. A. MBA
F. Q. : Multi tasking is critical and CEO need to know- every business closely.
Goal : To build world class Indian MNC.

8) **Mukti Datta :** Secretary Jan Jagran Samiti - Higher Secondary
F. Q. : Have the serenity to accept things you can not change, the courage to change things you can change and the wisdom to know the difference.
Goal : Realise my dreams for the State of Uttarakhand (Empowering women)

9) **Nachiket Mor :** President, ICICI Bank foundation for inclusive a growth
Financial economics for University of Pennsylvania

10) **Rahul Puri :** Executive Director Moser Baer. B. Tech Computer Engg. Petersberg USA

11) **Ramesh Ramanathan** MSc. BITs Pilani MBA (Yale) Cofounder Janaagraha (CFA)
F. Q. : Be the change that you wish to see in the world.
Goal : Change the perception and reality of urban India.

12) **Sanjeev Bikchandani** : CEO Info Edge : I I M Ahamdabad MBA
F. Q. Innovate or stagnate

13) **Sangita Reddy :** Executive Director : Oppollo Hospitals-
Bsc. (Master of health) Administration USA
F. Q. : Be the change you wish to see in the world.
Goal : good healthcare for the world.

14) **Veenit Jain** : Managing Director BCCL Business Graduate from
Switzerland
F. Q. : When it comes to the future there are three kinds of people-
Those who let it happen, those who make it happen and those who
wonder what happened.
Goal : To excel in whatever I do. To me presuit of happiness is not
necessarily tied to people or things.

15) **Vikram Akula:** CEO & Founder, SHS Microfinance
B. A. M. A. Ph. D. University of Chicago

16) **Vikram Oberoi :** Jt. MD (operations) EIT Limited
Economics degree From California.
F. Q. : We should not look for the next big thing but make things
bigger and better.
Goal : To expand the luxury brand worldwide
F. Q. : Be the change you want to see in the world
Goal : Eradicate poverty

Note : F. Q. = Favourite Quotation

प्रणाली यशाची

आपण यशस्वी व्हावे असे कोणाला वाटत नाही? आपल्यातील प्रत्येक माणसाला यशस्वी व्हावेच असे वाटत असते. मग तो रेल्वे प्लॅटफार्मवरचा भिकारी असो, संगणक प्रणाली उद्योजक बिल गेट असो वा बुध्दत्वाजवळ पोहचणारा महान साधक असो. उद्दिष्ट काही का असेना यश म्हणजे योगायोग किंवा अनपेक्षित घटना नव्हे, तर आपल्या दृष्टिकोनांचा आणि यशासाठी घेतलेल्या योग्य प्रयत्नाचा परिपाक असतो. कितीतरी वेळा आपण पाहतो काही माणसे एकामागून एक अडथळे पार करून आयुष्यातील आपले ध्येय गाठतात. बाकीचे मात्र पहिल्याच अडथळयाशी थबकून पडतात असे का? बऱ्याच वेळा असे दिसते की यश म्हणजे काय हे त्यांना कळलेलेच नसते. कुठल्यातरी अस्पष्ट गोष्टी मागे ते नुसते धावत असतात. जेव्हा प्रचंड दमछाक होते तेव्हा शरीराने आणि मनाने निराश होऊन ते योग्य प्रयत्न सोडून देतात. यशप्राप्तीच्या या प्रयत्नात दोन गोष्टी महत्त्वाच्या वाटतात. पहिली गोष्ट यश म्हणजे नेमके काय हे समजाऊन घेणे आणि दुसरी यशाची प्रणाली ठरवून प्रामाणिकपणे ती आचरणात आणणे. प्रथम यश म्हणजे काय याची व्याख्या पाहू आणि मग योग्य अशा प्रणालीकडे वळूया.

यशाची व्याख्या

यश म्हणजे ''उचित ध्येयाच्या दिशेने उद्दिष्ट प्राप्तीसाठी करावयाच्या सततच्या प्रवासाची अनुभूती. ही सर्वसाधारण व्याख्या तयार झाली. या व्याख्येतील प्रमुख संकल्पना'' समजाऊन घेणे महत्त्वाचे आहे.

'उचित ध्येय' : हा शब्द आपल्या मूल्य प्रणालीशी संबंधित आहे. आपली मूल्ये, विचार करण्याची दिशा कशी असावी हे 'उचित' हा शब्द दाखवतो. आपण अवलंबलेले मार्ग योग्य की अयोग्य हे या शब्दावरून ठरत असते. 'उचित' ह्या ध्येयामुळेच आयुष्याला अर्थ येतो, कृतकृत्यता आणि सार्थकतेची भावना येते. हे नसेल तर यश फोल ठरते. समाजद्रोह करून प्रचंड संपत्ती मिळवणाऱ्या माणसांची

अवस्था आपण बघतोच आहेत. एक उदाहरण म्हणून वीरप्पन, दाऊद अब्राहम, ओसामा बिन लादेन अशा कितीतरी माणसांची नावे घेता येतील. आयुष्यभर समाजापासून तोंड लपवायची मरमरच शेवटी त्यांच्या वाट्याला आली ना? काय उपयोग अशा संपत्तीचा? तेव्हा यश हे आपले आणि आपल्या समाजाचेही भले करणारे असायला हवे.

उद्दिष्टे : आयुष्यात ध्येय नसणे म्हणजे 'अर्थशून्य' आयुष्य होय. त्यामुळे आयुष्य सुकाणू नसणाऱ्या होडीसारखे होते. 'फुटबॉल'चे दोन संघ मोठ्या स्फूर्तीने मैदानात उतरतात पण तेथे गोलच नसल्यास सामन्याचे काय होईल? उद्दिष्टामुळे आपल्या प्रयत्नात सातत्य येते आणि उत्साह वाढतो.

सततचा प्रवास

यशाच्या प्रवासात कोणतेही स्थानक नसते. हा प्रवास कोठेही न संपणारा, न थांबणारा असतो. एक यश संपादन केले की दुसरे पुढे ठेवले जाते.

अनुभूती : यश ही एक अनुभूती आहे. त्यामुळेच ही अनुभूती माणसागणिक वेगवेगळी असणार आहे. कुणाला सर्वसंगपरित्याग करून हिमालयात जाणे यश वाटेल तर कुणाला हिमालयाएवढी संपत्ती निर्माण करून समाजात राहायला आवडेल. त्यामुळे यश हे क्षेत्र आपल्या वेगवेगळ्या कामात समान अनुभूती देणारे आहे.

यशाची प्रणाली :

संगणकीय युग :

आपण सध्या संगणकीय युगांत राहतो आहोत. ह्या युगात संगणकाने माणसाच्या आयुष्याला खूपच गती आणली आहे. पूर्वी सामान्य माणसाच्यादृष्टीने अगदी अशक्य वाटणाऱ्या गोष्टी आता आवाक्यात आल्या आहेत. अल्लाउद्दीनच्या दिव्यातील राक्षसासारखा संगणक माणसापुढे हात जोडून आपल्या आज्ञांची वाट पाहातो आहे. त्याला आपलेसे करून योग्य पद्धतीने वापरले तर यशाची अनेक दालने तो आपल्यासाठी खुली करून देईल. माणूस संगणकाला माणसाच्या मेंदूपेक्षाही ताकदवान बनविण्याची स्पप्ने पाहात असला तरी आज जगातला सगळयात बलवान आणि विस्मयकारक संगणक म्हणजे माणसाचा मेंदूच आहे. माणसाचा मेंदू प्रत्येक सेकंदाला ८०० हून अधिक गोष्टींची नोंद घेऊ शकतो आणि हे, तो सतत सुमारे ७० ते ७५ वर्षे न थकता करतो. माणसाचा मेंदू म्हणजे सुमारे १० ते १०० महापद्म (Billons) नोंदी करू शकणारे महान भांडार आहे (Store house) मला माहीत असलेला जगातील सर्वोत्तम संगणक जास्तीत जास्त काही दशलक्ष नोंदी करू शकतो. (अर्थात ह्यात

क्षणाक्षणाला सुधारणा होते आहे, तरी मानवनिर्मित संगणकाला मेंदूशी स्पर्धा करायला अजून बराच काळ लागणार आहे! आज मानवाच्या शक्तीचा संगणक करावयाचा असेल तर अमेरिकेतील एके काळच्या सर्वात मोठ्या इमारती इतकी (Empire state building) जागा लागेल आणि तो काही बिलियन वॅट एवढी विद्युत् ऊर्जा फस्त करेल. इतक्या प्रचंड शक्तीचा संगणक सृष्टिकर्त्याने आपल्या प्रत्येकाला सहज उपलब्ध करून दिला आहे. आजच्या संगणकाच्या भाषेत उत्तम 'हार्डवेअर' हे भौतिक साधन आपल्याला अगदी सहज उपलब्ध आहे. तेव्हा यश मिळवण्यासाठी आता फक्त गरज आहे ती 'सॉफटवेअरची' संगणकीय प्रणालीची. अर्धे अधिक काम तर आपल्या पित्यानेच केलेलेच आहे. आता आपण ह्या संगणकाचा पुरेपूर उपयोग करण्यासाठी आपली स्वतःची संगणकीय प्रणाली तयार करायला हवी. हे काम जितके उत्कृष्ट होईल तितके उत्कृष्ट यश आपल्याला संपादन करता येईल. आता आपण विचार करणार आहोत तो म्हणजे उत्तमातील उत्तम संगणकीय प्रणाली कशी करता येईल याचा. ह्या प्रणालीतील शिडीवरच्या काही महत्त्वाच्या पायऱ्यांचा विचार आपल्याला करायचा आहे. संगणकीय प्रणाली म्हणजे 'आपल्याला हव्या असणाऱ्या गोष्टी मिळवून देण्यासाठी संगणकास दिलेले आज्ञापत्र.'

१) ज्वलंत इच्छा : यशाच्या शिडीवरची पहिली पायरी आहे ज्वलंत इच्छा. जे यश आपल्याला मिळवायचे आहे त्याबद्दल आपले सर्वस्व पछाडणारी ज्वलंत इच्छा आपल्या मनात निर्माण व्हायला हवी. ह्या पहिल्या पायरीला पर्याय नाही. आपले ईप्सित साध्य करण्याची तळमळ हीच आपल्याला यशाकडे नेणारी प्रबळ प्रेरणा असते. 'माणसाच्या मनामध्ये जे रुजतं आणि माणूस सतत जे मनात आणतो आणि त्यावर विश्वास ठेवतो ती गोष्ट माणूस हमखास साध्य करू शकतो. आत्यंतिक तळमळ हीच कार्यसिद्धीची सुरुवात असते. ज्वलंत, प्रबळ इच्छा नसेल तर माणसाला भव्यदिव्य असं काहीच साध्य करता येत नाही.

श्री. धिरुभाई अंबानी ह्यांच उदाहरण ह्या बाबतीत खूपच बोलकं आहे. प्राथमिक शाळेत नोकरी करणाऱ्या शिक्षकाचा हा मुलगा. गुजरातमधील एका खेड्यात बालपण गेलं. शिक्षण जेमतेम १० वी ११ वी पर्यत. नोकरीच्या निमित्ताने परदेशप्रयाण. एका पेट्रोल पंपावर नोकरी. परंतु मोठा उद्योगपती होण्याची ज्वलंत इच्छा. आपली इच्छा प्रत्यक्षात उतरवण्यासाठी घेतलेले अथक परिश्रम. स्वप्नांना दिलेली वास्तवतेची जोड. अवघ्या पसतीस चाळीस वर्षांच्या वाटचालीत भारतातला सर्वात मोठा उद्योगपती होऊन सहा हजार कोटी रुपयांच्या साम्राज्याचा मालक झाला. केवळ दुर्दम्य इच्छेचा परिणाम. दुर्दम्य इच्छा माणसाला कार्यप्रवण करते. सकारात्मक बनवते. सर्व मर्यादा

ओलांडून माणूस हवे ते साध्य करू शकतो.

२) उद्दिष्टे ठरवा : एक प्रवासी एका चौकात येऊन थांबला. त्याने तेथे असलेल्या एका वयस्कर माणसाला विचारले, "हा रस्ता कोठे जातो?" त्यावर त्या वयस्कर माणसाने प्रतिप्रश्न केला. "तुम्हाला कोठे जायचे आहे ?" प्रवाशाचे उत्तर "मला माहीत नाही" यावर वृद्धाचे उत्तर, "मग कोणत्याही रस्त्याने जा." त्याने काय फरक पडतो? " आपल्याला जर विशिष्ट ठिकाणीच जायचे असेल तर त्या ठिकाणाकडे जाणारा नेमका रस्ताच धरावा लागेल. ईप्सित ठिकाणी पोहचण्यासाठी उद्दिष्टे किंवा ध्येये ही अशा नेमक्या रस्त्याचे काम करतात.

आपल्याला, द्रोणाचार्यांनी जेव्हा आपल्या विद्यार्थ्यांची धनुर्विद्येची परीक्षा घेतली तेव्हाची गोष्ट माहितीच आहे. द्रोणाचार्यांनी परीक्षा देणाऱ्या पहिल्या विद्यार्थ्याला विचारले "बाळ ! तुला काय काय दिसले?" तो म्हणाला, "मला झाड, फांद्या, पाने, आकाश आणि पक्षी दिसतो आहे" द्रोणाचार्यांनी विद्यार्थ्याला परत पाठविले. अशी अनेक प्रश्नोत्तरे झाली. जेव्हा अर्जुनाची पाळी आली तेव्हा तोच प्रश्न विचारला गेला. अर्जुनाने उत्तर दिले. "मला फक्त पक्ष्याचा डोळाच दिसतो आहे." द्रोणाचार्य म्हणाले "फार छान. बाण मार. बाण सरळ गेला आणि पक्षाच्या डोळ्यात घुसला.

आपल्याला काय करायचे आहे ? आणि ते कसे प्राप्त करायचे आहे ? याची योजना करायला हवी, म्हणजे आपल्या प्रयत्नांना दिशा मिळते. आपले ध्येय आपण कोठपर्यंत गाठले आहे याचा अंदाज घेता येतो आणि आपले प्रयत्न केंद्रित होऊन लक्ष गाठता येते.

उद्दिष्ट का याचे अजून एक उदाहरण पाहा. स्वच्छ सूर्यप्रकाश पडला आहे. तुमच्या जवळ एक शक्तिशाली भिंग आहे. ते जर आपण सतत नुसते मागे पुढे करीत राहिलात तर काय साध्य होणार? त्यापेक्षा भिंगाचा प्रकाश एका बिंदूवर घेऊन त्या खाली कागद ठेवला तर तो कागद पेट घेईल. ही ताकद ध्येय असणे आणि त्यासाठी नेमके प्रयत्न करणे यांची आहे.

३) कर्तव्यापेक्षा अधिक काम करा : ॲंड्र्यु कार्गेनी हा अमेरिकेत नशीब अजमावण्यासाठी गेलेला एक होतकरू तरुण स्वकर्तबगारीवर खूप मोठा झाला. लोखंड तयार करणारा जगातील एक मोठा माणूस झाला. त्याच्या मते जगातील काम करणाऱ्या सर्व माणसांची वर्गवारी तीन गटांत करता येते.

१.आपले कर्तव्यही न करणारी माणसे, २. फक्त कर्तव्यापुरते काम करणारी माणसे आणि ३. आपल्या कर्तव्यापेक्षा थोडे अधिक काम करणारी माणसे. ज्याच्या

हाताखालून लाखो माणसे गेलीत अशा ह्या माणसाची शिफारस आहे की, आपल्या आयुष्यात यशस्वी व्हायचे असेल तर आपण कर्तव्यापेक्षा जास्त काम करायला शिका. यशाची फिकीर करायची गरज नाही, ते आपोआपच आपल्या मागे येईल.

जगप्रसिध्द जॉर्ज डनलॉप आपल्याला माहिती आहेतच. ते अत्यंत गरीब कुटुंबात जन्मले होते. ते राहात होते तेथे त्यांच्या जवळपास पायाने अधू असणारी एक महिला राहात होती. हालचाल करण्यासाठी ती चाकांची खुर्ची वापरत असे. त्या खुर्चीची चाके लोखंडी होती. त्यामुळे ती जेव्हा, जेव्हा हालचाल करी त्या त्या वेळी धक्का लागून तिचा पाय दुखे आणि तिला खूप वेदना होत असत. श्री. जॉर्ज डनलॉप यांना या बाईबद्दल खूप करुणा येत असे. त्या काळी रबर ह्या पदार्थाचा शोध नुकताच लागलेला होता. श्री. डनलॉप यांना एक कल्पना सुचली. त्यांनी रबराच्या पट्टया घेऊन त्या गाडीच्या चाकाभोवती गुंडाळल्या. त्यामुळे गाडीला धक्का लागण्याचे प्रमाण खूपच कमी झाले आणि त्या अपंग महिलेला होणाऱ्या वेदनाही खूप कमी झाल्या. पुढे डनलॉप यांनी ह्या कल्पनेचा विकास करून टायरचा शोध लावला व ते जगातली एक अत्यंत श्रीमंत व्यक्ती झाले.

४) अतूट श्रद्धा : आपल्याला काय करायचे आहे त्याचबरोबर ते कसे करायचे आहे, यावर आपली न डळमळणारी श्रद्धा हवी. श्रद्धा म्हणजे पुराव्याशिवाय एखाद्या गोष्टीवर विश्वास ठेवणे नव्हे, तर परिणामांची पर्वा न करता आपल्या ध्येयाचा पाठपुरावा करण्याचे धैर्य दाखवणे होय. मग ही श्रद्धा परमेश्वरावर असो, निसर्गावर असो, आयुष्यावर असो वा आपल्या स्वतःवर असो. ती मोठे काम करून जाते. आपल्याला काय करायचे आहे त्यावर श्रद्धा ठेऊन स्वतःला मदत करा म्हणजे आपल्याला जे व्हायचे आहे ते आपण व्हाल.

५) सकारात्मक बना : काही वर्षांपूर्वी डॉ. वसंतराव गोवारीकरांचा सत्यकथेवर आधारित 'कथा दोन महामानवांची' हा लेख वाचला.त्यात ते सकारात्मकतेचे एक उत्कृष्ट आणि जिवंत उदाहरण देतात. अर्मेनिया देशात आई, वडील आणि एक मुलगा असे एक कुटुंब राहात होते. वडिलांचा मुलावर अतिशय जीव होता. मुलगा प्राथमिक शाळेत शिकत होता. त्याचेही आपल्या वडिलांवर खूप प्रेम होते. बाळ मी जिवंत आहे तोपर्यंत तुला कधीच अंतर देणार नाही असे बाबा मुलाला नेहमीच सांगत. १८८९-मधील एक दिवस परीक्षा पाहाणारा उगवला. बाबा नेहमीप्रमाणे मुलाला शाळेत पोहोचवून आपल्या कार्यालयात गेले. थोड्या वेळातच एक अजब आणि प्रलयंकारी घटना

घडली. सारा गांव भूकंपाने हादरून गेला. बाबा जीवाच्या आकांताने शाळेकडे धावले. समोरचे दृष्य बघून त्यांच्या पायाखालची जमीनच सरकली. संपूर्ण शाळा जमीनदोस्त झाली होती. अनेक मुलांचेही पालक आपल्या पाल्याचा शोध घेण्यासाठी आले होते. आपण निसर्गकोपापुढे काय करणार? अशा निराशेने ते घरी परतत होते. परंतु चरित्रनायक बाबा काही सामान्य नव्हते. त्यांनी आपल्या मुलाचा वर्ग कोठे होता त्याचा अंदाज घेतला. त्या जागी टिकाव पावडे घेऊन खणायला सुरुवात केली. अनेक पालकांनी त्यांना समजावयाचा प्रयत्न केला. पण व्यर्थ. ह्या बाबांनी त्यांना एकच प्रश्न केला माझ्या मदतीला येणार का? कोणीही पुढे आला नाही. त्यांनी मात्र त्यांचा उद्योग चालूच ठेवला. काही वेळाने पोलीस आणि काही सरकारी अधिकारी तेथे आले. त्यांनीही बाबांना समजावयाचा प्रयत्न केला. वेडेपणा करून आपल्या देहाला उगीचच का थकवता आहात? असाच प्रश्न केला. बाबांचे उत्तर ठरलेलेच होते. आपण माझ्या मदतीला येणार का? प्रचंड जिद्दीने पेटून बाबांचे काम चालूच होते. काही प्रयत्नानंतर दोन, तीन मोठे दगड बाजूला झाले. बाबांना एक मोठे भुयार दिसले. बाबांनी माती बाजूला करावयाच्या आपल्या प्रयत्नांना अधिक जोर लावला आणि काय आश्चर्य भुयारातून मुलांचा आवाज आला. बाबा मुलाला वर घेण्याचा प्रयत्न करणार एवढ्यात मुलगा म्हणाला बाबा आधी माझ्या मित्रांना बाहेर काढा. एका महामानवाचाच मुलगा तो. वडिलांना सांगत होता ‘‘मी माझ्या मित्रांना धीर देऊन सांगत होतो. घाबरू नका माझे बाबा जिवंत असतील तर ते आपल्याला नक्कीच वाचवतील. बाबा तुमच्या बद्दल खात्री असल्यामुळेच आम्ही तग धरली. त्या वर्गातली सगळी मुले वाचली आणि वर्गातून बाहेर आली. हे सकारात्मक विचाराचे जिवंत उदाहरण. माणसे अडचणीला तोंड द्यावे लागले नाही म्हणून यशस्वी होत नाहीत तर येणाऱ्या प्रत्येक अडचणीवर मात करून यशस्वी होतात.

यश मिळवायचे आहेना? मग आपण आपले दृष्टिकोन असेच सकारात्मक ठेवावयास हवेत. त्यासाठी तालीम करायला हवी. सकारात्मक मनोवृत्तीचा आणि प्रेरित राहाण्याचा निश्चय रोज सकाळी आपला आपणच करायला हवा. प्रयत्नांची जोड नसेल तर आपला आशावाद म्हणजे वाळूचा किल्ला ठरेल. दिवास्वप्न बघणे आणि भाबडी आशा बाळगणे व्यर्थच किंवा शक्तीचा अपव्यय करणार ठरते.

६) विनोदबुद्धी वापरा : आयुष्यात विनोदबुद्धीला अतिशय वेगळे महत्त्व आहे. आयुष्यातील अनेक कठीण प्रसंग विनोदबुद्धीचा वापर करून हलके आणि सुसह्य करता येतात. वाढलेला तणाव कमी करून गंभीर प्रश्नांची उकल, शांत

वातावरणात नैसर्गिक कौशल्ये आणि बुद्धीचा वापर करीत, उत्तमप्रकारे काम करता येते. पुढील कांही प्रसंग पहा.

● एका रेल्वे स्टेशनवर एक भिकारी नियमितपणे भीक मागत असे. भिकाऱ्याने हात पुढे केला की एक प्रवासीही त्याला नेमाने पैसे देत असे. एक दिवस प्रवासी भिकाऱ्याजवळ आला आणि बघतो तर भिकाऱ्याचे दोन्हीही हात पुढे. आश्चर्य वाटून प्रवाशाने विचारले, कारे ? आज दोन्ही हात पुढे? भिकारी उद्‌गारला, साहेब ! पहिली ब्रँच यशस्वी झाली म्हणून आता दुसरीही सुरू केली. प्रवाशी खूष झाला आणि भिकाऱ्याच्या हातावर नेहमीपेक्षा जास्त म्हणजे वीस रुपये ठेऊन तो पुढे गेला.

● संसदेत दोन संसदपटू होते. एक खूप जाडा होता आणि दुसरा अगदी बारीक. दोघांमध्ये बराच वाद झाला. जाड संसदपटू बारक्याला म्हणला, जास्त हुषारी केलीस तर मी तुला गिळून टाकीन. त्यावर बारीक संसदपटू शांतपणे म्हणाला "हो तसे केलेस तर तुझ्या डोक्यापेक्षा जास्त मोठा मेंदू तुझ्या पोटात असेल."

● एका कोर्टात एक खटला चालू होता. एका चोराने एकाच ठिकाणी १२ वेळा चोरी केली होती. न्यायाधीशाने चोराला विचारले, "काय महाशय ! आपण एकाच ठिकाणी १२ वेळा चोरी का केलीत?" चोर म्हणाला "साहेब ती एका बँकेची खिडकी होती आणि त्यावर पाटी लिहिलेली होती "भेटीबद्दल धन्यवाद. पुन्हा या !" विनोदाला दाद देऊन न्यायाधीश म्हणाले मी आज आपली मुक्तता करतो. पण पुन्हा येथे येऊ नका"!

● एका अरुंद रस्त्यावरून एक माणूस जात होता. दुसऱ्या बाजूनेही एक माणूस येत होता. त्याला पाहून पहिला माणूस तोऱ्यात म्हणाला, "ए मला रस्ता दे !"

दुसरा अगदी शांतपणे म्हणला, "मी आपल्याला तीच विनंती करणार होतो."

त्यावर पहिला माणूस अजून रागावून म्हणाला, "मी मूर्खांना वाट देत नसतो समजल का ?"

त्यावर पहिला माणूस तितक्यात शांतपणे म्हणाला, "मी मात्र देतो आपण प्रथम जावे"

विनोदबुद्धी शाबूत ठेवल्यामुळे आपण अशा अनेक तणावात्मक परिस्थितीतून, आपल्या मनाची शांतता कायम ठेवून चांगला मार्ग काढू शकतो. ह्यासाठी विनोदबुद्धी जागृत ठेवा.

७) चिकाटी ठेवा, कधीही माघार घेऊ नका :

आपल्या सर्वांनाच आयुष्यात आघात सोसावे लागतात. अपयश सोसावं लागत. माघार घ्यावी लागते. भगवान श्रीकृष्णही याला अपवाद नव्हते. एखाद दुसरं अपयश आले तर आपण काही अपयशी ठरत नाही. बहुतेक माणसं अयशस्वी होतात कारण ती माघार घेतात.

थॉमस एडिसन हा चार वर्षांचा असतानाच त्याला शाळेतून परत पाठवल गेलं. त्याच्या खिशात चिठ्ठी होती. ''तुमच्या टॉमीला शिक्षणात गती नाही. त्याला शाळेत पाठवू नका.'' टॉमीच्या आईने ती वाचली आणि त्या शिक्षकाला लिहिले ''माझा टॉमी नक्कीच शिकेल. मी स्वतःच त्याला शिकवेन.''

हा टॉमी म्हणजेच सुप्रसिध्द संशोधक थॉमस एडिसन. एडिसनला विजेचा दिवा तयार करण्यात यश मिळाल खरं, पण त्याआधी त्यांना हजारावर अधिक अयशस्वी प्रयोग करावे लागले.

थॉमसच्या आईने चिकाटीने थॉमसला शिकवले नसते आणि थॉमसने काही प्रयत्नातच दिवा तयार करण्याचा नाद सोडला असता तर? आपण मात्र आज अंधारातच राहिलो असतो.

श्री. विन्स्टन चर्चिल एक आश्चर्यकारक व्यक्ती होते. त्यांना एकदा त्यांच्याच शाळेतील स्नेहसंमेलनाला अध्यक्ष म्हणून बोलावले होते. नेहमीच्या थाटातच ते समारंभाला उपस्थित राहिले. आपला चिरूट तोंडातून काढला आणि सर्व विद्यार्थ्यांपुढे फक्त तीनच वाक्यांचे भाषण त्यांनी केले. आपण अंदाज करू शकता का कोणती होती ती तीन वाक्ये?

''कधीच माघार घेऊ नका ! कधीच माघार घेऊ नका ! कधीसुध्दा माघार घेऊ नका!''

लंबीचौडी भाषणे लोक काही तासांतच विसरून जातात. विसरेल का कुणी हे भाषण? मोजकेच पण आयुष्याला दिशा देणारे हे शब्द.

परमेश्वराने दिलेल्या अप्रतिम, अजोड संगणकाला साजेल अशी योग्य आणि नेटकी संगणकप्रणाली तयार करून जर आपण आपल्या संगणकाला (मेंदूला) दिलीत आणि त्या बरहुकूम प्रयत्नांची शर्थ केलीत तर अंतिम यश आपलेच आहे.

यशाचा राजमार्ग

प्रभावी लोकांच्या सात सवयी

आपले जीवन प्रभावी व्हावे असे कोणाला वाटत नाही? बहुधा आपल्याकडे योग्य ज्ञान असते, कार्यक्षमता असते पण प्रभावी कामासाठी नेमके काय करायला हवे ह्याची जाण नसते. कोणत्या सवयी आपण अंगी बाळगल्या पाहिजेत, हेच समजत नाही. त्यामुळे प्रचंड प्रमाणात उपलब्ध असणारी कार्यक्षमता वाया जाते. चांगल्या सवयी अंगी बाणवल्या की ही अडचण दूर होऊ शकते. यशासाठी चांगली शैक्षणिक बैठक तर हवीच. त्याने आपल्या संकल्पना स्पष्ट होतात. जग कळायला मदत होते. पण शिक्षण म्हणजे सर्व काही आहे का? अनेकदा उत्तम शैक्षणिक यशानंतरही माणसे व्यावहारिक जगात यश मिळवू शकत नाहीत. ह्या उलट सुमार हुशारी असणारी माणसे मात्र आयुष्यात चमकतात. काय विशेष असते अशा माणसांकडे? नशिबाचा खेळ म्हणायचे कां? नशीब लागते खरे, पण तोच मुख्य घटक आहे असा विचार करता येत नाही.

यशासाठी प्रवासाला सुरुवात करताना माणूस इतरांवर अवलंबून असतो. स्वावलंबी व आत्मनिर्भरता ही यशाची पहिली पायरी. हा असतो आत्मविकास. पण आजच्या गुंतागुंतीच्या जगात एवढा विकास पुरेसा नसतो. इतरांनी काही प्रमाणात आपल्यावर अवलंबून असणे व आपणही इतरांवर अवलंबून असणे हे अपरिहार्य आहे. ह्या परस्परावलंबित्वामध्ये एक विशिष्ट गुणवत्ता, दर्जा संपादन करणे आवश्यक असते. हा सामूहिक विजय असतो. व्यक्तिगत विकासाच्या पुढचा. म्हणजे यशाचा मार्ग अवलंबित्वाकडून स्वावलंबनाकडे आणि तेथून परस्परावलंबनाकडे जातो, असे म्हणता येईल.

हा प्रवास प्रभावीपणे पार करण्यासाठी आपण कोणत्या संवयी आत्मसात करणे आवश्यक आहे ह्याबद्दल मार्गदर्शन श्री. स्टिफन आर कोवे (Stephan R- Covey) ह्यांनी त्यांच्या ''सेव्हन हॅबिट्स ऑफ हायली इफेक्टिव्ह पीपल'' ह्या प्रसिद्ध ग्रंथात अतिशय प्रभावीपणे केले आहे. त्याचा हा गोषवारा :-

सवय : सातत्याने घडणारे वर्तन म्हणजे सवय. कौशल्य (कसे करायचे), ज्ञान (काय करायचे) आणि इच्छा (करावेसे वाटणे) यांचा समन्वय म्हणजे सवय असेही म्हणता येईल.

तत्त्वे	सवयी	उद्दिष्ट
१. दृष्टिकोन आणि तत्त्वे		पार्श्वभूमी आणि भूमिका समजावून घेणे.
२. व्यक्तिगत विजय १. व्यक्तिगत दूरदृष्टीची तत्त्वे २. व्यक्तिगत नेतृत्वाची तत्त्वे ३. व्यक्तिगत व्यवस्थापनाची तत्त्वे	सक्रियात्मक बना. अंतिम अवस्था लक्षात घेऊन सुरुवात करा. पहिल्या गोष्टी प्रथम करा.	स्वतःच्या क्षमता समजावून घेणे, आत्मविश्वास वाढविणे आणि परावलंबनाकडून स्वावलंबनाकडे वाटचाल करणे.
३. सार्वजनिक विजय परस्परावलंबनाचा दृष्टिकोन		परस्परसंबंधात सुधारणा करणे.
४. परस्परसंबंधातील नेतृत्वाची तत्त्वे	तुम्ही-आम्ही दोघेही जिंकू अशा पद्धतीने विचार करा.	तिसरा सहशक्तीचे फायदे मिळवणारा पर्याय शोधणे आणि सर्वांना हितावह असणारे पर्याय शोधून समस्या सोडविणे.
५. दुसऱ्याशी मनोमन संवाद साधण्याची तत्त्वे	प्रथम इतरांना समजून घ्या व त्यानंतर त्यांनी तुम्हाला समजून घ्यावे अशी अपेक्षा करा.	
६. सर्जनशील सहकार्याची तत्त्वे	सहनशक्तीचे फायदे मिळवा.	
७. समतोल स्वयंनूतनी-करणाची तत्त्वे	करवतीला धार लावा.	वरील सहा सवयी अंगवळणी पाडणे.

म्हणता येईल.

तुम्ही–आम्ही दोघेही जिंकू पध्दतीने विचार करा. प्रथम इतरांना समजून घ्या व त्यानंतर त्यांनी तुम्हाला समजून घ्यावे, अशी अपेक्षा करा. सहनशक्तीचे फायदे मिळवा. करवतीला धार लावा. परस्पर संबंधात सुधारणा करणे. तिसरा सहशक्तीचे फायदे मिळवणारा पर्याय शोधणे आणि सर्वांना हितावह असणारे पर्याय शोधून समस्या सोडविणे. वरील सहा सवयी अंगवळणी पाडणे.

ह्या यशाच्या राजमार्गाची विभागणी प्रामुख्याने दोन टप्प्यांत होते. पहिला टप्पा वैयक्तिक यशाचा आहे, त्यात स्वयंप्रेरणेने कार्य, अंतिम उद्दिष्ट डोळ्यापुढे ठेवून काम आणि प्राथमिक महत्त्वाच्या गोष्टी प्रथम करणे, ह्या सवयींचा समावेश होतो. दुसरा टप्पा सामाजिक यशाचा आहे. ह्यातही पुढील तीन महत्त्वाच्या सवयींचा समावेश होतो. तुम्ही–आम्ही दोघेही जिंकू ह्या पध्दतीने विचार करा. प्रथम इतरांना समजून घ्या व त्यानंतर त्यांनी तुम्हास समजून घ्यावे अशी अपेक्षा करा व तिसरी सहनशक्ती (Synergy) निर्माण करा.

ह्या सात सवयी आत्मसात् करण्यापूर्वी त्यांच्या पाठीमागे असणाऱ्या काही संकल्पना, तत्त्वे आपण थोडक्यात समाजावून घेऊ या.

सर्वसाधारणपणे एखादी बाह्य घटना घडते व आपण तिला अचानक प्रतिसाद देता. असा अंध प्रतिसाद न देता तो विचारपूर्वक द्या. म्हणजेच प्रतिक्रियात्मक न बनता सक्रियात्मक बना, असा श्री. कोवे ह्यांचा आग्रहाचा सल्ला आहे.

उत्पादन व उत्पादकयंत्रणा :

एक शेतकरी एके दिवशी कोंबडीने दिलेल्या सोन्याच्या अंड्यामुळे आश्चर्यचकित होतो. प्रथम त्याला हे खरे वाटत नाही. परंतु असे सोन्याचे अंडे रोज मिळू लागल्यावर हा शेतकरी श्रीमंत होऊ लागतो. हळूहळू त्याची लालसा वाढू लागते. त्यामुळे एक दिवस तो कोंबडीलाच ठार मारतो. पोटातील सोन्याची अंडी एकदम मिळावीत असा त्याचा विचार असतो, पण बिचारा सोन्याची अंडी देणारी कोंबडीही गमावून बसतो. आता रोज सोन्याचे एक अंडे मिळण्याची शक्यताही नाहीशी होते.

आपल्यापैकी अनेकजण नकळत अशीच चूक करीत असतात. 'कामे बरोबर करण्यावर भर असतो' परंतु आपण बरोबर म्हणजे योग्य तेच काम करीत आहोत का? याचा फारसा विचार होत नाही. 'कार्यक्षमता' महत्त्वाची वाटते पण 'काम प्रभावी व्हावे' हा मुद्दा मागे पडतो.

उत्पादनाच्या गडबडीत उत्पादनयंत्रणेकडे दुर्लक्ष केले जाते. येथे सोन्याचे अंडे

हे उत्पादन (Production) तर कोंबडी ही उत्पादनयंत्रणा आहे. उत्पादनयंत्रणेची (Production Capability) योग्य काळजी घेतली की उत्पादन हे मिळणारच.

तत्त्वप्रधान दृष्टिकोन

चारित्र्य, नीती हा तत्त्वप्रधान दृष्टिकोनाचा पाया आहे. व्यक्तिप्रधान दृष्टिकोन न ठेवता तत्त्वप्रधान दृष्टिकोन ठेवावयास हवा. त्यामुळे मानवी परिणामकता वाढते.

परिणामकारकता

निर्मिती व निर्मितिक्षमता ह्यांच्यातील संतुलन म्हणजे परिणामकारकता.

भावनिक बँक खाते

हे आपल्या आयुष्यातील सर्वात महत्त्वाचे खाते आहे. त्याचा व्यवहार खालीलप्रमाणे चालतो

भांडवल : परस्परावरील विश्वास.

जमा : दिलेला शब्द पाळणे, गोड बोलणे, प्रेमाने वागणे.

वजावट : दिलेला शब्द न पाळणे, अनुदार उद्‌गार.

दृष्टिकोन (Paradigm)

एखाद्या प्रसंगात भाग घेताना किंवा माणसांशी संबंध प्रस्थापित करताना, त्यांच्याशी व्यवहार करताना आपण आपल्या मनात तयार केलेल्या दृष्टिकोनातूनच ते करतो. आपले हे दृष्टिकोन हा एक प्रकारचा चष्मा असतो, एक प्रकारची चौकट असते. आपण जसा चष्मा घालू तसे जग आपल्याला दिसते. आपल्या दृष्टिकोनाचा आपण परिस्थितीचे आकलन कसे करता यावर परिणाम होतो आपला दृष्टिकोन दरवेळी परिपूर्ण असेलच असे नाही. त्यामुळे एखाद्या प्रसंगाचे वा परिस्थितीचे आपल्याला आंशिक, अपुरे किंवा क्वचित् पूर्णतः चुकीचे आकलन (जाण) होते म्हणून जग जसे आहे, तसे ते आपल्याला दिसत नाही. आपले दृष्टिकोन वास्तवाच्या जितके जवळ जाणारे असतील, तितके आपले जगाबद्दलचे आकलन अचूक होते.

कांही प्रसंगांमध्ये आपल्याला आपले दृष्टिकोन बदलावे लागतात. आपल्याला येणारा प्रश्न सोडविण्यासाठी दृष्टिकोनातील परिवर्तनाचा खूप उपयोग होतो. जेव्हा माणसाच्या जीवनात खूप मोठे बदल होतात, तेव्हा त्याच्या दृष्टिकोनात आमूलाग्र परिवर्तन झालेले असते. ज्या व्यक्तीला आयुष्यात मोठा बदल घडवायचा आहे, त्या व्यक्तीने स्वतःच्या दृष्टिकोनात मोठा वा आमूलाग्र बदल केला पाहिजे.

सात सवयी आमलात आणल्या तर?

आपला स्वआदर व आत्मविश्वास वाढेल. नातेसंबंध सुधारतील इतरांचे अधिक

सहकार्य लाभेल. मनातील उत्साह वाढेल. आपण आनंदी, साहसी व सृजनशील व्हाल.

प्रथम आपण परावलंबनाकडून स्वावलंबनाकडील प्रवासाचा विचार करणार आहोत. ह्यासाठी खालील तीन संवयींचा समावेश व्हावा.

सवय पहिली – स्वयंप्रेरणेने कार्य करा – (Be Proactive)

आपण स्वतःकरता स्वयंप्रेरणेने जे स्वतःला करावेसे वाटते तेच करणे व ती सवय कायम ठेवणे आवश्यक होय. व्यक्तिमत्त्वाच्या विकासाला अतिशय उपयोगी पडणारी ही पहिली महत्वाची सवय आहे.

पहिली सवय असे सांगते की आपण भावनेऐवजी विचाराने प्रतिक्रिया द्या. आपण आवेग वा तात्कालिक भावना यानुसार प्रतिक्रिया देतो. उदा. रागाच्या भरात आपण अविचाराने बोलतो. नंतर त्याबद्दल आपल्याला वाईट वाटते. केलेल्या कृतीचे दुष्परिणाम आपल्याला जाणवू लागतात. त्याऐवजी आपण राग शांत झाल्यावर आपली प्रतिक्रिया व्यक्त केली तर ती आपल्या मूल्यांशी सुसंगत असते. तशी प्रतिक्रिया केल्यावर आपल्याला पश्चात्ताप होत नाही. वेळोवेळी आपल्यावर परिणाम करणाऱ्या उद्दीपकांना (stimulus) आपण कशी प्रतिक्रिया द्यावी, हे ही संवय आपल्याला शिकविते.

माणूस इतर प्राण्यांपेक्षा वेगळा आहे. तो एकाच उद्दीपकाला वेगवेगळ्या प्रकारच्या प्रतिक्रिया देऊ शकतो. भविष्याचा विचार करता आपल्या प्रतिक्रिया आपल्या विचारांवर व मूल्यांवर आधारित असल्या पाहिजेत. आपल्या प्रतिक्रिया बाह्य घटकांवर अवलंबून असता कामा नयेत. तसे झाल्यास आपली आंतरिक शक्ती कमी होते. आपल्या हातून विचारपूर्वक, मूल्याधारित वर्तन घडण्यासाठी आपण इतरांशी सौहार्दपूर्ण संबंध प्रस्थापित केले पाहिजेत व स्वतःशी अत्यंत प्रामाणिक राहिले पाहिजे.

सवय दुसरी –

अंतिम उद्दिष्ट डोळ्यासमोर ठेऊन प्रारंभ करा.

(Begin with the end in mind)

यशस्वी झालेली बहुतांशी माणसं अपघाताने यशस्वी झाली नाहीत तर त्यांनी कांही उद्दिष्ट डोळ्यासमोर ठेवली आणि त्यांचा अविश्रांतपणे पाठपुरावा केला म्हणूनच ती यशस्वी होऊ शकली. स्वतःसाठी थोडा वेळ द्या! स्वतःच्या जीवनाची उद्दिष्टे नक्की करा. जुन्या चुकीच्या संवयी टाकून द्या. विफलता अंधश्रद्धा, स्वप्नाळूपणा ह्या चक्रातून बाहेर पडून 'कल्पकता', जागृतता' व निर्मितिक्षमता या मार्गाने प्रवास सुरू करा. आपल्या जीवनाची दिशा निश्चित करण्यासाठी आपल्या जीवनाचे ध्येय कोणते हे लिहून काढण्याचा उपयोग होतो. हा आपल्या जीवनमार्गातील दीपस्तंभ ठरू शकतो.

परिस्थितीला दोष देऊ नका. कोणत्याही परिस्थितीत ध्येयप्रेरित माणसे पाहिजे

ते यश मिळवू शकतात. ऑस्ट्रियन मानसशास्त्रज्ञ व्हिकर फॅकेलचे उदाहरण फारच उद्‌बोधक आहे. हा हिटलरच्या तुरुंगात यमयातना भोगणारा माणूस केव्हा मरेल हे सांगता येत नव्हते. अशा अवस्थेत त्यांनी 'मॅन्स सर्च फॉर मिनिंग' ह्या ग्रंथाची रचना केली. तो म्हणतो कोणत्याही परिस्थितीत काय निवड करावयाची ही शक्ती माझ्यातच आहे. जगातली कोणतीही ताकद ती हिराऊन घेऊ शकत नाही. कैदेतल्या काही कैद्यांना बाहेर काय आहे? असे विचारले असता बहुतेक जण मला गज दिसतात असे सांगतात तर एखादाच मला तारे दिसतात असे म्हणतो.

आपल्या अंतिम ध्येयाबद्दल टिपण तयार करा व त्याबरहुकूम वाटचाल करा हे ही सवय शिकवते.

सवय तिसरी – अधिक महत्वाची कृती प्रथम करा. (First thing first)

पहिल्या दोन सवयींच्या आधारे आपण आपले जीवनध्येय निश्चित करतो. ह्या ध्येयापर्यंतची मार्गक्रमणा लवकर कशी करता येईल हे तिसरी सवय आपल्याला शिकवते.

आपल्यापैकी बहुतेकांची तक्रार असते की, मला वेळ मिळत नाही. श्री.स्टिफन कोवे यांनी पुढील तक्ता काढून आपला वेळ कसा जातो हे दाखविले आहे. ही सवय आपल्या वेळेचे व आपल्या स्वतःचे व्यवस्थापन कसे करायचे हे शिकविते.

१ तातडीची व महत्त्वाची कामे

२ महत्त्वाची पण तातडीची नसलेली कामे

३ तातडीची पण महत्त्वाची नसलेली काम

४ तातडीची आणि महत्वाची नसलेली कामे

पहिल्या प्रकारची कामे म्हणजे तातडीची व महत्वाची कामे. संकटकाळी करावयाची कामे. एखाद्या गोष्टीची कालमर्यादा संपत आल्यावर करायची कामे. दडपणामुळे करावी लागणारी कामे ह्यांचा समावेश ह्या प्रकारात होतो. उदाहरणार्थ समोर जर आग लागलेली असेल तर ती विझवण्याचे प्रयत्न ताबडतोब करावे लागतात. हे तातडीचे आणि महत्वाचे असते.

दुसऱ्या विभागात अशा क्रियांचा समावेश होतो की ज्या महत्वाच्या आहेत पण तातडीच्या नाहीत. उदाहरणार्थ कामाचे नियोजन करणे, नातेसंबंध प्रस्थापित व विकसित करणे. आपत्तीचा प्रतिबंध करणे, व्यायामासाठी चालायला जाणे.

तिसऱ्या प्रकारची कामे अशी असतात की, जी तातडीची असतात. पण महत्वाची नसतात. काही फोन, काही बैठका, काही पत्रव्यवहार, आपले अधिकारी आपल्याला काही कामे सांगतात. आपल्याला ती महत्वाची नाहीत असे लक्षात येते.

तरी आपण ती करतो. कारण ही कामे नंतर करीन हे सांगण्याचे धैर्य आपल्यात नसते.

चौथा प्रकार म्हणजे तातडीची व महत्वाची नाहीत अशी कामे. उगाच केलेला फोन, उगाच पाहिलेला टीव्ही. सहज चाळलेला मजकूर.

आपल्याला आपल्या वेळेचे योग्य व्यवस्थापन करायचे असेल तर पहिल्या प्रकारातले काम आवर्जून करा आणि चौथ्या प्रकारातल्या कृतीकडे दुर्लक्ष करा. त्याशिवाय तिसऱ्या प्रकारातील कृती कटाक्षाने टाळा आणि दुसऱ्या विभागातील कामावरच जास्त लक्ष व ताकद केंदित करा. आपल्या सर्व भूमिकातील सगळी कामे आपण एकट्यानेच केली पाहिजेत असे नाही. काही कामे आपण इतरांनाही नेमून देऊ शकता.

आता आपण स्वावलंबनाकडून परस्परावलंबनाकडे जाणार आहोत. त्यासाठी पुढील तीन सवयी उपयोगी पडतात त्यांचा आपण विचार करू.

चौथी सवय – तुम्ही–आम्ही दोघेही जिंकू (Think win-win)

ही विचारसरणी नीट समजाऊन घेऊ या. सामान्यतः दुसऱ्या कोणाचे हरणे म्हणजे माझे जिंकणे असा विचार अनेकदा असू शकतो. उगाच वाद वाढायला नको म्हणून तात्पुरते 'जिंकणे–जिंकणे' हे भविष्यातील 'जिंकणे–हरणे' असते. 'जिंकणे–जिंकणे' किंवा व्यवहारच नाही ('नो–डील') हे अधिक चांगले आणि स्वयंप्रेरणेशी इमान राखणारे असते. ज्यांची मानसिकता विफलतेची असते त्यांची 'जिंकणे–जिंकणे' अशी विचारसरणी असते. कोणत्याही व्यवहारात परस्परांच्या जयाचा (फायद्याचा) विचार करा. फक्त आपल्या फायद्याचाच विचार नेहमी करता कामा नये. आपल्या बरोबरच दुसऱ्यालाही अपेक्षित गोष्टी मिळतील कां ? हा विचार दूरगामी फायद्याचा ठरतो.

पाचवी सवय – प्रथम इतरांना समजून घ्या आणि त्यानंतर त्यांनी आपल्याला समजून घ्यावे अशी अपेक्षा करा.

(Seek to understand and then to be understood)

आपण सर्वजण अनेकवेळा 'मला कोणी समजूनच घेत नाही' असा सूर लावतो. खरे तर इतरांना आधी समजून घ्यावे व नंतर त्यांनी आपल्याला समजून घ्यावे अशी अपेक्षा करावी. एकदा ही सवय लागली की इतरांचे सहकार्य मिळविणे सोपे जाते. व्यवस्थापनात ऐकणे ह्या गोष्टीला विशेष महत्व देण्यात आले आहे. त्याचेही कारण हेच आहे. दूसऱ्याचे म्हणणे नीट ऐकून घेण्यापूर्वीच आपण त्याला सल्ला द्यायला सुरवात करतो. असे न करता दुसऱ्याचे म्हणणे पूर्णपणे मध्ये मध्ये फारसे न बोलता ऐकून घेतलेत तर ती व्यक्ती तिचे प्रश्न तुमच्याशी मोकळेपणाने मांडते. दुसऱ्या व्यक्तीचे बोलणे तिच्याशी समरस होऊन ऐकले तर त्यास सहअनुभूतिपूर्वक श्रवण असे म्हणतात. असे श्रवण करतांना सांगणाऱ्या व्यक्तीच्या डोळ्यातील, चेहऱ्यावरील हावभाव

आवाजातील चढउतार ह्या गोष्टींकडे लक्ष देणे उपयुक्त ठरते. कारण शब्दापेक्षा अभाषित गोष्टीच भावना जास्त चांगल्या पद्धतीने व्यक्त करतात

सहावी सवय – सहशक्ती (Synerg)

सर्जनशील सहकार्यातून सहशक्तिपरिणाम साधता येतो. एक अधिक एक म्हणजे दोन न रहाता तीन किंवा अकराही होऊ शकतात. असे झाले म्हणजे सहशक्तिपरिणाम साधला असे म्हणता येते.

माणसामाणसातील भेद लक्षात घेऊन त्यांचे मोल ठरविणे यात महत्वाचे असते. असे भेद मानसिक, भावनिक आणि मनोवैज्ञानिक पातळीवर असू शकतात. लोक आपल्या दृष्टिकोनातून जग पहात असतात हे लक्षात घेतले म्हणजे माणसामाणसातल्या भेदांचे मोल कसे करायचे हे समजते. तिसरा पर्याय पुढे येतो आणि तो सर्वांच्याच हिताचा असतो.

सातवी सवय – करवतीला धार लावा (Sharpen your saw)

करवतीला धार लावायची तर काम थांबवावे लागते. आपण स्वतः आपली सर्वात महत्त्वाची साधनसामग्री असता ती ठाकठीक ठेवणे, तिची देखभाल करीत उत्पादनक्षमता वाढविणे, हे ह्या सवयीमुळे शक्य होते. शारीरिक, मानसिक, भावनिक आणि आध्यात्मिक अशी चार परिमाणे मिळून आपली प्रकृती बनलेली असते. तिचे संवर्धन करा.

शारीरिक तंदुरुस्ती राखणे हे आपले प्रत्येकाचे आद्यकर्तव्य आहे. आपले आरोग्य कसे चांगले राखायचे व त्याचे संवर्धन कसे करावयाचे हे आपणा सर्वांना माहिती असायला हवे. त्यासाठी योग्य आहार व व्यायाम या गोष्टींकडे लक्ष द्यायला हवे.

शारीरिक क्षमतेबरोबरच मानसिक क्षमतेसाठी आपण विचार करावयास हवा. आपल्या क्षमतेचा ऱ्हास होऊ नये म्हणून बुध्दीला सतत चालना द्यावयास हवी. चांगले वाचन, लेखन व श्रवण ह्यांमुळे आपली बौद्धिक-क्षमता वाढू शकते. आध्यात्मिक क्षेत्रात आपली प्रगती होण्यासाठी मी कोण आहे? माझ्या जीवनाचा हेतू काय? अशा प्रश्नांची उत्तरे शोधण्याचा प्रयत्न करावयास हवा. विविध आध्यात्मिक ग्रंथांचे वाचन, निसर्गसान्निध्य, उपासना, प्रार्थना, ध्यान-धारणा, योग इत्यादी मार्गांचा उपयोग आध्यात्मिक प्रगती साधण्यासाठी आपण करू शकतो. त्याचबरोबर ह्या सातही सवयींचा सतत सराव करीत जाणे म्हणजे त्यावर गंज चढणार नाही.

लोकांच्या अत्यंत परिणामकारक ह्या सात सवयी मानवी जीवनास परिपूर्णता देण्यास समर्थ आहेत. एवढेच नव्हे तर संघटनेच्या कार्यासाठी, उद्योगधंद्यात, सरकारी कामात आणि सार्वजनिक कार्यात या सवयींचा परिणामकतेसाठी उपयोग होऊ शकतो.

या सवयी आचरणात आणणे कठीण असले तरी अशक्य मात्र नाही हं!

■■

उत्पादकता आणि वेळेचे व्यवस्थापन

देशाची प्रगती मोजण्याचे उत्पादकता हे महत्त्वाचे परिमाण आहे. वेळेचे योग्य व्यवस्थापन केल्यास आपोआपच वैयक्तिक उत्पादकता वाढते. या लेखात उत्पादकता म्हणजे काय आणि वेळेचे व्यवस्थापन म्हणजे काय हे आपण पाहाणार आहोत. बऱ्याच वेळा उत्पादन म्हणजेच उत्पादकता असा समज असतो, तो चुकीचा आहे.

उत्पादन : एखादी वस्तू किंवा सुविधा निर्माण किंवा उपलब्ध करण्याच्या प्रक्रियेला 'उत्पादन' असे म्हणतात.

उत्पादकता : रोजच्या जीवनात लागणाऱ्या वस्तू किंवा सुविधा किती प्रमाणात उपलब्ध आहेत यावर माणसांचे 'राहणीमान' अवलंबून असते, ज्या समाजात त्या विपुल असतात तो समाज श्रीमंत समजला जातो.

राहणीमानाचा संबंध राष्ट्रीय उत्पन्नाशी असतो. राष्ट्रीय उत्पन्न आणि पर्यायाने राहणीमान वाढविणे हे देशाचे ध्येय असते. राहणीमान वाढविण्यासाठी जास्तीतजास्त उत्पादन कमीतकमी साधनसामग्री वापरून करणे आवश्यक असते. उपलब्ध साधनसामग्री व मानवी श्रम यांचा अपव्यय टाळून अधिक परिणामकारक उपयोग करणे याला उत्पादकता असे म्हणतात.

आता आपण काही उदाहरणे पाहू.

एका कारखान्यात दर दिवसाला १० कामगार ५० मोटारी बनवतात. ती संख्या वाढवून जर दर दिवसाला ६० मोटारी बनू लागल्या आणि हे करण्यासाठी त्यांनी दोन माणसे अधिक घेतली तर जरी उत्पादन वाढले तरी उत्पादकता मात्र तीच राहिली. कारण दरडोई उत्पादन हे पाचच राहिले. परंतु माणसे तेवढीच ठेवून जर प्रतिदिनी ६० गाड्या तयार होऊ लागल्या तर मात्र उत्पादकता वाढली. उत्पादकता हे जीवनाचे आवश्यक अंग आहे. उत्पादकता ही संकल्पना जीवनातील प्रत्येक क्षेत्रात लागू होते. उदा. कामावर जाणाऱ्या दोघा कर्मचाऱ्यांकडे स्कूटर्स असतील तर १५ दिवस एकाची स्कूटर आणि १५ दिवस दुसऱ्याची असा स्कूटरचा वापर केल्यास इंधनाचा पर्ययाने पैशाचा काटेकोर वापर केला जातो व उत्पादकता वाढते.

उद्योगधंद्यांना लागणाऱ्या कच्च्या मालाची किंमत सतत वाढत असते. परंतु त्या प्रमाणात उत्पादनाची किंमत सतत वाढविणे इष्ट नसते. म्हणून उत्पादकता वाढविणे आवश्यक ठरते.

गेल्या काही वर्षांत सरकारच्या धोरणात बदल झाल्यामुळे आता बाजारपेठेचे स्वरूप बदलले आहे. विक्रेत्यांच्या बाजारपेठेचे रूपांतर ग्राहकांच्या बाजारपेठेत झाले आहे, (सेलर्स मार्केट इज चेंज्ड टू बायर्स मार्केट) त्यामुळे वस्तूंच्या, सेवेच्या गुणात्मकतेत वाढ आणि उद्योगांमध्ये स्पर्धा वाढली आहे.

कामगारवर्गाचे सहकार्य व कार्यक्षमता यावर कारखान्यांची वा सेवा देणाऱ्या संस्थांची उत्पादकता खूप प्रमाणात अवलंबून असते. सुपरवायझरचे मार्गदर्शन व उच्च अधिकाऱ्यांची प्रेरक शक्ती याही महत्त्वाच्या असतात.

'युरोपियन उत्पादकता परिषद' यांची उत्पादकतेची व्याख्याः ''उत्पादकता'' ही एक मानसिक प्रवृत्ती आहे. ही सध्या अस्तित्वात असलेल्या गोष्टीमध्ये सतत सुधारणा करीत राहण्याची प्रगतिशील विचारधारा आहे.''अशी दिली आहे. उत्पादकता हा एखादी गोष्ट कालच्यापेक्षा आज चांगल्या रीतीने करण्याचा एक खात्रीलायक आणि सततचा मार्ग आहे. नवीन पद्धती व तंत्रे यांचा सतत उपयोग करण्याचा प्रयत्न आहे. यामुळे मानवाचा प्रगतीवरील विश्वास दृढ होतो.

आता आपण वेळेचे व्यवस्थापन म्हणजे काय ते पाहू.

वेळ ही एक विलक्षण गोष्ट आहे परंतु पैशासारखा तिचा संचय करता येत नाही. वस्तूंसारखी ती साठवण करता येत नाही, यंत्रासारखी हवी तेव्हा चालू किंवा बंद करता येत नाही किंवा सुट्या भागांसारखी पाहिजे तेव्हा बदलताही येत नाही. एकदा गेलेला वेळ कायमचाच जातो. त्याचा वापर करता येत नाही म्हणूनच त्याच्या व्यवस्थापनाला महत्त्व आहे. ज्यांच्याकडे वेळ भरपूर आहे त्यांना वेळेच्या व्यवस्थापनाची जरुरी नाही. परंतु ज्यांना उपलब्ध वेळ कमी वाटतो, त्याचा चांगला उपयोग करून घेण्याची इच्छा आहे त्यांना वेळेचे व्यवस्थापन उपयुक्त वाटेल.

खऱ्या अर्थी आपण वेळेचे व्यवस्थापन करू शकत नाही तर आपण आपले व्यवस्थापन व्यवस्थित करू शकतो आणि त्यातून वेळेचे व्यवस्थापन साधू शकतो. म्हणजेच आपली उद्दिष्टे गाठण्यासाठी वेळेचे व्यवस्थापन म्हणजेच आपण केलेले स्वतःचे व्यवस्थापन होय.

संस्थेचे नियोजन करणाऱ्यांकडून बऱ्याच वेळा खालील वाक्य ऐकू येते. ''मला माझे दैनंदिन काम करण्यास मुळीच वेळ मिळत नाही. दिवसाचे चोवीस तासही अपुरेच पडतात'' आपणा सर्वांची बुद्धिमत्ता, कौशल्ये आणि व्यक्तिमत्त्वे वेगवेगळी असली तरी निसर्गाने आपणा सर्वांनाच प्रत्येक दिवसात सारखाच वेळ दिला आहे. त्यात

कोणताही भेदभाव नाही. वेळ हा सर्वांसाठी एकाच गतीने म्हणजे तासाला साठ मिनिटे याप्रमाणे जात असतो.

वेळेच्या व्यवस्थापनातील पायऱ्या :

१. आपल्या दैनंदिन वेळापत्रकाची नोंद करा व त्या नोंदीचा अभ्यास करून त्यात आपला वेळ कोठे वाया जातो आहे, ह्याची दखल घ्या.

२. आपल्या पुढील कामाचे नियोजन करा. भविष्यात आपल्याला केव्हा काय करावयाचे आहे त्या कामाचे एक वेळापत्रक करा. पहिल्या टप्प्यात लक्षात आलेल्या वेळ खाणाऱ्या गोष्टी त्यात टाळा. वेळेच्या अपव्ययावर योग्य नियंत्रण आणा.

३. ठरविलेल्या गोष्टी वेळापत्रकाप्रमाणे होतात की नाही, ह्यावर लक्ष ठेवा. त्यात जरूर व योग्य ते बदल करा. आपण वेळापत्रकावरून ठरवलेली कार्यवाही होत आहे ना ह्यावर नियंत्रण ठेवा.

नियोजन : उपलब्ध वेळाचा योग्य व परिणामकारक वापर करावयाचा असेल तर वेळेचे नियोजन करणे आवश्यक आहे. नियोजनात आपण केव्हा काय करणार ह्याचे वेळापत्रक तयार करावे. अर्थात वेळापत्रक फार कडक न ठेवता त्यात अनपेक्षित व आणीबाणीसाठी जरूर तो बदल करण्यासाठी योग्य ती लवचीकता असावयास हवी. योग्य नियोजनामुळे आपण वेळेचा अपव्यय टाळू शकतो. योग्य नियोजनासाठी आपण आपला वेळ कसा वापरतो याचे पृथक्करण करणे आवश्यक आहे, त्यामुळे सध्या आपण कोणत्या कामासाठी किती वेळ द्यावा, कोणते काम आपण इतरांकडून करून घेऊ शकतो हे स्पष्ट होते व त्यातूनच विनाकारण वाया जाणारा वेळ आपण जरुरीच्या कामासाठी वापरू शकतो. त्यामुळेच वेळेच्या वापरात व आपल्या कामात योग्य शिस्त येऊ शकते. यासाठी प्रथम अगदी साधे तंत्र आपण वापरू शकतो. एक आठवडा आपण वेळ कसा वापरतो याची अर्ध्या अर्ध्या तासाच्या टप्प्यात साधी नोंद करावी. ह्या नोंदीच्या अभ्यासातून खालील गोष्टी स्पष्ट होतील.

१) मी किती संघटित आहे? २) माझे दृष्टिकोन व सवयी कशा आहेत? ३) माझ्या व्यक्तिमत्त्वाची काय वैशिष्ट्ये आहेत?

वेळेच्या व्यवस्थापनाची पहिली पायरी म्हणजे आपल्याला काय करावयाचे आहे हे ठरवा व सर्व कामाची एक यादी तयार करा. नंतर त्या कामाचा क्रम ठरवा. त्यासाठी पुढील गोष्टींचा उपयोग करा.

१) तातडीची गरज २) कामाचे महत्त्व ३) इतर कामाशी आपण करणार असणाऱ्या कामाचे नाते ४) काम पुरे करण्यास लागणारा वेळ ५) मानवता.

ह्या सर्व गोष्टींचा समन्वय साधणे हे वेळेच्या नियोजनातील महत्त्वाचे कौशल्य

आहे.

पॅरेटोचे तत्व : १९०६ साली पॅरेटो ह्या इटालियन अर्थशास्त्रज्ञाने बराच अभ्यास करून असा सिद्धान्त मांडला की, राष्ट्रीय संपत्तीच्या ८० टक्के संपत्ती ही २० टक्के व्यक्तींकडेच एकवटलेली असते आणि बाकी २० टक्के संपत्ती ८० टक्के लोकांत विभागलेली असते. व्यवहारात सांगायचे तर 'महत्त्वाचे थोडे व क्षुल्लक फार' हा या सिध्दान्ताचा अर्थ आहे. वेळेच्या व्यवस्थापनासंबंधी बोलायचे तर असे म्हणता येईल की, कमी महत्त्वाच्या गोष्टींवर आपण ८० टक्के वेळेचा वापर करून २० टक्के परिणाम मिळवतो. तर महत्त्वाच्या गोष्टीसाठी आपण फक्त २० टक्के वेळ घालवतो व त्यामुळे आपल्याला वेळ पुरत नाही. या सिद्धान्ताचा वापर करून महत्त्वाची कामे कोणती हे आपण स्पष्ट समजू शकतो व त्याचा वापर योग्य नियोजनात होऊ शकतो.

वेळेच्या त्या उपयोगात योग्य नियंत्रण आणण्यासाठी पुढील गोष्टींची मदत होईल. १.उद्दिष्टे ठरवा व त्यांची क्रमवार यादी करा. २. आज काय करावयाचे आहे त्याची यादी करा. लेखी यादी ठेवा,. ३. आताच्या वेळेचा मी कसा सदुपयोग करू हा विचार करा. ४. एक कागद एकदाच हाताळा. ५. आत्ताचे काम आत्ताच करा. ६. लक्षपूर्वक ऐकण्यास शिका. ७. प्रतीक्षा वेळ ही देणगी समजा

वेळ वाया घालविणाऱ्या गोष्टी :

कोणत्या गोष्टीत आपला वेळ जातो ह्याचा अभ्यास करणे उपयुक्त ठरेल. त्यातूनच आपल्याला वाया जाणाऱ्या वेळेवर नियंत्रण मिळविता येईल. खालील गोष्टीकडे लक्ष द्या. त्या आपला वेळ कसा वाया जातो हे दाखवतील.

अ) नियोजन

१) उद्दिष्टांचा अभाव २) वेळापत्रकाचा अभाव ३) अस्पष्ट वा बदलता क्रम ४) काम अर्धवट सोडणे ५) बेशिस्त ६) सततची आणीबाणी ७) फाजील आत्मविश्वास

ब) कार्यपद्धती

१)अव्यवस्थितपणा २) कामाची पुनरावृत्ती ३) जबाबदारीतील गोंधळ

निष्कर्ष :

वेळेचे व्यवस्थापन म्हणजे स्वतःचे व्यवस्थापन. जो स्वतःचे व्यवस्थापन उत्तम प्रकारे करू शकतो तोच इतरांचेही व्यवस्थापन योग्य प्रकारे करू शकेल. आपण वेळ कोठे वाया घालवतो ह्याची जाणीव आपल्याला व्हायला हवी. त्यातूनच योग्य नियोजनातून आपण उपलब्ध वेळेचा योग्य वापर आपली उद्दिष्टे साध्य करण्यासाठी करू शकतो. योग्य नियोजनानेच आपण अवघड कामे पार पाडण्याची पात्रता मिळवू

शकतो. ज्या गोष्टी आपल्याला शक्य नाहीत त्या स्पष्टपणे नाकारू शकतो. आपली उद्दिष्टे गाठण्यासाठी कोणती कामे इतरांकडून करून घ्यावीत हे ठरवू शकतो व उपलब्ध वेळेचा परिणामकारक उपयोग करून घेऊ शकतो.

आपल्या कार्यक्षमतेला सुनियोजित वेळापत्रकाची साथ मिळाल्यावरच उपलब्ध वेळेचा समर्पक उपयोग करूनच आपण योग्य परिणाम साधून आपल्या उत्पादकतेत प्रचंड वाढ करू शकतो.

'महत्त्वाच्या' कमी अधिकतेचे गणित

घर असो, काम असो अथवा खेळ असो हा नियम सगळीकडेच लागतो आणि या नियमाचा उपयोग करून आपण आपल्यापुढील समस्या सोप्या करून सोडवू शकतो. सध्या माहिती आणि ज्ञान यांचा पूर वाहतो आहे. त्याचबरोबर आयुष्यातील समस्याही वाढताना दिसत आहेत. या समस्या अनेक कारणांनी उत्पन्न होतात. तशाच त्या सोडविण्यासाठी अनेक पर्यायही उपलब्ध आहेत. या समस्यांमागील मुख्य कारणे शोधायची कशी? आणि त्यावरील उत्तम उपाययोजना निवडायच्या कशा? हाच गहन प्रश्न बहुधा सर्वांपुढे असतो. यासाठीच ८०:२० या नियमाचा प्रभावी उपयोग कोणत्याही वातावरणात सहज आणि प्रभावीपणे करता येतो.

८०:२० हा नियम इटलीतील अर्थशास्त्रज्ञ पॅरेटो यांनी प्रथम मांडला म्हणून तो पॅरेटो नियम या नावाने ओळखला जातो. या नियमाचा वापर करून एखाद्या परिणामाला जबाबदार असणारी महत्त्वाची कारणे ओळखणे सोपे जाते. या महत्त्वाच्या कारणावर जर आपण लक्ष केंद्रित करून काम केले, तर होणारे परिणामही कमी वेळात आणि कमी श्रमात दूर करता येतात. या नियमांचे अजून एक वैशिष्ट्य आहे ते असे की, आयुष्यातल्या कोणत्याही गोष्टीला हा नियम लागू पडतो. म्हणजेच हा नियम सार्वत्रिक आहे. थोडक्यात वैयक्तिक, कौटुंबिक, सामाजिक आणि व्यावसायिक घटनांनाही हा नियम लागू पडतो आणि सर्व प्रकारच्या समस्या सोडविण्यास खूप उपयोगी पडतो.

शोधाचा इतिहास

सिव्हिल इंजिनिअर असणारा इटालियन पिता आणि फ्रेंच माता यांच्यापोटी विल्फ्रेड पॅरेटो यांचा जन्म १९२३ साली जेनिव्हा या प्रसिद्ध शहरात झाला. गणितातली पदवी घेऊन त्यांनी इंजिनिअरिंगमधील डॉक्टरेट मिळवली. पुढे त्यांचा विवाह एका रशियन तरुणीशी झाला. प्रथम इटालियन रेल्वेत आणि नंतर खाजगी कंपन्यांत त्यांनी सिव्हिल इंजिनिअर म्हणून काम केले. त्यांचा खरा कल अर्थशास्त्राकडे होता. त्यामुळे सामाजिक अर्थशास्त्रीय समस्यांचा त्यांनी अभ्यास केला. अर्थशास्त्र आणि व्यवस्थापनाचे प्राध्यापक म्हणून काम केले. राजकारणातही भाग घेतला. स्वतः स्वतंत्र

मताचे तंत्रज्ञ असल्यामुळे राजकारणातही निराशाच त्यांच्या पदरी आली. त्यामुळेच कदाचित त्यांनी रशियात स्थलांतर केले. काही वादग्रस्त विषयांवर लिखाण केल्यामुळे सरकारकडून त्यांना त्रास होऊ लागला. या गोष्टीला कंटाळून त्यांनी स्वित्झर्लंडमध्ये आसरा घेतला आणि पुढे तेथेच वास्तव्य केले. १९६० साली त्यांनी आपला जगप्रसिध्द नियम मांडला. तो असा 'इटलीतील ८० टक्के संपत्ती ही केवळ २० टक्के लोकांमध्ये विभागलेली आहे.' पुढे आपल्या अभ्यासाच्या कक्षा रुंदावल्यावर हा नियम पृथ्वीवरील सर्व सांसारिक आणि ऐहिक गोष्टींनाही लागू पडतो, हे त्यांच्या लक्षात आले आणि ही गोष्ट जगाला समजली. जसे की आपले २० टक्के आवडते कपडे आपण ८० टक्के वेळा वापरत असतो. आपण आपल्या परिचयातील २० टक्के लोकांबरोबरच आपला ८० टक्के वेळ घालवीत असतो.

व्यवहारातील उदाहरणे

आयुष्यातील येणाऱ्या काही अनुभवांच्या नोंदी गमतीदार वाटल्या तरी खऱ्या आहेत --

- आपल्या मिळकतीतील ८० टक्के भाग २० टक्के गोष्टींवरच खर्च होतो.
- घरातील ८० टक्के धूळ २० टक्के वस्तूंवरच जमा होते.
- आपला ८० टक्के वेळ २० टक्के समस्या सोडविण्यातच खर्च होतो.
- आपल्या ८० टक्के समस्या संबंधातील २० टक्के लोकांमुळे निर्माण होतात.
- समारंभातील ८० टक्के बोलणे आणि खाणे उपस्थितातील २० टक्के माणसंच करतात.

कामाच्या जागी

- ८० टक्के कामाचा भार केवळ २० टक्के लोकांवरच पडतो.
- ८० टक्के पगार २० टक्के वरिष्ठ अधिकारीच पटकावतात.
- ८० टक्के तक्रारी २० टक्के ग्राहकांकडूनच येतात.
- ८० टक्के जागा २० टक्के वस्तूंनी व्यापलेली असते.

संसद किवा लोकसभा

- ८० टक्के मते २० टक्के उमेदवार मिळवतात.
- ८० टक्के प्रश्न २० टक्के उमेदवारांकडून विचारले जातात.
- कामकाजाचा ८० टक्के वेळ २० टक्के प्रश्नांवर घालवला जातो.
- ८० टक्के वाचक २० टक्के वृत्तपत्रे वाचतात.
- ८० टक्के बातम्या वर्तमानपत्रांच्या फक्त २० टक्के भागात असतात.

अर्थात येथे ८०:२० याचा अर्थ शब्दशः न घेता जास्त आणि कमी असा

घ्यावा. महत्त्वाच्या गोष्टी थोड्या आणि कमी महत्त्वाच्या गोष्टी जास्त असतात.

नियमांची उपयुक्तता

१९४० च्या सुमारास जागतिक गुणवत्तेची लाट आली. त्यात महत्त्वाची कामगिरी करणाऱ्या आणि गुणवत्तेचे जनक म्हणून ओळखल्या जाणाऱ्या डॉ.जोसेफ जूरान यांचे लक्ष या जागतिक नियमांकडे गेले. त्यांनी सुरुवातीला या नियमांचे नाव महत्त्वाचे थोडे आणि कमी महत्त्वाचे अधिक असे केले. डॉ. जोसेफ जूरान यांच्या निरीक्षणाचा अर्थ असा होता की, २० टक्के असे काहीतरी ८० टक्के परिणामांना कारणीभूत असते. डॉक्टरांनी या तत्त्वाचे नामकरण 'पॅरेटोचा नियम' असेच केले. डॉक्टरांनी आपल्या जपानमधील कार्याच्या माध्यमातून हा उपयुक्त नियम जगातील सर्वसामान्यांपर्यंत पोहोचवला. अडचणी आणि समस्या सोडविण्याची एक प्रभावी आणि अत्यंत उपयुक्त पद्धती जगाला दिली. चलाख व्यवस्थापक या नियमांचा वापर करून आपल्या संस्थेची आणि स्वतःचीही परिणामकता वाढवीत उत्तम आर्थिक कामगिरी करू शकतात.

नियमाचा अर्थ

८०:२० नियम म्हणजे कोणत्याही गोष्टीत थोडे (२० टक्के) महत्त्वाचे असते आणि खूप (८० टक्के) कमी महत्त्वाचे असते. पॅरेटो यांच्या कामात सापडलेला नियम २० टक्के लोकांच्या हातात ८० टक्के संपत्ती तर उरलेल्या ८० टक्के लोकांकडे २० टक्के संपत्ती असा होता. डॉ. जूरान यांच्या सुरुवातीच्या कार्यात ८० टक्के कारणांमुळे २० टक्के रिजेक्शन होते आणि महत्त्वाची २० टक्के कारणे दूर केल्यास ८० टक्के समस्या सुटतात अशा अर्थाने या नियमाचा वापर सुरू झाला. पुढे हाच नियम व्यवस्थापनातही वापरला जाऊ लागला. २० टक्के कामासाठी ८० टक्के साधनसामग्री आणि वेळ लागतो. यासाठी त्याचा उपयोग केला गेला. नंतर हा नियम जीवनातल्या बहुतेक सगळ्या घटनांनाही लागू होतो, हे लक्षात आले. व्यवस्थापकीय शास्त्रापासून तर शारीरिक कामापर्यंत सर्वांसाठी.

नियमांचा उपयोग

व्यवस्थापकीय कामात पॅरेटो नियमाचा उपयोग २० टक्के गोष्टींवर आपले लक्ष केंद्रित करून ८० टक्के परिणाम पदरात पाडून घेता येतात, यासाठी करता येतो. त्यामुळे महत्त्वाच्या वीस टक्के गोष्टी निवडून त्यावर सर्व ताकदीने काम केल्यास उत्तम

परिणाम मिळून आपली व्यवस्थापकीय कार्यक्षमता दाखविता येते. त्याचबरोबर याच नियमाचा वापर करून आपले वेळेचे व्यवस्थापनही पूर्ण नियंत्रणाखाली ठेवता येते. या नियमाप्रमाणे २० टक्के श्रम ८० टक्के परिणाम मिळवून देणारे असल्यामुळे त्यांची पारख करून त्यांच्यावर आपली ताकद परिणामकारकपणे लावता येते. आपल्या सर्वच कामासाठी पॅरेटो नियम लावा, पण त्याचा वापर चलाखीने करा. या नियमाच्या आठवणीने आपल्या वेळेचा आणि ताकदीचा उपयोग खूप महत्त्वाच्या कामासाठी करा. नुसत्याच चुणचुणीतपणे काम नको तर हा चुणचुणीपणा योग्य कामासाठी वापरला जायला हवा.

क्वालिटी सर्कल्स सिक्स सिग्मा या कार्यपध्दतीने डॉ. जोसेफ जूरान यांनी विकसित केलेली 'पॅरेटो आकृती' खूपच प्रभावी ठरली आहे. सध्याची परिस्थिती समजावून घेऊन नेमकी उपाययोजना करून उपाययोजना अमलात आणल्यावर काय परिस्थिती आहे, याचा तुलनात्मक अभ्यासही दोन्हीही परिस्थितीत काढलेल्या पॅरेटो आकृतीने करता येतो.

पॅरेटोच्या नियमाप्रमाणे आपल्यापैकी २० टक्के वाचक माझ्या या लेखातील ८० टक्के भाग वाचतील अथवा ८० टक्के वाचक फक्त २० टक्के मजकूर वाचतील याची जाणीव मला आहे.

भावनांचे व्यवस्थापन

आपल्या उत्तम व्यक्तिमत्त्वासाठी आपल्या अवती भोवती जे घडते आहे त्याची आपण जबाबदारी स्वीकारणे आपल्या मानसिक स्वास्थासाठी फारच गरजेचे आहे. माझ्या अनुभवावरून मी अशा निष्कर्षाप्रत आलो आहे की आपल्या प्रभावाच्या वर्तुळात असणाऱ्या गोष्टींच्या परिणामांना आपणच जबाबदार असतो. मग प्रश्न येतो आपल्या प्रभावाच्या अंतर्गत कोणत्या गोष्टी येतात? की ज्या पूर्णपणे आपल्या वैयक्तिक नियंत्रणात आहे अशा गोष्टी म्हणजे आपले विचार, आपल्या भावना आणि आपण घेतलेले निर्णय आणि यावर आधारित आपली वागणूक या त्या गोष्टी आहेत. आपल्या कृतीमुळे होणाऱ्या बहुतांशी संभाव्य परिणामांनाही आपण जबाबदार असतो. मात्र हे ही लक्षात हवे की, या गोष्टींनाही संपूर्णपणे आपण जबाबदार असतोच असेही नाही.

आयुष्यातील काही घटनांबाबत असे का? आणि कसे घडले? याबद्दल विचार करीत असताना सुप्रसिद्ध व्यवस्थापन तज्ज्ञ श्री. स्टिफन कोवे यांचे काही विचार आणि त्यांनी सांगितलेली तत्त्वे वाचनात आली. त्यातीलच १० : ९० हे तत्त्वज्ञान वरील विश्लेषण करतांना खूपच उपयुक्त वाटते. त्याबद्दल थोडी माहिती घेणे इथे उपयोगी पडणार आहे. ९०:१० ही विचारसरणी जाणून घेतली तर आयुष्यात खूपच महत्त्वपूर्ण बदल आपण घडवून आणू शकू. कमीत कमी आपण एखाद्या प्रसंगाला कसे सामोरे जातो, त्यावर कशा प्रतिक्रिया देतो हे नक्कीच प्रभावी होणार आहे

काय आहे ही विचारसरणी? ९० टक्के आयुष्य हे आपण घडणाऱ्या गोष्टींवर प्रतिक्रिया कशी देतो यावर अवलंबून असते तर १० टक्के गोष्टी आपल्या नियंत्रणाच्या बाहेरील घटनांमुळे घडत असतात. या १० टक्के घटनांवर आपले काहीच नियंत्रण नसते. त्यावर आपण कोणत्याही प्रकारे प्रभाव पाडू शकत नाही. एखाद्या वाहनाने आपल्यावर येऊन आदळणे, आपण रस्त्याने जात असताना अचानक झाड आपल्या अंगावर कोसळणे, विमान, रेल्वे अथवा बस उशिरा येणे हे सर्व आपल्या नियंत्रणा- पलीकडचे आहे. परंतु अशा मोठ्या घटना सोडल्या तर उरलेल्या ९० टक्के अगदीच वेगळ्या असतात. त्या पूर्णपणे आपण आपल्याला हव्या तशा घडवू शकतो. कशा ?

रहदारीवर जरी आपले नियंत्रण नसले तरी त्यामुळे होणाऱ्या आपल्या प्रतिक्रियांवर आपलेच राज्य असते. लोकांना त्यावर ताबा मिळवू देऊ नका. आपण कसे वागायचे हे आपणच ठरवू शकतो. त्याचा उपयोग करून घ्या.

स्टिफन कोवे यांनीच दिलेले उदाहरण देण्याचा मोह टाळता येत नाही. आपण सकाळी आपल्या कुटुंबीयांबरोबर न्याहारी करीत आहात. आपण घातलेल्या शर्टावर मुलीच्या हातून कॉफी सांडते. यावर आपले काही नियंत्रण नाही पण त्यानंतर लगेच घडणाऱ्या घटना मात्र आपण दिलेल्या प्रतिक्रियांप्रमाणेच घडतील आपण बडबड करता. मुलीच्या अंगावर तिच्या हातून कप सांडल्यामुळे वस्कन ओरडता.

मुलीला रडू कोसळते. आपण पत्नीने टेबलाच्या कडेवर कप ठेवला म्हणून तिलाही दोष देता, त्यातूनच छोटेसे युद्ध भडकते. आपण धावत वरच्या मजल्यावर जाता. शर्ट बदलून येता. खाली आल्यावर आपल्याला दिसते मुलगी रडत रडतच न्याहरी उरकण्यात व्यग्र असते. शाळेची सर्व तयारी वेळेवर न झाल्यामुळे मुलीची बस चुकते. बायकोलाही कामावर जायची घाई असते. आपण गडबडीतच कार बाहेर काढता आणि मुलीला शाळेत सोडण्याचे ठरवता. उशीर झालेला असल्यामुळे रस्त्यावरील वेगमर्यादेचे उल्लंघन होते. पोलिसाबरोबर हुज्जत घालून १०० रू. दंड भरावा लागतो आणि शाळेत पोहोचायलाही उशीर होतो. मुलगी निरोप न घेताच वर्गाकडे धावते. कार्यालयात वीस मिनीटे उशिरा पोहचल्यावर आपल्या लक्षात येते की, आपण आपली ऑफिस बॅग घरीच विसरला आहात. आजचा दिवस विचित्रच उगवलेला दिसतो याची थोडी खंत वाटते. संकटांची मालिका पुढे सरकतच असते. थकून न घरी परतता तेव्हा बायको आणि मुलगी यांच्याशी वागतांना थोडा तणाव जाणवतो.

हे सगळं का घडतं? आपण सकाळी जसे वागतो त्यामुळेच ना? आपला दिवस का वाईट गेला?

अ) कॉफीमुळे असे घडले का?

ब) आपल्या मुलीमुळे असे झाले का?

क) पोलिसामुळे ते सर्व झाले का?

ड) की आपल्या स्वतःच्या प्रतिक्रियेमुळे ?

नीट आणि योग्य विचार केला तर आपल्याला जाणवेल की 'ड' हे या प्रश्नाचे खरे उत्तर आहे. कॉफीच्या शर्टवर सांडण्यावर आपले नियंत्रण नव्हते. कॉफी शर्टवर सांडल्यावर पुढील १०/१५ सेकंदांत आपण कसे वागलात त्यामुळे हे सर्व झाले. सारा दिवसच कसा गेला? मला वाटते आपण खाली दिल्याप्रमाणे वागावयाला हवे

होते. बघा पटतेय का आपल्याला? कॉफी आपल्या शर्टवर सांडली. आपली मुलगी अगदी रडायच्या बेतात होती. आपण शांतपणे म्हणालात '' ठीक आहे बाळ, पुढच्यावेळी जरा जास्त काळजी घ्यायला हवी हं! जिन्यावरून वर येता, शर्ट बदलतानाच खिडकीतून बघता मुलगी बसमध्ये चढत असते. आपण तिला टाटा करता ब्रिफकेससहित गाडीतून पाच मिनिट आधीच कार्यालयात पोहचता, बर चाललं आहे ना? बॉस विचारतो आणि आपला दिवस मजेत जातो. घरी आल्यावर कुटुंबासमवेत आरामात चहापान होते. फरक आपल्या लक्षात आला का?

दोन वेगवेगळी दृष्ये ! सुरुवात सारखीच झाली पण परिणाम ? का ? तर आपल्या वागण्यातील फरकामुळे.

खरोखरच ! आयुष्यातील १० टक्के घटनांवर आपले नियंत्रण नाही पण इतर ९० टक्के गोष्टी आपण कसे वागतो याच्याच प्रतिक्रिया असतात. ही विचारसरणी व्यवहारात कशी वापरायची यासंबंधी थोडेसे. समजा कोणीतरी दुसऱ्याबद्दल काही नकारात्मक उद्‌गार काढले याकडे दुर्लक्ष करा. पाण्यात राहाणाऱ्या कमळासारखी अलिप्तता आणा. या नकारात्मक उद्‌गारामुळे तुम्ही निराश होण्याचे कारण नाही. तुमची प्रतिक्रिया योग्य पद्धतीने निवडल्यास आपला दिवस वाया जाणार नाही. चुकीच्या पद्धतीने वागणे म्हणजे उद्‌गार काढणाऱ्या माणसांशी अकारणच वाद घालणे, तणाव निर्माण करणे आणि स्वतःचा दिवस व्यर्थ दवडणे होय

रहदारीत एखाद्याने आपल्याला धडक दिली तर आपण कसे वागाल.

- आपण आपला समतोल घालवून रागवणार?
- आपल्या गाडीच्या चाकावरच त्याचा राग काढणार ?
- शिव्याशाप देणार ?
- आपला रक्तदाब वाढविणार ?
- त्याला जाऊन दोन ठोसे देणार ?

आपण एखाद्या दिवशी दहा पंधरा सेकंद कामावर उशीरा पोहचला तर काय मोठंसं बिघडणार आहे? अशा छोट्याशा प्रसंगामुळे आपला दिवस वाया का घालवता? ९०/१० टक्के विचारसरणीचे स्मरण करा आणि उगीचच काळजी सोडा.

आपली नोकरी गेल्याचे आपल्याला सांगितले गेले! आपण झोप का उडवता? चिडचिड का करता? त्यावर काहीतरी उपाय नक्कीच निघेल. आपल्या चिंतेत, चिडचिडीत जाणाऱ्या ताकदीचा उपयोग नवीन काम, नोकरी शोधण्यात घालविणे उत्तम नाही का?

विमान किंवा रेल्वे उशिरा येणार आहे. डॉक्टरांनी दिलेली वेळ पाळली नाही

मग तिकिटे देणाऱ्यावर अथवा रिसेप्शनिस्टवर राग काढण्यात काय अर्थ आहे. काय घडते आहे यावर त्यांचे काय नियंत्रण आहे? याच वेळेचा उपयोग आपल्या आवडीच्या पुस्तकाचे वाचन करण्यात घालवणे जास्त उपकारक नाही का? इतर लोकांबरोबर उपयुक्त चर्चाही करणे उत्तम होईल नाही का? अनुत्पादक चिडचिडीमुळे टाळता येण्यासारखा तणावच निर्माण होतो ना? आपल्याला ९०/१० टक्के ही विचारसरणी कळली आहे. तिचा उपयोग करा. आपल्याला आश्चर्यकारक परिणाम मिळतील. नुकसान काहीच नाही. अविश्वसनीय फायदे खूप थोड्या लोकांना हे तत्त्व माहीत आहे. परिणाम लाखो लोक अकारण तणावाची शिकार होतात, चिडचिड होते आणि यांची मर्यादा ओलांडली तर हृदयविकार! हे सर्व टाळता येईल.

■■

उद्योगाविषयी

सध्या भारतीय अर्थव्यवस्थेला फारच चांगले दिवस आहेत. उद्योग आणि अर्थव्यवस्था ह्याचेही अतूट आणि सकारात्मक असे नाते आहे. यामुळेच अनेक ध्येयवादी तरुण आपले स्वतंत्र उद्योग सुरू करण्याची स्वप्ने पाहात आहेत. 'जी माणसे स्वप्ने बघू शकतात. तीच ती स्वप्ने प्रत्यक्षात ही उतरवू शकतात' नव्हे प्रत्येक कृतीची सुरुवात स्वप्नानेच होते असे म्हणणेही वावगे होणार नाही. सकाळमध्ये प्रसिद्ध झालेल्या माझ्या ' उद्योजक व्हा!' या लेखाला प्रचंड प्रतिसाद मिळाला. वाचकांनी विचारलेल्या अनेक प्रश्नांना उत्तरेही दिली. त्यातील बहुसंख्य वाचकांनी विचारलेल्या एका प्रश्नाला उत्तर ह्या लेखात देत आहे. तो प्रश्न म्हणजे स्वतंत्र आणि भागीदारी व्यवसाय म्हणजे काय? आणि त्याचे फायदे तोटे काय आहेत?

१. वैयक्तिक मालकी

जेव्हा उद्योगाची मालकी एखाद्या व्यक्तीची असते त्या उद्योगाचे संपूर्ण नियंत्रण त्याचे स्वतःचे असते. तो स्वतः त्याचे पैसे व्यवसायात गुंतवतो त्याची कौशल्ये वापरून व्यवसायाचे नियोजन करतो, व्यवस्थापन करतो आणि व्यवसायात होणारा फायदा किंवा तोटा उपभोगतो. अशा व्यवसायाला वैयक्तिक मालकीचा व्यवसाय असे म्हणतात.

मालकीच्या व्यवसायाचे फायदे

- सुरू आणि बंद करण्यासाठी साधा आणि सोपा, कायदेशीर बाबी कमी.
- कमी भांडवल, गुंतवणूक.
- निर्णय पटकन घेता येतात आणि त्यात सातत्य असते.
- व्यवस्थापन सुलभ असते.
- गुप्तता राखणे सोपे असते.
- ग्राहकांशी जवळीक आणि वैयक्तिक संबंध असतात.
- प्रेरणा आणि उत्साह उत्तम असतो.
- कमीत कमी सरकारी हस्तक्षेप.

- व्यवसायात लवचीकता असते.
- कल्पकता, स्वाभिमान, सुरक्षितता आणि फायदा हे केलेल्या कामाची निगडित असतात.
- स्वयंरोजगाराला उत्तम संधी असते.

मालकीच्या व्यवसायातले तोटे

- गुंतवणूक, दिवाळखोरी आणि व्यवसायासाठी स्थानिक कायदे कानून लागू असतात.
- बँकांकडून मर्यादितच कर्ज उपलब्ध होऊ शकते.
- निष्णात व्यवस्थापक मिळणे अवघड जाते.
- व्यवस्थापन आणि निर्णयक्षमता मर्यादित असते.
- आजारपण, मृत्यू इत्यादींमुळे व्यवसायात सातत्य राहात नाही.
- मालकांना जास्त तास काम करावे लागते. गुंतवणूकदार कामगार आणि ग्राहक यांचा सतत दबाव राहातो.

२. भागीदारी

जेव्हा दोन किंवा त्यापेक्षा जास्त व्यक्ती एकत्र येऊन व्यवसाय करतात त्याला भागीदारी असे म्हणतात. यात भांडवल, इतर साधनसामग्री आणि कौशल्य याचा उपयोग एकत्र करण्याचे ठरविले जाते.

१९३२ मध्ये भारतीय भागीदारी कायद्याप्रमाणे केलेली व्याख्याः काही व्यक्तींनी मिळून एकत्र येऊन सर्वांनी मिळून किंवा सर्वांच्यावतीने एकट्याने चालवलेला व्यवसाय, यात मिळवलेल्या फायद्याची वाटणी करण्यासंबंधी करार केला जातो, त्याला भागीदारी व्यवसाय असे म्हणतात.

या व्यवसायाला फर्म म्हटले जाते तर व्यक्तींना भागीदार असे संबोधले जाते.

भागीदारी व्यवसायाचे फायदे

- व्यवसायाची उभारणी सोपी असते.
- पैशाची उपलब्धता तुलनेने सोपी असते, कर्ज सुलभतेने मिळते.
- साधनसामग्री आणि व्यवसायिक कौशल्ये यांच्या उपलब्धतेमुळे यशस्वी होणे सोपे असते.
- व्यवसायात लवचीकता ठेवणे, निर्णय आणि कार्यपद्धती ठरवणे थोडे कठीण असते.
- व्यवस्थापकीय प्रेरणा उत्तम राहतात आणि फायदाही वाढतो.

- व्यवसाय दीर्घकाळ टिकू शकतो.
- लोकांशी संबंध उत्तम राहातात.
- फर्मचे नांव चांगले राहाते. सदिच्छा मिळतात.

भागीदारी व्यवसायाचे तोटे

- मतभेद उद्‌भवतात.
- अपुऱ्या कायदेशीर नियंत्रणामुळे आणि विश्वासार्हता कमी होते.
- भागीदारासाठी अमर्याद धोके असतात.
- मर्यादित साधनसामग्री आणि भांडवल यांमुळे विकासाला मर्यादा येतात.

उद्योजक कसे व्हावे याचे प्रशिक्षण पुण्यातील 'पुणे मॅनेजमेंट असोसिएशन' द्वारा इन्स्टिटच्यूशन ऑफ इंजिनिअर्स, शिवाजीनगर ह्या ऑल इंडियन मॅनेजमेंट असोसिएशनशी संलग्न असणाऱ्या संस्थेत दिले जाते. लघुद्योगासंबंधी माहिती आणि मदतही खालील पत्त्यावर मिळू शकेल. गरजूंनी अवश्य संपर्क साधावा.

१. जिल्हा उद्योग केंद्र
शेती महाविद्यालय प्रांगण, शिवाजीनगर, पुणे ४११ ००५
दूरध्वनी : २५५३७५४१ / ९६६

२. स्मॉल इंडस्ट्रीज सर्व्हिस इन्स्टिटच्यूट
भारत सरकार, कुर्ला-अंधेरी मार्ग, साकीनाका, मुंबई ४०० ०७२
दूरध्वनीः ०२२-२८५७६०९० /३०९१ / ७१६६

■■

लघुउद्योगासाठी महाराष्ट्र शासनाच्या योजना

लघुउद्योग विकासासाठी महाराष्ट्र शासनाच्या अनेक योजना आहेत. होतकरू उद्योजकांना त्याचा उपयोग करून घेता येईल. काही योजना आपल्या माहितीसाठी देत आहोत.

१) पंतप्रधान रोजगार हमी योजना : ही १८ ते ३५ वयोगटातील तरुणांसाठी आहे. महिलांसाठी वयाची अट ४५ वर्षे इतकी आहे.

२) राज्य सरकारची १५% बीज भांडवल योजना : किमान ७ वी इयत्ता उत्तीर्ण बेरोजगारांसाठी. यात व्याजदर १०% असतो. वेळेवर परतफेड केल्यास व्याजात ३०% सूट मिळते.

३) जिल्हा उद्योग केंद्रे (डी. आय. सी.) ग्रामीण भागात लघुउद्योग अल्पशा क्षेत्रांनाही दोन लाखापर्यंतचे कर्ज, ५ टक्के व्याज, बीज भांडवल रूपात मिळते.

४) नॅशनल इक्विटी फंड : पन्नास लाखापर्यंतच्या योजनांसाठी यात दहा टक्के स्वत:चे भांडवल, २५ टक्के आय डी. बी. आय. पाच टक्के व्याजाने ६५ टक्के बँकाकडून दिले जाते.

५) नवीन उद्योगासाठी ए. बी. सी. डी. डी प्लस असे झोन पाडलेले असून झोनप्रमाणे उद्योगांसाठी मदत मिळते. डी प्लस झोनमध्ये २५ ते ३० टक्के मदत मिळते.

६) लघुउद्योगाची नोंदणी करून इंधनखर्चात सवलत मिळते.

७) जिल्हा उद्योग मित्र या योजनेत लघुउद्योगाच्या समस्या सोडविण्यासाठी मदत केली जाते. तसेच त्याची नोंदणी केली जाते.

८) आजारी उद्योगांच्या पुनरुज्जीवनासाठी शासकीय समिती प्रयत्न करते.

महाराष्ट्रातील लघुउद्योगांना मदत करणारी महामंडळे

१) महिला आर्थिक विकास महामंडळ

२) अण्णाभाऊ साठे महामंडळ

३) ओ. बी. सी. महामंडळ

४) वसंतराव नाईक विमुक्त जाती महामंडळ

५) अण्णासाहेब पाटील नॉन बी.सी. महामंडळ

६) मौलाना आझाद मायनॉरिटी महामंडळ
७) चर्मोद्योग महामंडळ
८) महाराष्ट्र सेंटर ऑफ आंत्रप्रेन्युअरशिप डेव्हलपमेंट यातर्फे अनेक उद्योजक–योजना राबविल्या जातात. एक मासिक चालवले जाते. यांची जिल्हावार केंद्रेही आहेत.
९) मिटकॉन
१०) एम. एस. एस. आय. डी. सी. मार्केटिंगसाठी मदत तसेच कच्चामाल, मालाची साठवण यासाठी मदत.
११) एम. आय. डी. सी. औद्योगिक वसाहती स्थापन करून उद्योगांना मदत करण्यासाठी. महाराष्ट्र शासनाच्या औद्योगिक संचालनालयाच्या अखत्यारीतील यातील अनेक बाबी येतात व त्यांच्यातर्फे उद्योग–वृद्धीसाठी प्रोत्साहन दिले जाते.

■■

लघुउद्योगासाठी केंद्र सरकारच्या योजना

केंद्रशासनातर्फेही लघुउद्योजकांच्या विकासासाठी अनेक योजना राबविल्या जातात. डेव्हलपमेंट कमिशनर (उद्योग मंत्रालयाच्या अखत्यारीत असलेले) त्याच्या अधिकारात स्मॉल इंडस्ट्रीज डेव्हलपमेंट ऑर्गनायझेशन (सिडो) कार्य करते. त्यात खालील संस्था येतात.

१) स्मॉल इंडस्ट्रीज सर्व्हिस इन्स्टिट्यूशन : (एस. आय. एस. आय.) यात सेवा विनिमय तसेच लघुउद्योगातील आजारपणावर उपाय सुचविले जातात.

२) रिजनल टेस्टिंग सेंटर : (आर टी सी) यात दर्जा सुधारण्यासाठी कच्चा माल व उत्पादनाच्या दर्जाची चाचणी घेण्याची सोय असते.

३) फील्ड टेस्टिंग सेंटर : (एफ. टी. सी.)

यात कार्यस्थळी जाऊन चाचणी घेण्याची सोय असते.

४) प्रॉडक्ट कम प्रोसेस डेव्हलपमेंट सेंटर : (पी. पी. डी. सी.)

यात नवीन उत्पादने किंवा प्रक्रिया यांचा विकास व संशोधन करण्याची सोय असते.

५) इन्स्टिट्यूट ऑफ डिझाईन ऑफ इलेक्ट्रिकल मेझरिंग इन्स्ट्रुमेंट्स (इडेमी)

यात विविध मोजमापांसाठी उपयुक्त इलेक्ट्रिकल इन्स्ट्रुमेंट्स बाबत संशोधन आणि विकास होतो.

६) नॅशनल ट्रेनिंग इन्स्टिट्यूशन : (एन. टी. ई.)

यात लघुउद्योजक आणि त्यांच्या कर्मचाऱ्यांसाठी प्रशिक्षणाची सोय आहे.

अन्य संस्था : याशिवाय खालील संस्थाही उपयुक्त आहेत.

१) स्मॉल इंडस्ट्रीज डेव्हलपमेंट बँक ऑफ इंडिया (सीडबी) अर्थपुरवठा करण्यासाठी प्रयत्न करते.

२) नॅशनल स्मॉल इंडस्ट्रीज सेंटर : (एन. एस. आय.सी.)

कच्चा माल व विपणनासाठी साहाय्य करते.

३) खादी आणि व्हिलेज डेव्हलपमेंट सेंटर : (के. व्ही. आय. सी.) खादी आणि ग्रामोद्योग विकासासाठी साहाय्य करते. यातून ग्रामीण रोजगार वृद्धीसाठी प्रयत्न होतात.

शिवाय आयकर अंतर्गत सवलत, एक्साईज मध्ये सवलत वगैरे उपक्रमही राबविले जातात.

■■

काही उपयुक्त माहिती

१) भारतातील काही नामांकित उद्योजक कुटुंबे

- अंबानी
- बजाज
- बिर्ला
- गोएंका
- गोदरेज
- फिरोदिया
- किर्लोस्कर
- मफतलाल
- महिंद्रा
- ओबेराय
- टाटा
- थापर
- वालचंद

२) महाराष्ट्रातील ख्यातनाम उद्योजक

१) श्री. बी. जी. शिर्के-शिर्के उद्योग समूह

२) पद्मश्री बी. वासुदेवराव- व्यंकटेश्वर हॅचरीज उद्योग समूह

३) श्री. जी. ए. साठे- ई. एल. एफ. उद्योग, पुणे

४) श्री. राम मेनन-मेनन उद्योग समूह

५) श्री. शंकरराव कोल्हे- 'संजीवनी' साखर कारखाना

६) श्री. सत्यव्रत पोंक्षे- पेटंट सल्लागार उद्योग

७) श्री. दादासाहेब शिंदे- कोल्हापूर स्टील

८) श्री. चंद्रकांत कुडाळ- आशा पब्लिसिटी

९) डॉ. सुधीर राशिंगकर- आर. जी. जी. इन्स्ट्रूमेंट्स

१०) श्री. रवींद्र बाम - डेकोरेल

११) श्री. सुभाषचंद्र सराफ - पुनीट्रॉनिक्स (इंडिया) प्रा. लि.

१२) श्री. डी. एस. कुलकर्णी - डी. एस. कुलकर्णी डेव्हलपर्स

१३) श्री. राजाभाऊ जोशी - कृपा केमिकल्स उद्योग

१४) श्री. बी. बी. सोमाणी - सोमाणी प्रिंटर रिबन्स लि.

१५) श्री. सुधीर पुराणिक - वर्ल्ड वाइड ऑईल फील्ड मशीन कंपनी

३) भारतातील काही नामवंत उद्योजक

- रतन टाटाह्न अध्यक्ष टाटा ग्रुप
- मुकेश अंबानीह्न अध्यक्ष रिलायन्स इंडस्ट्रीज
- नारायण मूर्तीह्न चीफ मेंटार इन्फोसिस टेक्नॉलॉजीज्
- कुमारमंगलम बिर्ला अध्यक्ष आदित्य बिर्ला ग्रुप
- अनिल अंबानी अध्यक्ष
- अझिम प्रेमजी अध्यक्ष विप्रो कार्पोरेशन
- ई श्रीधरन प्रमुख दिल्ली मेट्रो कार्पोरेशन
- राहुल बजाज अध्यक्षह्न बजाज ऑटो
- किरण मुजुमदार शॉह्न अध्यक्ष आणि व्यवस्थापकीय संचालक-बायोकॉन-इंडिया
- योगी देवेश्वरह्न अध्यक्ष आय. टी. सी. ग्रुपह्न कंपनी
- वेणुगोपाल धूत व्यवस्थापकीय संचालकह्न व्हिडीओकॉन ग्रुप
- वेणू श्रीनिवासन
- नरेश गोयल अध्यक्ष जेट एअर लाइन्स
- सुनील मित्तल अध्यक्षह्न भारती टेल व्हेंचर
- समीर जैन उपाध्यक्ष आणि व्यवस्थापकीय संचालकह्न बेनेट, कोलमन अॅण्ड को
- सुभाषचंद अध्यक्ष इसेल ग्रुप
- आनंद महिंद्रा उपाध्यक्ष आणि व्यवस्थापकीय संचालक महिंद्रा ग्रुप
- नंदन निलेकाणी चीफ एक्झिक्युटीव्ह ऑफिसर आणि व्यवस्थापकीय संचालक-इन्फोसिस लिमिटेड
- सुब्रतो रॉय एअर सहारा
- कलानिधी मारन व्यवस्थापकीय संचालकह्नसन नेटवर्क
- विजय मल्या अध्यक्ष युनायटेड- ब्रुवरीज
- के. व्ही. कामत सी. ई. ओ. आणि व्यवस्थापकीय संचालक आय. सी. आय. सी. आय. बँक
- प्रणव रॉय अध्यक्ष एन. डी. टी. व्ही.
- रमेश अग्रवाल अध्यक्ष दैनिक भास्कर ग्रुप

४) भारतातील काही गर्भश्रीमंत उद्योजक

1) Shashi Kiran Shetty : Age 45
   Chairman & M. D.- All cargo global logistics Ltd.
   Market wealth : Rs. 1638 Crore
2) Skantnu Pralkash : Age 41
   M. D. Educomp Solutions Ltd
   Market Wealth : Rs. 984 Crore

3) Skashikant Patel : Age 60
   CMD Plentico Pharmaceulatsicate
   Market Walth : Rs 972 Crore

4) Bhavresh Shah : Age 54
   M D.AIA Engineering Ltd.
   Market Wealth : 1467 Crore

5) P. N. C. Menon Age 58
   Chairman & M. D. Sobha Developers Ltd.
   Market Wealth : 1733 Crore

6) B. L. Kashyap and Brothers
   Vinod Kashyap : 53 : Executive Chairman
   Vineet Kashyap : 51 Managlng Director
   Vikram Kashyap : 44 : Jt. M. D.
   Market Wealth : 837 Crore

■■

पान २०८ पासून मॅटर पुस्तकात
घ्यायचा नाही.

Chambers of Commerce and Industry In India

Bengal Chamber of Commerce and Industry

6, Netaji Subhash Road Pin Code 700001 City Kolkata Phone (033) 2208393 Fax (033) 2201289

Gurgaon Chamber of Commerce and Industry

Khandsa Road,GURGAON Haryana, INDIA TEL : 91 124 2370303, 2370404 FAX: 91 124 2373708 EMAIL : gcci@gurgaonchamber.org (MR.S.K.AHUJA. SECRETARY)

Bengal National Chamber of Commerce and Industry

23, R.N. Mukherjee Road Pin Code 700001 City Kolkata Phone (033) 2482951 Fax (033) 2487058 Email bncci@wb.nic.in URL www.westbengal.com/bncci

The Associated Chambers of Commerce and Industry of India (ASSOCHAM)

147B, Gautam Nagar , Gulmohar Enclave New Delhi - 110049 India Phone (011) 6512477-79 Fax (011) 6512154 Email: assocham@sansad.nic.in URL: www.assocham.org

Bombay Chamber of Commerce and Industry

Mackinnon Mackenzie Building, 3rd Floor, Ballard Estate, Mumbai - 400 038, IndiaPhone: +(91)-(22)-22614681/2261902 Fax: +(91)-(22)-22621213

PHD Chamber of Commerce and Industry

PHD House, Opposite Asian Games Village, New Delhi - 110 016, India Phone: +(91)-(11)-26863801/ 26863804/ 26863802/26863803 Fax: +(91)-(11)-26863135/26855450/ 26568392

Indo American Chamber of Commerce

Address: 1-C, Vulcan Insurance Building, Veer Nariman Road, Church Gate, Mumbai - 400 020,

India Phone: +(91)-(22)-22821413/
22821485/22836340∎
Fax: +(91)-(22)-22046141

Indian Chamber Of Commerce

Address: ICC Towers, 4 India
Exchange Place, Kolkata - 700 001,
India Phone: +(91)-(33)-22303242/
22303243/22303244∎
Fax: +(91)-(33)-22313377/22313380

Bharat Chambers of Commerce

28 Hemanta Basu Sarani Calcutta
700001 India Tel: +91 33 208286.

Bihar Chambers of Commerce

Judges'Court road POB 71 Patna
800001 India Tel: +91 612 653505
Fax: +91 612 659505.

Bombay Chamber of Commerce and
Industry

Mackinnon Mackenzie Building,
Ballard Estate, Shoorji Vallabhdas
Road, Pin Code 400001 City Mumbai
Phone (022) 22614681 Fax (022)
22621213 Email
bcci@bombaychamber.com
URL www.bombaychamber.com

Calcutta Chamber of Commerce

18 H, Park Street
Pin Code 700016 City Kolkata
Ph. (033) 2290758 Fax (033) 2299874

Cochin Chambers of Commerce and
Industry

Bristow Road Willingdon Island
PO Box 503 Kochi 682 003 India
Tel: +91 484 668349
Fax: +91 484 6686651.

Confederation of Indian Industries
(CII)

23, Institutional Area, Lodi Road Pin
Code 110003 City New Delhi Phone
(011) 4629994/ 5/ 6, 4626164 Fax (011)
4626149/4633168 Email
ciico@ciionline.org
URL www.ciionline.org

Federation of Andhra Pradesh Chambers of Commerce and Industry	11-6-841, Red Hills, P.O. Box 14 Pin Code 500004 City Hyderabad Phone (040) 3393658/ 428 Fax (040) 3395083 Email info@fapcci.org URL www.fapcci.org
Federation of Indian Chambers of Commerce and Industry (FICCI)	Federation House, Tansen Marg Pin Code 110001 City New Delhi Phone (011) 3738760-70 Fax (011) 3320714/ 3721504 Email ficci@ficci.com URL www.ficci.com
Federation of Indian Export Organisations	PHD House (3rd Floor),Opp. Asian Games Village, Pin Code 110016 City New Delhi Phone (011) 6851310/ 12/ 14/ 15 Fax (011) 6863087/ 6967859 Email fieo@nda.vsnl.net.in URL www.fieo.com
Federation of Karnataka Chambers of Commerce and Industry	P.B No. 9996, Kempegowda Road Pin Code 560009 , City Bangalore Phone (080) 2262355/ 157 Fax (080) 2251826
Federation of Madya Pradesh Chambers of Commerce and Industry	Udyog Bhavan 129A Malviya Nagar Bhopal 462003 India Tel: + 91 755 551 451 Fax: + 91 755 551 451.
Goa Chamber of Commerce and Industry	Goa Chamber Building, Rua de Ormuz, Panaji Phone (0832) 224223, 422635 Fax (0832) 429010 Email gcci@goatelecom.com URL www.goachamber.org
Gujarat Chamber of Commerce and Industry	PO Box 4045, Gujarat Chamber Building, Ashram Road Pin Code 380009 City Ahmedabad Phone (079) 65823101/ 02 Fax (079) 6587992 Email

gcci@gujaratchamber.org
URL www.gujaratchamber.org

Haryana Chambers of Commerce and Industry	342B Model Town Ambala City Haryana India.
India Chambers of Commerce	India Exchange 4 India Exchange Place Calcutta 700001 India Tel: +91 33 220 3243 Fax: +91 33 220 4495. Telex: 217432
Indian Merchants Chamber	IMC Building, IMC Marg, Churchgate Pin Code 400020 City Mumbai Phone (022) 22046633 Fax (022) 22048508 Email imc@imcnet.org URL www.imcnet.org
Karantaka Chambers of Commerce and Industry	Karantaka Chambers Building Hubli 580020 Tel: +91 836 363102 Fax: +91 836 365346.
Madras Chamber of Commerce and Industry	Karumuttu Centre, I Floor, 498, Anna Salai Pin Code 600035 City Chennai Phone (044) 4349452/9871 Fax (044) 4349164 Email mascham@md3.vsnl.net.in
Maharashtra Chamber of Commerce and Industry	6th Floor ,Oricon House, 12, K. Dubhash Marg, Fort Pin Code 400023 City Mumbai Phone (022) 22855859/5860 Fax (022) 22855861
Madhya Pradesh Chambers of Commerce and Industry	Chamber Bhavan Dharam Mandir Road Lashkar Gwalior 1 India.

Mahratta Chamber of Commerce Industries and Agriculture (MCCIA)	Post Box. 525, Tilak Rd. Pune 411002 Phone 24440371/24440472 Fax 24447902 Website www.mcciapune.com
Merchants Chamber of Uttar Pradesh	14/76, Civil Lines Pin Code 208001 City Kanpur Phone (0512) 246874
North India Chambers of Commerce and Industry	9 Gandhi Road Dehra Dun Uttar Pradesh India Tel: +91 935 23479.
Oriental Chambers of Commerce	6A Dr Rajendra Prasad Sarani (Clive Row) Calcutta 700 001 India Tel: +91 33 220 3609 Fax: +91 33 242 6974.
PHD Chamber of Commerce and Industry	PHD House, Thapar Road, 4/2 Siri Fort Road, Pin Code 110016 City New Delhi Phone (011) 6863801 Fax (011) 6863135/ 6568392 Email phdcci@del2.vsnl.net.in URL www.phdcci.org
Punjab Federation of Industry and Commerce	27B Sector 18C Chandigarh Punjab India
Rajasthan Chambers of Commerce and Industry	Rajasthan Chambers Bhavan M I Road Jaipur 302003 India Tel: +91 141 565163 Fax: +91 141 563521
Southern Indian Chamber of Commerce and Industry	Indian Chamber Building, Esplanade, PO Box 1208 Pin Code 600108 City Chennai Phone (044) 5342055 Fax (044) 5342229

Upper India Chamber of Commerce	14/113, PO Box 63 Pin Code 208003 City Kanpur Phone (0512) 216804 Fax (0512) 210684
Utkal Chambers of Commerce and Industry	Barabati stadium cuttack 753005
Uttar Pradesh Chambers of Commerce and Industry	15/197 Civil Lines Kanpur 208 001 India Tel: +91 512 211696.

OTHER CHAMBERS OF COMMERCE

Andaman Chamber of Commerce and Industry	P.O. Box No 119, Guru Nanak Market, Aberdeen Bazaar,◻Port Blair - 744 101 Tel : 00 91 3192 23 29 06 Fax: 00 91 3192 23 40 66 E-Mail: acci @ smenetwork.net Web:www.smenetwork.net.acci Contact Person: Mr. A.K. Bhojarajan, General Secretary
(Federation of) Andhra Pradesh Chambers of Commerce and Industry	Federation House, 11-6-841, Red Hills◻Hyderabad-500004 Tel : 00 91 40 23 39 36 58◻ Fax: 00 91 40 23 39 50 83◻ E-Mail: info @ fapcci.org Web:www.fapcci.org◻ Contact Person: Mr. Lakshmi Ananth Ram, Secretary General
Avadh Chamber of Commerce and Industry	Harbhaj Ram Kripa Devi Trust Bldg., Sharbagh,◻Lucknow-226019Tel : 00 91 522 24 56 709
Bengal Chamber of Commerce and Industry	6 Netaji Subhas Road Kolkata 700 001 Tel.:◻00 91 33 22 08 393

Bengal National Chamber of Commerce	Fax: 00 91 33 22 01 289 BNCC House - 23, R. N. Mukherjee Road, Kolkata - 700 001 Tel.: 00 91 33 24 82 951/952/953□ Fax: 00 91 33 24 87 058 Email: bncci@wb.nic.in Website: http://www.bncci.com Contact Person: Mr. S. K. Chakraborty, President
Bharat Chamber of Commerce	Park Mansion Plot No. 9, 57A, Park Street,□Kolkata - 700 016 Tel.: 00 91 33 22 91 647 Fax: 00 91 33 22 94 947
Bihar Chamber of Commerce and Industry	Judges Court Road, P.O. Box No. 71,□Patna-800001 Tel.: 00 91 612 26 50 535□ Fax: 00 91 612 26 59 505
Bombay Chamber of Commerce and Industry	Mackinnon Mackenzie Building Ballard Estate - Shoorji Vallabhdas Road, Mumbai 400001 Tel : 00 91 22 22 61 46 81/82/83/84 Fax : 00 91 22 22 62 12 13 E-Mail: bcci@bombaychamber.com Website: http://www.bombaychamber.com. Contact Person: Mr. Nasser Munjee, President
Calcutta Chamber of Commerce	Stephen Court 18 H, Park Street Kolkata-700071 Tel.: 00 91 33 22 90 758 Fax: 00 91 33 22 99 874
Central Gujarat Chamber of Commerce	P.B. No. 3716, Vanijya Bhawan, Race Course,□ Baroda-390007 Tel.: 00 91 265 23 35 141 Fax: 00 91 265 23 35 142

Cochin Chamber of Commerce and
Industry

◻

Eastern Assam Chamber of
Commerce

Federation of Karnataka Chambers
of Commerce and Industry

Goa Chamber of Commerce

Gujarat Chamber of Commerce and
Industry

Indian Chamber of Commerce

Bristow Road Willington Island
P.O. Box No. 503 Cochin - 682003
Tel.: 00 91 484 26 68 650
Fax : 00 91 484 26 68 651◻
E-Mail: chamber@md2.vsnl.net.in

R.K. Bordoloi Path◻
Dibrugarh - 78600,
Tel: 00 91 373 22 01 67

Kempegowda Road,
P.O. Box No. 9996,◻
Bangalore - 560 009
Tel.: 00 91 80 22 62 355◻
Fax: 00 91 80 22 61 826

Gova Chamber Building Rua de
Ormuz
P.O. Box 59 Panaji-403001, Goa
Tel.:◻ 00 91 832◻22 42 23
Fax: 00 91 832 42 90 10
E-Mail: gcci@goatelecom.com

Shri Ambica Mills,
Gujarat Chamber Building
Ashram Road - P. B. No. 4045◻
Ahmedabad - 380009
Tel. : 00 91 79 26 58 23 01/02/03/04
Fax : 00 91 79 26 58 79 92
E-Mail : gcci@gujaratchamber.org◻/
bis@gujaratchan◻
Website: http://www.gujaratchamber.org◻
Contact Person:
Mr.Shreyas V. Pandya, President

ICC Towers, India Exchange,4
India Exchange Place,
Kolkata-700001.
Tel.: 00 91 33 22 20 32 42/43/44
Fax: 00 91 33 22 21 33 77/80
Email: info@indianchamber.org◻Website:
http://

Indian Merchants Chamber	www.indianchamber.org☐Contact Person: Mr. Vikram Thapar, President IMC Building,☐ IMC Marg Churchgate,☐Mumbai-400020 Tel.: 00 91 22 22 04 66 33 Fax: 00 91 22 22 04 85 08 E-mail : imc@imcnet.org☐Internet : http://www.imcnet.org☐Contact Person: Mr Shailesh V Haribhakti, President
Jammu Chamber of Commerce and Industry	Amar Market, Raghunath Bazar, Jammu Tel.: 00 91 191 25 46 540
Madhya Pradesh Chamber of Commerce and Industry	Sanatan Dharam Mandir Road Gwalior - 474009 Tel.: 00 91 751 23 21 691 Fax: 00 91 751 23 23 844☐ E-Mail: info@mpcci.com☐☐☐ Web: www.mpcci.com☐ Contact Person: Mr. Satish Ajmera, President
Madras Chamber of Commerce and Industry	Karumuttu Centre, I Floor, 498, Anna Salai Chennaiñ600035. Tel.: 00 91 44 24 34 94 52 Fax: 00 91 44 24 34 91 64 E-Mail:mascham@md3.vsnl.net.in Web: www.mascham.com☐ Contact Person: Mrs. J. Edwards, Assistant Secretary
Maharashtra Chamber of Commerce and Industry	Oricon House, 6th Floor, 12 K Dubhash Marg, Rampart Row Mumbai Tel.: 00 91 22 22 85 58 59/60 Fax: 00 91 22 22 85 58 61
Mahratta Chamber of Commerce, Industries, and Agriculture	Tilak Road Pune 411 002 Tel.: 00 91 20 44 40 371 Fax: 00 91 20 44 47 902☐

	E-Mail: mccipune@vsnl.com◻
	Web: www.mcciapune.com◻
Merchants' Chamber of Commerce	15B, Hemanta Basu Sarani
	Kolkata700001Tel.: 00 91 33 24 83
	123Fax: 00 91 33 24 84 104
Merchants' Chamber of Uttar	14/76, Civil Lines
Pradesh	Kanpur-208001
	Tel: 00 91 512 22 91 306
North India Chamber of Commerce	9 Gandhi Road Dehra Dun
and Industry	Uttar Pradesh
	Tel: 00 91 135 22 34 79
	6, Dr Rajendra Prasad Sarani
Oriental Chamber of Commerce	(Formerly Clive Row)◻
	Kolkata-700001
	Tel.: 00 91 33 22 02 120
	Fax: 00 91 33 22 69 394
	P H D House, Opp. Asian Games
P H D Chambers of Commerce and	Village,◻New Delhi-110016
Industry	Tel.: 00 91 11 26 86 38 01/02/03/04
	Fax: 00 91 11 26 86 31 35
	E-Mail : phdcci@del2.vsnl.net.in
	Chamber Bhawan, M. I. Road
Rajasthan Chamber of Commerce	Jaipur - 302003◻
and Industry	Tel.: 00 91 141 25 67 899
	Fax: 00 91 141 25 61 419◻
	Email: info@rajchamber.com
	Website: http://www.rajchamber.com◻
	Contact Person: Dr. K.L. Jain,
	Honorary Secretary General
	Indian Chamber Building,
	P.O.Box No. 1208,◻Chennai - 600108
Southern India Chamber of	Tel.: 00 91 44 25 34 22 28
Commerce and Industry	Fax: 00 91 44 25 34 20 55

Southern Gujarat Chamber of Commerce and Industry	Samruddhi, Nanpura,◻Surat-395001 Tel.: 00 91 261 24 70 083 Fax: 00 91 261 24 72 340
Udaipur Chamber of Commerce and Industry	Phone: 00 91 294 24 22 731◻ Email: ucciudaipur@ucciudaipur.com Website: http://www. ucciudaipur. com Contact Person: Mr. P. S. Talesra, President
Upper India Chamber of Commerce	14/113, Civil Lines P. O. Box No. 63 Kanpur - 208001 Tel. : 00 91 512 22 10 684
Utkal Chamber of Commerce and Industry	Barabati Stadium Cuttack-753005 Tel. : 00 91 671 26 01 211 Fax : 00 91 671 26 02 059